TRANZLATY

Language is for everyone

Ngôn ngữ dành cho tất cả mọi người

Folk Tales of Bengal

Truyện dân gian Bengal

Part One
Phần Một

1 / 2

Lal Behari Day

English / Tiếng Việt

Folk Tales of Bengal
Truyện dân gian Bengal

Life's Secret
Bí mật cuộc sống
Phakir Chand
Phakir Chand
The Indignant Brahman
Người Bà La Môn Phẫn Nộ
The Story of the Rakshasas
Câu chuyện về Rakshasas
The Story of Swet and Bachanta
Câu chuyện của Swet và Bachanta
The Evil Eye of Sani
Con mắt độc ác của Sani
The Boy whom Seven Mothers Suckled
Cậu bé được bảy bà mẹ cho bú
The Story of Prince Sobur
Câu chuyện về Hoàng tử Sobur
The Origins of Opium
Nguồn gốc của thuốc phiện
Strike, but Listen First
Đánh, nhưng hãy lắng nghe trước

Life's Secret
Bí mật cuộc sống

Once upon a time there was a king.
Ngày xửa ngày xưa, có một vị vua.
This King had married two Queens.
Vị vua này đã cưới hai hoàng hậu.
The two queens were called Duo and Suo.
Hai nữ hoàng được gọi là Duo và Suo.
Both of the queens were childless.
Cả hai nữ hoàng đều không có con.
One day a Faquir came to the palace gate.
Một ngày nọ, có một Faquir đến cổng cung điện.
The Faquir had come to ask for alms.
Faquir đến để xin bố thí.
Queen Suo went to the door.
Nữ hoàng Suo đi tới cửa.
And she gave him a handful of rice.
Và cô đưa cho anh một nắm gạo.
The mendicant asked her a question.
Người hành khất hỏi cô một câu hỏi.
"Do you have any children?"
"Bạn có con không?"
The queen had no children.
Nữ hoàng không có con.
"I wish had children, but I have none"
"Tôi ước mình có con, nhưng tôi không có con"
The holy man refused to take alms from her.
Người đàn ông thánh thiện từ chối nhận của bố thí từ cô.
In these times there were different traditions.
Vào thời đó có nhiều truyền thống khác nhau.
And the people believed many different things.
Và mọi người tin vào nhiều điều khác nhau.
Don't take charity from the hands of a childless woman.
Đừng nhận sự bố thí từ tay một người phụ nữ không con.
Such hands were ceremonially unclean.
Những bàn tay như vậy được coi là ô uế về mặt nghi lễ.

The mendicant offered her a medicine.
Người hành khất đưa cho cô một viên thuốc.
This medicine was to remove her barrenness.
Loại thuốc này có tác dụng chữa chứng vô sinh của bà.
She expressed her willingness to take the medicine.
Cô ấy bày tỏ sự sẵn lòng uống thuốc.
The mendicant told her how to take the medicine.
Người hành khất chỉ cho cô cách uống thuốc.
"This is the potion you must swallow"
"Đây là thuốc mà bạn phải nuốt"
"Prepare the juice of a pomegranate flower"
"Chuẩn bị nước ép từ hoa lựu"
"Swallow the medicine with the juice"
"Nuốt thuốc cùng với nước ép"
"If you do this, you will soon have a son"
"Nếu bạn làm điều này, bạn sẽ sớm có một đứa con trai"
"Your son will be exceedingly handsome"
"Con trai của anh sẽ rất đẹp trai"
"His complexion will be beautiful"
"Nước da của anh ấy sẽ rất đẹp"
"He will have the colour of pomegranate flowers"
"Anh ấy sẽ có màu sắc của hoa lựu"
"And you shall call him Dalim Kumar"
"Và bạn sẽ gọi anh ấy là Dalim Kumar"
"But he will also have enemies"
"Nhưng anh ta cũng sẽ có kẻ thù"
"They will try to take your son's life"
"Họ sẽ cố gắng lấy mạng con trai của anh"
"But there is a secret to his life"
"Nhưng có một bí mật trong cuộc đời anh ấy"
"And I will tell you this secret"
"Và tôi sẽ nói cho bạn bí mật này"
"In front of your palace is a pond"
"Trước cung điện của ngài có một cái ao"
"In that pond there is a big Boal fish"
"Trong cái ao đó có một con cá Boal lớn"
"Your son's life is connected to that fish"

"Cuộc sống của con trai anh gắn liền với con cá đó"
"In the heart of the fish is a small box"
"Trong tim cá có một chiếc hộp nhỏ"
"This small box is made of wood"
"Cái hộp nhỏ này được làm bằng gỗ"
"In the box of wood is a necklace of gold"
"Trong hộp gỗ có một chiếc vòng cổ bằng vàng"
"That necklace is the life of your son"
"Chiếc vòng cổ đó là mạng sống của con trai bà"
The mendicant gave her the medicine.
Người hành khất đưa thuốc cho cô.
And they said their farewells.
Và họ nói lời tạm biệt.

Soon all in the palace whispered of an heir.
Chẳng mấy chốc, mọi người trong cung điện đều xì xào về
một người thừa kế.
Great was the joy of the King.
Nhà vua vô cùng vui mừng.
He had visions of an heir to the throne.
Ông đã hình dung ra người thừa kế ngai vàng.
A never-ending succession of powerful monarchs.
Sự kế vị không ngừng nghỉ của những vị vua quyền lực.
He dreamt of how they perpetuated his dynasty.
Ông mơ về cách họ duy trì triều đại của ông.
These ideas floated before his mind.
Những ý tưởng này hiện lên trong tâm trí anh.
It made him the happiest he had ever been.
Điều đó khiến anh ấy hạnh phúc hơn bao giờ hết.
Many ceremonies were performed for the occasion.
Nhiều nghi lễ đã được thực hiện nhân dịp này.
The people of the kingdom played loud music.
Người dân trong vương quốc chơi nhạc rất to.
The birth of a prince was a truly special event.
Sự ra đời của một hoàng tử thực sự là một sự kiện đặc biệt.
Soon queen Suo gave birth to a son.
Không lâu sau, hoàng hậu Suo sinh được một người con trai.

He was more beautiful than anyone had imagined.
Anh ấy đẹp hơn bất cứ ai có thể tưởng tượng.
The King saw his son's face.
Nhà vua nhìn thấy khuôn mặt của con trai mình.
And his heart leaped with joy.
Và trái tim anh nhảy lên vì vui sướng.
Soon the child ate his first rice.
Chẳng bao lâu sau, đứa trẻ đã ăn được bữa cơm đầu tiên.
Mukhe bhaat was celebrated with great joy.
Mukhe bhaat được tổ chức với niềm vui lớn lao.
And the whole kingdom was filled with gladness.
Và toàn thể vương quốc tràn ngập niềm vui.

Dalim Kumar grew up to be a fine boy.
Dalim Kumar lớn lên và trở thành một cậu bé ngoan ngoãn.
There was one activity he particularly liked.
Có một hoạt động mà anh ấy đặc biệt thích.
He loved playing with the pigeons.
Ông ấy thích chơi với chim bồ câu.
However, the pigeons often flew to Queen Duo.
Tuy nhiên, chim bồ câu thường bay đến chỗ Nữ hoàng Duo.
Nobody knows why they did this.
Không ai biết tại sao họ lại làm như vậy.
And they flew into her apartment.
Và họ bay vào căn hộ của cô ấy.
So Dalim Kumar often met Queen Duo.
Vì vậy Dalim Kumar thường xuyên gặp Nữ hoàng Duo.
At first, she happily gave the pigeons back.
Lúc đầu, cô ấy vui vẻ trả lại chim bồ câu.
But later she wasn't as willing to return the pigeons.
Nhưng sau đó cô không còn muốn trả lại chim bồ câu nữa.
She gave the pigeons up with some reluctance.
Cô ấy đã từ bỏ đàn chim bồ câu một cách miễn cưỡng.
She felt she could use this to her advantage.
Cô cảm thấy mình có thể tận dụng điều này để có lợi cho mình.
She naturally hated the child.

Dĩ nhiên là cô ấy ghét đứa trẻ đó.
Since Dalim's birth the king had neglected her.
Từ khi Dalim chào đời, nhà vua đã bỏ bê bà.
And the King idolized the mother of Dalim.
Và nhà vua rất tôn sùng mẹ của Dalim.
Somehow, she had heard of the mendicant.
Không hiểu sao cô lại nghe nói đến người ăn xin đó.
She heard he had given queen Suo a medicine.
Nàng nghe nói chàng đã đưa thuốc cho hoàng hậu Suo.
She had also heard about what he had said.
Cô cũng đã nghe những gì anh nói.
There was a secret to the prince's life.
Có một bí mật trong cuộc đời của hoàng tử.
She had heard his life was bound to something.
Cô nghe nói cuộc đời anh gắn liền với điều gì đó.
But she did not know what his life was bound to.
Nhưng cô không biết cuộc đời anh sẽ gắn liền với điều gì.
She was determined to get the secret.
Cô quyết tâm tìm ra bí mật này.

Of course, the pigeons came back to her.
Tất nhiên, những chú chim bồ câu đã quay trở lại với cô.
And the pigeons flew into her room again.
Và những chú chim bồ câu lại bay vào phòng cô lần nữa.
This time she refused to give the pigeons back.
Lần này cô từ chối trả lại chim bồ câu.
"I won't just give you your pigeon back"
"Tôi sẽ không trả lại con chim bồ câu cho anh đâu"
"First, you have to tell me something"
"Đầu tiên, anh phải nói cho tôi biết một điều"
"What do you want, aunty?" the boy asked.
"Cô muốn gì vậy?" cậu bé hỏi.
"Oh, my darling, do not worry"
"Ôi, em yêu, đừng lo lắng"
"It's just a small thing I want"
"Đó chỉ là một điều nhỏ nhặt mà tôi muốn"
"I want to know where your life is hidden"

"Tôi muốn biết cuộc sống của bạn được giấu ở đâu"
The boy was very confused by this.
Cậu bé rất bối rối vì điều này.
"What is that, aunty?"
"Đó là cái gì vậy cô?"
"Where can my life be, except in me?"
"Cuộc sống của tôi có thể ở đâu nếu không phải trong chính tôi?"
"No, child, that is not what I meant"
"Không, con ạ, ý ta không phải vậy"
"A holy mendicant told your mother a secret"
"Một vị khất sĩ thánh thiện đã kể cho mẹ bạn một bí mật"
"Your life is bound up with something"
"Cuộc sống của bạn gắn liền với điều gì đó"
"I wish to know what that thing is"
"Tôi muốn biết thứ đó là gì "
The boy was confused by what she said.
Cậu bé bối rối trước những gì cô nói.
"I never heard of any such thing"
"Tôi chưa bao giờ nghe nói đến điều gì như vậy"
But Queen Duo insisted it was true.
Nhưng Nữ hoàng Duo khẳng định điều đó là sự thật.
"Promise to find out from your mother"
"Hứa sẽ tìm hiểu từ mẹ của bạn"
"Ask her where your life is hidden"
"Hãy hỏi cô ấy cuộc sống của bạn được giấu ở đâu"
"Then I will let you have the pigeons"
"Vậy thì tôi sẽ cho anh nuôi chim bồ câu"
"Otherwise, I will keep the pigeons"
"Nếu không, tôi sẽ giữ lại những con chim bồ câu"
The boy wanted his pigeons back.
Cậu bé muốn lấy lại chim bồ câu của mình.
So he agreed to get the information.
Vì vậy, anh ấy đã đồng ý lấy thông tin.
But first she made him promise.
Nhưng trước tiên cô phải bắt anh hứa.
"Promise me you won't tell your mother"

"Hứa với anh là em sẽ không nói với mẹ em nhé"
And the boy promised not to tell her.
Và cậu bé hứa sẽ không nói cho cô biết.
"I promise I won't tell my mum"
"Tôi hứa sẽ không nói với mẹ tôi"
Queen Duo freed the prince's pigeons.
Nữ hoàng Duo thả chim bồ câu của hoàng tử.
Dalim was overjoyed to have his birds again.
Dalim vô cùng vui mừng khi lại được gặp lại đàn chim của mình.
And he forgot the entire conversation.
Và anh ấy đã quên toàn bộ cuộc trò chuyện.

The next day Dalim was playing again.
Ngày hôm sau Dalim lại chơi nhạc.
You can imagine what happened again.
Bạn có thể tưởng tượng chuyện gì đã xảy ra lần nữa.
The pigeons flew to Queen Duo's apartment.
Những chú chim bồ câu bay đến căn hộ của Nữ hoàng Duo.
And they flew into her room again.
Và họ lại bay vào phòng cô ấy lần nữa.
Dalim went in to his stepmother's apartment.
Dalim đi vào căn hộ của mẹ kế.
And he asked her for the pigeons.
Và anh ấy hỏi cô ấy về những chú chim bồ câu.
Of course she asked him for the information.
Tất nhiên là cô ấy đã hỏi anh ta thông tin đó.
Dalim could not tell her where his life was hidden.
Dalim không thể nói cho cô biết cuộc sống của anh ẩn giấu ở đâu.
"I promise I will ask her today"
"Tôi hứa hôm nay tôi sẽ hỏi cô ấy"
"But please can I have my pigeons"
"Nhưng làm ơn cho tôi xin lại chim bồ câu của tôi"
She didn't give the pigeons back so quickly.
Cô ấy không trả lại chim bồ câu nhanh như vậy.
But, in the end, he got his pigeons again.

Nhưng cuối cùng, ông lại có được đàn chim bồ câu của mình.

After playing, Dalim went to his mother.
Sau khi chơi xong, Dalim đến nhà mẹ.
"Mamma, please tell me where my life is hidden"
"Mẹ ơi, xin hãy cho con biết cuộc đời con đang ẩn náu ở đâu"
"What do you mean, child?" asked the mother.
"Con có ý gì vậy, con?" người mẹ hỏi.
She was astonished at the question.
Cô ấy ngạc nhiên trước câu hỏi này.
Why would her child ask her this?
Tại sao đứa con của cô lại hỏi cô điều này?
"Yes, mamma," replied the child.
"Vâng, mẹ ạ," đứa trẻ trả lời.
"I have heard of a holy mendicant"
"Tôi đã nghe nói về một vị khất sĩ thánh thiện"
"He told you something about my life"
"Anh ấy đã kể cho bạn nghe đôi điều về cuộc đời tôi"
"He said my life is hidden in something"
"Anh ấy nói rằng cuộc sống của tôi ẩn chứa điều gì đó"
"Tell me what that thing is"
"Nói cho tôi biết thứ đó là gì"
"My child, my darling, my treasure"
"Con yêu, con yêu, kho báu của ta"
"My golden moon," his mother pleaded.
"Mặt trăng vàng của mẹ ơi," mẹ anh nài nỉ.
"Do not ask such a question"
"Đừng hỏi câu hỏi như vậy"
"Cover my enemies' mouths with ashes"
"Hãy phủ tro lên miệng kẻ thù tôi"
"Let my Dalim live forever," she begged.
"Xin cho Dalim của tôi sống mãi mãi", bà cầu xin.
But the child insisted on knowing the secret.
Nhưng đứa trẻ vẫn khăng khăng muốn biết bí mật.
He refused to eat or drink until he knew.
Ông từ chối ăn uống cho đến khi biết rõ.
Queen Suo had no choice but to tell him.

Nữ hoàng Suo không còn cách nào khác ngoài việc nói cho anh biết.

Eventually she told him the secret of his life.

Cuối cùng cô đã kể cho anh nghe bí mật cuộc đời anh.

The next day Dalim was playing again.

Ngày hôm sau Dalim lại chơi nhạc.

You can imagine where the pigeons flew.

Bạn có thể tưởng tượng ra nơi chim bồ câu bay tới.

Dalim chased after the birds into the apartment.

Dalim đuổi theo những chú chim vào căn hộ.

His stepmother told him many sweet words.

Mẹ kế đã nói với anh nhiều lời ngọt ngào.

And finally, she got his secret from him.

Và cuối cùng, cô đã moi được bí mật từ anh.

She wasted no time to start her wicked plan.

Cô ta không chần chừ mà bắt đầu kế hoạch độc ác của mình.

And she gave orders to her servants.

Và bà ra lệnh cho người hầu của mình.

"Get some dried stalk from the hemp plant"

"Lấy một ít thân cây gai dầu khô"

"Make sure the stalks are very brittle"

"Hãy đảm bảo thân cây rất giòn"

Brittle hemp stalks make a cracking sound.

Thân cây gai dầu giòn tạo ra tiếng kêu rắc.

The sound is similar to the cracking of joints.

Âm thanh này tương tự như tiếng kêu rắc rắc của khớp xương.

And it sounds like the bones of old people.

Và nghe giống như xương của người già.

She put the brittle hemp stalks under her bed.

Cô ấy đặt những thân cây gai dầu giòn dưới gầm giường.

And then she lied on her bed.

Và rồi cô nằm xuống giường.

She wanted to test the hemp stalks.

Cô ấy muốn thử nghiệm thân cây gai dầu.

The stalks cracked just as much as she wanted.

Thân cây nứt ra nhiều như cô mong muốn.
She was satisfied with how her plan was going.
Cô ấy hài lòng với tiến độ thực hiện kế hoạch của mình.
She gave more orders to her servants.
Bà ra lệnh nhiều hơn cho người hầu của mình.
"Tell the King I am very ill"
"Hãy nói với nhà vua rằng tôi bị bệnh rất nặng"
"He must come to see me immediately"
"Anh ấy phải đến gặp tôi ngay lập tức"
The king did not love this queen.
Nhà vua không yêu hoàng hậu này.
But he still had a duty to care for her.
Nhưng anh vẫn có trách nhiệm chăm sóc cô.
If she was ill, he had to look after her.
Nếu cô ấy bị bệnh, anh phải chăm sóc cô ấy.
The King came to her bedroom.
Nhà vua đến phòng ngủ của nàng.
She rolled on the bed in pain.
Cô lăn lộn trên giường vì đau đớn.
The King heard the cracking of her bones.
Nhà vua nghe thấy tiếng xương của nàng kêu răng rắc.
He ordered his best physician to attend her.
Ông ra lệnh cho bác sĩ giỏi nhất của mình đến chăm sóc bà.
But the queen had thought of this.
Nhưng nữ hoàng đã nghĩ tới điều này.
She had already spoken with the physician.
Cô ấy đã nói chuyện với bác sĩ rồi.
"There is only one remedy," he told the king.
"Chỉ có một cách chữa trị duy nhất," ông nói với nhà vua.
"There's a pond in front of the palace"
"Có một cái ao trước cung điện"
"In the pond there's a large Boal fish"
"Trong ao có một con cá Boal lớn"
"The remedy is in that fish"
"Thuốc giải độc nằm ở con cá đó"
So the king let the physician catch the fish.
Vì vậy, nhà vua đã cho thầy thuốc bắt cá.

Meanwhile Dalim was busy playing.
Trong khi đó Dalim đang bận chơi.
He knew nothing of his aunt's illness.
Anh không biết gì về bệnh tình của dì mình.
The fish was taken out the water.
Con cá đã được lấy ra khỏi nước.
Dalim fell to the ground immediately.
Dalim ngã xuống đất ngay lập tức .
He flopped around on the floor.
Anh ta ngã lăn ra sàn.
And he could not breathe.
Và anh ấy không thể thở được.
The guards immediately noticed.
Những người lính canh lập tức nhận ra.
Dalim was taken to his mother's room.
Dalim được đưa đến phòng mẹ anh.
And the King was informed of his son.
Và nhà vua đã được thông báo về con trai mình.
He couldn't believe his son's illness.
Ông không thể tin vào căn bệnh của con trai mình.
The fish was taken to Queen Duo.
Con cá được đưa đến Queen Duo.
Queen Duo was being saved.
Nữ hoàng Duo đang được cứu.
At the same time Dalim was dying.
Cùng lúc đó, Dalim đang hấp hối.
The fish was cut open.
Con cá đã được mổ ra.
And they found the wooden box.
Và họ đã tìm thấy chiếc hộp gỗ.
In the box lay a necklace of gold.
Trong hộp có một chiếc vòng cổ bằng vàng.
Queen Duo put on the necklace.
Nữ hoàng Duo đeo vòng cổ.
And Dalim died at the very same moment.
Và Dalim cũng chết ngay tại thời điểm đó.

News of the tragedy reached the king.

Tin tức về thảm kịch này đã đến tai nhà vua.

He was plunged into an ocean of grief.

Anh ấy đã chìm vào biển đau buồn.

News of Queen Duo's recovery did not help.

Tin tức về sự hồi phục của Queen Duo không giúp ích gì.

He wept painful and bitter tears.

Ông khóc những giọt nước mắt đau đớn và cay đắng.

No one thought he would recover.

Không ai nghĩ rằng anh ấy có thể hồi phục.

He could not bear to bury his son.

Ông không thể chịu đựng được việc phải chôn cất con trai mình.

Nor did he allow his body to be burned.

Ông cũng không cho phép thiêu xác mình.

He could not accept that his son had died.

Ông không thể chấp nhận được việc con trai mình đã chết.

His death was so sudden and senseless.

Cái chết của ông quá đột ngột và vô nghĩa.

He had the dead body moved to a garden-houses.

Ông đã chuyển thi thể người chết đến một ngôi nhà vườn.

This garden-house was in the suburbs.

Ngôi nhà vườn này nằm ở vùng ngoại ô.

Here his son was laid in state.

Tại đây, con trai ông được an táng.

All sorts of provisions were put there.

Mọi loại đồ dự trữ đều được đặt ở đó.

Although everyone knew it was unnecessary.

Mặc dù mọi người đều biết điều đó là không cần thiết.

The young boy did not need food anymore.

Cậu bé không còn cần thức ăn nữa.

The house was kept locked day and night.

Ngôi nhà được khóa chặt cả ngày lẫn đêm.

Dalim had had one very close friend.

Dalim có một người bạn rất thân.

Only this friend was allowed to visit.

Chỉ có người bạn này được phép đến thăm.

He was the son of the prime minister.

Ông là con trai của thủ tướng.

He was entrusted with the key of the house.

Ông được giao giữ chìa khóa ngôi nhà.

Once a day he could visit his dead friend.

Mỗi ngày một lần, anh có thể đến thăm người bạn đã khuất của mình.

Queen Suo retired after the loss of her son.

Nữ hoàng Suo đã nghỉ hưu sau khi mất con trai.

Now the King spent the nights with Queen Duo.

Bây giờ nhà vua sẽ dành cả đêm bên cạnh Hoàng hậu Duo.

The Queen wanted to avoid suspicion.

Nữ hoàng muốn tránh sự nghi ngờ.

So she took the necklace off at night.

Vì vậy, cô ấy đã tháo chiếc vòng cổ ra vào ban đêm.

But Dalim's life was tied to the necklace.

Nhưng cuộc sống của Dalim gắn liền với chiếc vòng cổ.

And his death was not so simple.

Và cái chết của ông không hề đơn giản như vậy.

He was dead when the queen wore the necklace.

Ông đã chết khi nữ hoàng đeo chiếc vòng cổ đó.

But when she took the necklace off, he returned to life.

Nhưng khi cô tháo chiếc vòng cổ ra, anh đã sống lại.

And so he returned to life every night.

Và thế là anh ấy sống lại mỗi đêm.

Every morning she put the necklace on again.

Mỗi sáng cô lại đeo lại chiếc vòng cổ.

And so, he died again every morning.

Và thế là, mỗi sáng ông lại chết.

At night he ate whatever food he liked.

Vào ban đêm, anh ấy ăn bất cứ món ăn nào anh ấy thích.

Because there was plenty of food for him.

Bởi vì có rất nhiều thức ăn dành cho anh ta.

He walked around in the premises.

Anh ta đi dạo quanh khuôn viên.

And he meditated on the strangeness of his life.

Và ông suy ngẫm về sự kỳ lạ của cuộc đời mình.

Dalim's friend only visited him during the day.

Bạn của Dalim chỉ đến thăm anh vào ban ngày.

So he always saw him as a lifeless corpse.

Vì vậy, ông luôn coi anh như một cái xác vô hồn.

But his body never seemed to change.

Nhưng cơ thể anh dường như không bao giờ thay đổi.

There was no sign of putrefaction.

Không có dấu hiệu thối rữa.

The body was lifeless and pale.

Cơ thể không còn sức sống và nhợt nhạt.

But there were no symptoms of death.

Nhưng không có dấu hiệu tử vong nào cả.

It all seemed too strange for him.

Mọi thứ dường như quá xa lạ với anh.

So he decided to watch the corpse more closely.

Vì vậy, anh quyết định quan sát xác chết kỹ hơn.

And he visited his friend at night.

Và anh ấy đã đến thăm bạn mình vào ban đêm.

He was astonished at what he saw that night.

Ông vô cùng kinh ngạc trước những gì mình nhìn thấy đêm đó.

His dead friend was walking about in the garden.

Người bạn đã chết của anh ta đang đi lại trong vườn.

At first, he thought Dalim might be a ghost.

Lúc đầu, anh nghĩ Dalim có thể là một hồn ma.

So he went to see if he could touch him.

Vì vậy, anh ta đi xem liệu mình có thể chạm vào anh ta không.

And then he saw it was really his friend.

Và rồi anh ấy nhận ra đó thực sự là bạn của mình.

Dalim told his friend everything that had happened.

Dalim kể lại cho bạn mình mọi chuyện đã xảy ra.

He told him all the circumstances of his death.

Ông kể lại toàn bộ hoàn cảnh dẫn đến cái chết của anh ta.

And soon they solved the mystery.

Và họ đã sớm giải quyết được bí ẩn.

They understood why he revived only at night.

Họ hiểu tại sao ông chỉ hồi sinh vào ban đêm.

Every night the king came to see Queen Duo.

Mỗi đêm nhà vua đều đến thăm Hoàng hậu Duo.

When the King visited, she took off her necklace.

Khi nhà vua đến thăm, bà đã tháo chiếc vòng cổ của mình ra.

The life of the prince depended on the necklace.

Cuộc sống của hoàng tử phụ thuộc vào chiếc vòng cổ.

So the two friends worked on a plan.

Vì vậy, hai người bạn đã cùng nhau lập ra một kế hoạch.

Night after night they consulted together.

Đêm này qua đêm khác, họ cùng nhau tham khảo ý kiến.

But they could not think of any feasible scheme.

Nhưng họ không thể nghĩ ra bất kỳ phương án khả thi nào.

Eventually the Gods must have taken pity.

Cuối cùng, các vị thần hẳn đã thương hại.

And they decided to free Dalim.

Và họ quyết định trả tự do cho Dalim.

But we must understand how the Gods work.

Nhưng chúng ta phải hiểu cách thức hoạt động của các vị thần.

These things are planned long before.

Những điều này đã được lên kế hoạch từ lâu rồi.

The sister of Bidhata-Purusha had had a daughter.

Em gái của Bidhata-Purusha đã có một cô con gái.

Bidhata-Purusha was a great fortune teller.

Bidhata-Purusha là một thầy bói vĩ đại.

He had written something on the child's forehead.

Ông đã viết gì đó lên trán đứa trẻ.

"This child will marry the dead bridegroom"

"Đứa trẻ này sẽ cưới chú rể đã chết"

Her mother was very saddened by this.

Mẹ cô rất buồn vì chuyện này.

She did not want this destiny for her daughter.

Bà không muốn con gái mình phải chịu số phận như thế này.

But she could not argue with him.

Nhưng cô không thể tranh luận với anh.

He never changed what he had written.
Ông không bao giờ thay đổi những gì mình đã viết.
The child became exceedingly beautiful.
Đứa trẻ trở nên vô cùng xinh đẹp.
But the mother could not take any pleasure in this.
Nhưng người mẹ không hề cảm thấy vui vẻ vì điều này.
Because she knew the destiny of her child.
Bởi vì bà biết số phận của đứa con mình.
Eventually the girl came to marriageable age.
Cuối cùng cô gái cũng đến tuổi kết hôn.
She had to find a way to avoid her fate.
Cô phải tìm cách tránh khỏi số phận của mình.
So the mother fled the country with her child.
Vì vậy, người mẹ đã bỏ trốn khỏi đất nước cùng đứa con của mình.
Perhaps she could avoid her dreadful destiny.
Có lẽ cô ấy có thể tránh được số phận khủng khiếp của mình.
But what was written was written.
Nhưng điều gì đã viết thì đã viết rồi.
And fate cannot be overruled like this.
Và số phận không thể bị thay đổi như thế này.
Together they journeyed through the land.
Họ cùng nhau đi khắp đất nước.
You can imagine how fate was working.
Bạn có thể tưởng tượng được số phận đã diễn ra như thế nào.
They wandered past Dalim's resting place.
Họ đi ngang qua nơi an nghỉ của Dalim.
The shade of the evening was approaching.
Bóng tối đang dần buông xuống.
"Mother, I am thirsty," said her child.
"Mẹ ơi, con khát nước quá," đứa con nói.
"Sit at this gate," replied her mother.
"Ngồi ở cổng này nhé," mẹ cô bé trả lời.
"I will search for water in the village"
"Tôi sẽ đi tìm nước trong làng"
The girl was curious about the garden.
Cô gái tò mò về khu vườn.

And in the garden she saw strange house.

Và trong vườn, cô nhìn thấy một ngôi nhà lạ.

She pushed the gate, which opened itself.

Cô đẩy cánh cổng, cánh cổng tự mở ra.

When she went in, she saw a beautiful palace.

Khi bước vào, nàng nhìn thấy một cung điện tuyệt đẹp.

But she had an uneasy feeling about the palace.

Nhưng cô có cảm giác bất an về cung điện.

However, the door had shut itself.

Tuy nhiên, cánh cửa đã tự đóng lại.

So she had no way of getting out.

Vì thế cô không có cách nào thoát ra được.

When night came the prince revived.

Khi đêm xuống, hoàng tử đã hồi sinh.

As usual, he walked around in the garden.

Như thường lệ, anh đi dạo quanh vườn.

But this time he saw a female figure.

Nhưng lần này anh nhìn thấy một bóng người phụ nữ.

The figure was standing near the gate.

Bóng người đó đang đứng gần cổng.

Soon he saw that it was a girl.

Chẳng mấy chốc anh nhận ra đó là một bé gái.

And he saw she was of unsurpassed beauty.

Và anh thấy cô có vẻ đẹp vô song.

"Who are you?" he asked her.

"Cô là ai?" anh hỏi cô.

She told Dalim everything that had happened.

Cô kể cho Dalim mọi chuyện đã xảy ra.

All the details of her little history.

Tất cả những chi tiết về câu chuyện nhỏ của cô ấy.

"My uncle is the divine Bidhata-Purusha"

"Chú tôi là Bidhata-Purusha thần thánh"

"He wrote on my forehead at birth"

"Người đã viết lên trán tôi lúc tôi mới sinh"

"This child will marry the dead bridegroom"

"Đứa trẻ này sẽ cưới chú rể đã chết"

"My mother did not want that life for me"
"Mẹ tôi không muốn tôi sống cuộc sống như thế"
"So we left our house and city"
"Vì vậy, chúng tôi rời khỏi nhà và thành phố của mình"
"And we wandered through the country"
"Và chúng tôi lang thang khắp đất nước"
"We had come to the gate of your palace"
"Chúng tôi đã đến cổng cung điện của ngài"
"After our journey I was thirsty"
"Sau chuyến đi, tôi thấy khát"
"So my mother went to look for water"
"Vì vậy, mẹ tôi đã đi tìm nước"
"And now I am standing here before you"
"Và bây giờ tôi đang đứng đây trước mặt bạn"
Dalim Kumar knew the meaning of the story.
Dalim Kumar hiểu ý nghĩa của câu chuyện.
"I am the dead bridegroom," he told the girl.
"Tôi là chú rể đã chết," anh ta nói với cô gái.
"It is me who you will marry"
"Người mà em sẽ cưới là anh"
"Come with me to the house," he asked of her.
"Đi cùng anh về nhà nhé," anh yêu cầu cô.
But the girl wasn't so easily persuaded.
Nhưng cô gái không dễ bị thuyết phục như vậy.
"You are standing and speaking to me"
"Bạn đang đứng và nói chuyện với tôi"
"How can you be the dead bridegroom?"
"Làm sao anh có thể là chú rể đã chết được?"
The prince understood her objection.
Hoàng tử hiểu được sự phản đối của nàng.
"You will understand it afterwards"
"Sau này bạn sẽ hiểu thôi"
The girl followed the prince into the house.
Cô gái đi theo hoàng tử vào nhà.
She had been fasting the whole day.
Cô ấy đã nhịn ăn cả ngày.
So the prince gave her wonderful food.

Vì vậy, hoàng tử đã cho nàng những món ăn tuyệt vời.

Meanwhile, the girl's mother had come back.

Trong khi đó, mẹ của cô gái đã quay trở lại.

She was standing at the gates of the garden.

Cô ấy đang đứng ở cổng vườn.

But her daughter was not there anymore.

Nhưng con gái bà không còn ở đó nữa.

She cried out for her daughter.

Bà khóc gọi con gái mình.

But she got no reply from her daughter.

Nhưng bà không nhận được hồi âm từ con gái mình.

So she went looking for her in the village.

Vì vậy, cô đã đi tìm cô ấy trong làng.

As usual, Dalim's friend came that night.

Như thường lệ, bạn của Dalim đã đến vào đêm đó.

Dalim was still entertaining his guest.

Dalim vẫn đang tiếp khách.

He was not expecting to see a stranger.

Anh ta không ngờ lại nhìn thấy một người lạ.

And the girl retold him her story.

Và cô gái kể lại cho anh nghe câu chuyện của mình.

You can imagine his surprise when she told him.

Bạn có thể tưởng tượng được sự ngạc nhiên của anh ấy khi cô ấy kể cho anh ấy nghe.

He was able to confirm Dalim's story.

Ông đã có thể xác nhận câu chuyện của Dalim.

Soon they had all accepted destiny.

Chẳng bao lâu sau, tất cả đều chấp nhận số phận.

That night they fulfilled their fates.

Đêm đó họ đã hoàn thành số phận của mình.

They decided to unite the couple in matrimony.

Họ quyết định kết hợp cặp đôi này thành hôn nhân.

It was going to be impossible to get a priest.

Sẽ không thể nào tìm được một linh mục.

So Dalim's friend performed the hymeneal rites.

Vì vậy, người bạn của Dalim đã thực hiện nghi lễ màng trinh.

The friend of the bridegroom left the palace.

Người bạn của chú rể rời khỏi cung điện.

The newly-weds had the palace to themselves.

Cặp đôi mới cưới được sống trong cung điện dành riêng cho mình.

The happy couple did not sleep much that night.

Cặp đôi hạnh phúc không ngủ được nhiều vào đêm đó.

So it was long after sunrise that they woke up.

Vì vậy, phải rất lâu sau khi mặt trời mọc họ mới thức dậy.

Of course it was only the young wife that woke up.

Tất nhiên chỉ có cô vợ trẻ thức dậy.

The prince had become a cold corpse again.

Hoàng tử lại trở thành một cái xác lạnh ngắt.

The queen had put on her necklace.

Nữ hoàng đã đeo chiếc vòng cổ của mình.

And life had departed from him again.

Và cuộc sống lại một lần nữa rời xa anh.

You can imagine how the young wife felt.

Bạn có thể tưởng tượng được cảm giác của người vợ trẻ.

She shook her husband to try and wake him.

Cô lắc chồng để cố đánh thức anh dậy.

She kissed him on his cold lips.

Cô hôn lên đôi môi lạnh giá của anh.

But all her efforts were in vain.

Nhưng mọi nỗ lực của cô đều vô ích.

He was as lifeless as a marble statue.

Ông ta vô hồn như một bức tượng đá cẩm thạch.

The young wife was stricken with horror.

Người vợ trẻ vô cùng kinh hãi.

She smote her breast with her fists.

Cô ấy đấm vào ngực mình bằng nắm đấm.

She struck her forehead with her palms.

Cô ấy đập tay vào trán mình.

And she tore her hair from her head.

Và cô ấy giật tóc mình ra khỏi đầu.

She ran through the garden like a mad woman.

Cô ấy chạy khắp khu vườn như một người điên.

Dalim's friend did not come during the day.
Bạn của Dalim không đến vào ban ngày.
He did not want to see his friend this way.
Anh không muốn nhìn thấy bạn mình như thế này.
The poor girl did not know what to do.
Cô gái tội nghiệp không biết phải làm gì.
Time could not pass quickly enough.
Thời gian trôi qua thật nhanh.
The day seemed as long as a year.
Một ngày dường như dài như một năm.
But the even longest day has its end.
Nhưng ngày dài nhất cũng có lúc kết thúc.
The shades of evening were descending.
Bóng tối đang buông xuống.
Her dead husband was awakened into consciousness.
Người chồng đã chết của bà đã tỉnh lại.
He rose up from his bed again.
Anh lại đứng dậy khỏi giường.
And he embraced his new wife.
Và anh ôm chầm lấy người vợ mới của mình.
Again they ate, drank, and became merry.
Họ lại ăn, uống và vui vẻ.
His friend made his usual appearance.
Người bạn của anh lại xuất hiện như thường lệ.
And the whole night was spent celebrating.
Và cả đêm được dành để ăn mừng.

They spent the next seven years this way.
Họ đã trải qua bảy năm tiếp theo theo cách này.
During the day Dalim was lifeless.
Vào ban ngày, Dalim đã chết.
But at night he came to life.
Nhưng vào ban đêm, anh ấy đã sống lại.
And their life was quite usual.
Và cuộc sống của họ khá bình thường.
The princess gave her husband two lovely boys.
Công chúa đã sinh cho chồng mình hai cậu con trai đáng yêu.

They were the exact image of their father.
Họ chính là hình ảnh giống hệt cha mình.
Of course the king and Queens did not know.
Tất nhiên là nhà vua và hoàng hậu không biết.
They did not know they were grandparents.
Họ không biết họ là ông bà.
And they did not know Dalim was alive.
Và họ không biết Dalim vẫn còn sống.
To be precise I should say he was alive at night.
Nói chính xác hơn thì tôi phải nói là anh ấy vẫn còn sống vào
ban đêm.
They all thought he had long been dead.
Mọi người đều nghĩ rằng ông đã chết từ lâu.
They assumed his corpse would now be gone.
Họ cho rằng xác của ông đã biến mất.
But the heart of Dalim s wife was yearning.
Nhưng trái tim của vợ Dalim lại khao khát.
She wanted nothing more than her mother-in-law.
Cô ấy không mong muốn gì hơn ngoài mẹ chồng mình.
Over the years she had come up with a plan.
Qua nhiều năm, bà đã nghĩ ra một kế hoạch.
Perhaps she could see her mother-in-law.
Có lẽ cô ấy có thể gặp mẹ chồng mình.
Maybe they could get hold of the necklace.
Có lẽ họ có thể lấy được chiếc vòng cổ.
She asked for the consent of her husband.
Cô đã yêu cầu sự đồng ý của chồng mình.
And he allowed her to disguise herself.
Và anh cho phép cô cải trang.
She took on the appearance of a female barber.
Cô ấy có vẻ ngoài giống một thợ cắt tóc nữ.
Like every female barber, she needed equipment.
Giống như mọi thợ cắt tóc nữ khác, cô ấy cần có dụng cụ.
She took the following tools;
Cô ấy đã mang theo những dụng cụ sau đây;
An iron instrument for preparing finger nails.
Một dụng cụ bằng sắt để cắt móng tay.

Another iron instrument for scraping the feet.

Một dụng cụ bằng sắt khác dùng để cạo chân.

A piece of burnt jhama brick.

Một mảnh gạch jhama cháy.

For rubbing the soles of the feet.

Dùng để xoa bóp lòng bàn chân.

And paint for the edges of the feet.

Và sơn phần rìa bàn chân.

She took all her tools with her.

Cô ấy mang theo tất cả dụng cụ của mình.

And she stood at the gate of the King's palace.

Và nàng đứng ở cổng cung điện của nhà vua.

I forgot something else she brought.

Tôi quên mất cô ấy còn mang theo thứ gì nữa.

She had come with her two sons.

Bà đến cùng hai người con trai của mình.

She spoke with the guards.

Cô ấy nói chuyện với lính canh.

"I work as a barber"

"Tôi làm nghề thợ cắt tóc"

"I have come to offer my services"

"Tôi đến để cung cấp dịch vụ của mình"

"I desire to see Queen Suo"

"Ta muốn gặp Nữ hoàng Suo"

Queen Suo quickly gave her an interview.

Nữ hoàng Suo nhanh chóng trả lời phỏng vấn.

The queen was quite fond of the two little boys.

Nữ hoàng rất yêu quý hai cậu bé.

They strangely reminded her of her own son.

Kỳ lạ thay, chúng khiến bà nhớ đến con trai mình.

And she remembered her lost treasure.

Và cô nhớ lại kho báu đã mất của mình.

Tears fell profusely from her eyes.

Nước mắt tuôn rơi lã chã từ đôi mắt cô.

She had not the remotest idea who they were.

Cô không hề biết họ là ai.

Of course we know who they are.

Tất nhiên là chúng ta biết họ là ai.
The two little boys are her grandsons.
Hai cậu bé là cháu trai của bà.
She spoke to the barber.
Cô ấy nói chuyện với thợ cắt tóc.
"My son died when he was young"
"Con trai tôi mất khi nó còn nhỏ"
"I have given up these vanities"
"Tôi đã từ bỏ những điều phù phiếm này"
"I stopped having my feet ceremoniously dyed"
"Tôi đã ngừng nhuộm chân một cách trịnh trọng"
"But I would be glad to see your two fine boys"
"Nhưng tôi sẽ rất vui khi được gặp hai cậu con trai ngoan của anh"
The barber agreed to let Queen Suo see her boys.
Người thợ cắt tóc đồng ý cho Nữ hoàng Suo gặp các con trai của mình.
But she had one question before she went.
Nhưng cô ấy có một câu hỏi trước khi đi.
"Are there other ladies in the palace?
"Trong cung còn có những nữ nhân khác không?
"Someone else I could provide my service to"
"Người khác mà tôi có thể cung cấp dịch vụ của mình"
She was told there was another queen.
Người ta nói với cô rằng còn có một nữ hoàng khác.
And she was also allowed to go to that queen.
Và cô cũng được phép đến gặp nữ hoàng đó.
Queen Duo allowed her to prepare her nails.
Nữ hoàng Duo cho phép cô chuẩn bị móng tay.
And she was allowed to scrape her feet.
Và cô ấy được phép gãi chân.
She painted her feet with alakta.
Cô ấy sơn chân mình bằng alakta.
And the queen was very pleased with her skill.
Và nữ hoàng rất hài lòng với kỹ năng của mình.
She also enjoyed the sweetness of her disposition.
Cô cũng thích sự ngọt ngào trong tính cách của cô ấy.

So she booked to have more of her services.
Vì vậy, cô ấy đã đặt lịch để sử dụng nhiều dịch vụ hơn.
The female barber had come for something else.
Người thợ cắt tóc đến đây vì mục đích khác.
And she quickly noticed the necklace.
Và cô ấy nhanh chóng chú ý đến chiếc vòng cổ.
The necklace was around the Queen's neck.
Chiếc vòng cổ đang đeo trên cổ Nữ hoàng.

The day of her second visit had come.
Ngày cô đến thăm lần thứ hai đã đến.
She gave her eldest son the instructions.
Bà đưa ra chỉ dẫn cho con trai cả của mình.
"We are going into the palace again"
"Chúng ta lại vào cung điện lần nữa"
"When in the palace you have to cry"
"Khi ở trong cung điện, bạn phải khóc"
"Say you would like the queen's necklace"
"Nói rằng bạn muốn chiếc vòng cổ của nữ hoàng"
"Don't stop crying until you have her necklace"
"Đừng ngừng khóc cho đến khi bạn có được chiếc vòng cổ của
cô ấy"
The female barber went to queen Duo's apartment.
Người thợ cắt tóc nữ đã đến căn hộ của nữ hoàng Duo.
Soon the elder boy started to cry.
Chẳng mấy chốc, cậu bé lớn hơn bắt đầu khóc.
The boy acted his role well.
Cậu bé đã diễn xuất rất tốt vai diễn của mình.
Nothing would console the boy.
Không gì có thể an ủi được cậu bé.
"What is wrong?" Queen Duo asked.
"Có chuyện gì vậy ?" Nữ hoàng Duo hỏi.
They boy could hardly speak.
Cậu bé gần như không thể nói được.
"Your necklace is so beautiful"
"Chiếc vòng cổ của bạn đẹp quá"
And he continued to sob.

Và anh ấy tiếp tục khóc nức nở.
"Can I please hold the necklace?"
"Tôi có thể giữ chiếc vòng cổ này được không?"
Queen Duo did not want to let him.
Nữ hoàng Duo không muốn để anh ta làm vậy.
"I cannot part with my necklace"
"Tôi không thể chia tay chiếc vòng cổ của mình"
"It is my most valuable jewel"
"Đó là viên ngọc quý giá nhất của tôi"
But the boy did not stop crying.
Nhưng cậu bé vẫn không ngừng khóc.
So she took the necklace off her neck.
Vì thế cô ấy tháo chiếc vòng cổ ra khỏi cổ.
And she put the necklace into the boy's hand.
Và cô ấy đặt chiếc vòng cổ vào tay cậu bé.
The boy quickly stopped crying.
Cậu bé nhanh chóng ngừng khóc.
And he held the necklace in his hand.
Và anh ấy cầm chiếc vòng cổ trên tay.
The female barber had finished her work.
Người thợ cắt tóc đã hoàn thành công việc của mình.
She was packing up her tools.
Cô ấy đang thu dọn đồ dùng của mình.
And she was about to leave the palace.
Và nàng sắp rời khỏi cung điện.
So the queen wanted the necklace back.
Vì vậy, nữ hoàng muốn lấy lại chiếc vòng cổ.
But the boy would not let her have the necklace.
Nhưng cậu bé không cho cô bé lấy chiếc vòng cổ.
His mother attempted to snatch the necklace from him.
Mẹ anh ta đã cố giật chiếc vòng cổ của anh ta.
But he wept bitterly when she tried.
Nhưng anh đã khóc rất nhiều khi cô cố gắng.
And he cried as if his heart would break.
Và anh ấy khóc như thể trái tim anh ấy sắp vỡ tan.
The female barber politely asked the queen;
Người thợ cắt tóc lịch sự hỏi nữ hoàng;

"Please let the boy take the necklace home"
"Xin hãy để cậu bé mang chiếc vòng cổ về nhà"
"He will fall asleep after drinking his milk"
"Anh ấy sẽ ngủ thiếp đi sau khi uống sữa"
"And then I will bring your necklace back"
"Và sau đó tôi sẽ mang chiếc vòng cổ của bạn trở lại"
She could see she had no choice.
Cô ấy có thể thấy rằng mình không có lựa chọn nào khác.
The boy would not allow her to take the necklace.
Cậu bé không cho cô lấy chiếc vòng cổ.
So she agreed to the proposal.
Vì vậy cô ấy đã đồng ý với lời đề nghị.
"Dalim must now be long dead," she thought.
"Dalim chắc hẳn đã chết từ lâu rồi", cô nghĩ.
And she had nothing to worry about.
Và cô ấy không có gì phải lo lắng cả.

The princess had the prized necklace.
Công chúa có chiếc vòng cổ quý giá.
The treasure bound to her husband's life.
Kho báu gắn liền với cuộc sống của chồng cô.
She rushed back to the garden-house.
Cô vội vã quay trở lại ngôi nhà vườn.
And she gave the necklace to Dalim.
Và cô ấy đã tặng chiếc vòng cổ cho Dalim.
Dalim had been alive all morning.
Dalim vẫn còn sống suốt buổi sáng.
It was the first time he saw the sun again.
Đó là lần đầu tiên anh nhìn thấy mặt trời trở lại.
Their joy of his life knew no bounds.
Niềm vui sống của họ không có giới hạn.
Their friend advised them to go to the palace.
Người bạn của họ khuyên họ nên đến cung điện.
"Go to the palace tomorrow"
"Ngày mai hãy đến cung điện"
"Present yourselves to the King and Queen"
"Hãy trình diện trước Đức Vua và Hoàng Hậu"

"Let them know you're alive and well"
"Hãy cho họ biết bạn vẫn còn sống và khỏe mạnh"
The couple accepted their friend's advice.
Cặp đôi này đã chấp nhận lời khuyên của người bạn.
And they prepared everything for their arrival.
Và họ đã chuẩn bị mọi thứ để đón tiếp họ.
An elephant was brought for the prince.
Người ta mang một con voi đến cho hoàng tử.
A pair of ponies were brought for the boys.
Một cặp ngựa con được mang đến cho các cậu bé.
And there was a grand chaturdala.
Và có một cuộc chaturdala lớn.
It was furnished with curtains of gold lace.
Căn phòng được trang trí bằng rèm ren vàng.
Word was sent to the king and Queen Suo.
Tin tức đã được truyền đến nhà vua và hoàng hậu Suo.
"Prince Dalim Kumar is alive and well"
"Hoàng tử Dalim Kumar vẫn còn sống và khỏe mạnh"
"And he is coming to visit you"
"Và anh ấy sẽ đến thăm bạn"
"Now he has a wife and two sons"
"Bây giờ anh ấy đã có vợ và hai con trai"
The King and Queen Suo could hardly believe it.
Vua và hoàng hậu Suo khó có thể tin được điều này.
But they were assured that it was all true.
Nhưng họ được đảm bảo rằng tất cả đều là sự thật.
Queen Duo quickly realized her predicament.
Nữ hoàng Duo nhanh chóng nhận ra tình thế khó khăn của
mình.
And she became overwhelmed with grief.
Và cô ấy trở nên vô cùng đau buồn.
A band of musicians followed the prince.
Một nhóm nhạc công đi theo hoàng tử.
Prince Dalim Kumar approached the palace-gate.
Hoàng tử Dalim Kumar tiến đến cổng cung điện.
The King and Queen Suo went to the gates.
Vua và hoàng hậu Suo đi tới cổng thành.

And they welcomed their long-lost son.
Và họ chào đón đứa con trai thất lạc từ lâu của mình.
You can imagine how happy they were.
Bạn có thể tưởng tượng họ hạnh phúc đến mức nào.
Dalim told his parents of his death.
Dalim kể với bố mẹ về cái chết của mình.
He told them of the pond by the palace.
Ông kể cho họ nghe về cái ao gần cung điện.
And he told them of the fish in the pond.
Và ông kể cho họ nghe về những con cá trong ao.
He told them of the wooden box in the fish.
Ông kể cho họ nghe về chiếc hộp gỗ trong con cá.
He told them of the necklace in the wooden box.
Ông kể cho họ nghe về chiếc vòng cổ trong chiếc hộp gỗ.
And he told them the secret of his life.
Và ông kể cho họ nghe bí mật cuộc đời mình.
He told them how he died each night.
Ông kể cho họ nghe về cái chết của mình mỗi đêm.
Of course he also mentioned his new wife.
Tất nhiên anh ấy cũng nhắc đến người vợ mới của mình.
The king was inflamed with rage at the news.
Nhà vua vô cùng tức giận khi nghe tin này.
He ordered Queen Duo into his presence.
Ông ra lệnh cho Nữ hoàng Duo vào gặp mình.
A large hole was dug in the ground.
Một cái hố lớn được đào trên mặt đất.
The hole was as deep as the height of a man.
Cái hố sâu bằng chiều cao của một người đàn ông.
Queen Duo was made to stand in the hole.
Nữ hoàng Duo được đưa vào đứng trong hố.
Prickly thorns were heaped around her.
Những chiếc gai nhọn chất đống xung quanh cô.
The thorns went up to the crown of her head.
Những chiếc gai đâm lên tới đỉnh đầu cô.
And in this manner she was buried alive.
Và theo cách này, bà đã bị chôn sống.

Phakir Chand
Phakir Chand

There was once a king, who had a son.
Ngày xưa, có một vị vua có một người con trai.
The king's minister also had a son.
Vị quan của nhà vua cũng có một người con trai.
The two sons loved each other dearly.
Hai người con trai rất yêu thương nhau.
And they did everything together.
Và họ đã làm mọi việc cùng nhau.
The two sons sat and stood up together.
Hai người con trai ngồi xuống và cùng đứng dậy.
They walked together to the same places.
Họ cùng nhau đi đến những nơi giống nhau.
They ate their meals together.
Họ cùng nhau ăn bữa ăn.
They slept and got up together.
Họ ngủ và cùng nhau thức dậy.
They spent years in each other's company.
Họ đã dành nhiều năm bên nhau.
One day they both felt a new desire.
Một ngày nọ, cả hai đều cảm thấy một ham muốn mới.
They wanted to see foreign lands.
Họ muốn nhìn thấy những vùng đất xa lạ.
And so they set out on their journey.
Và thế là họ bắt đầu cuộc hành trình.
One of them was the son of a king.
Một trong số họ là con trai của một vị vua.
One of them was the son of his chief minister.
Một trong số họ là con trai của vị bộ trưởng.
So of course they were both quite rich.
Vì vậy tất nhiên cả hai đều khá giàu có.
But they did not take any servants with them.
Nhưng họ không mang theo người hầu nào cả.
They went by themselves, on horseback.
Họ tự mình đi bằng ngựa.

The horses were beautiful to look at.

Những chú ngựa trông thật đẹp.

They were Pakshirajes horses.

Đó là những con ngựa Pakshirajes.

Such horses are known as the kings of birds.

Những con ngựa như vậy được coi là vua của các loài chim.

The two sons rode together for many days.

Hai người con trai cùng nhau cưỡi ngựa trong nhiều ngày.

They passed through extensive plains.

Họ đi qua những đồng bằng rộng lớn.

And the plains were covered with paddy.

Và đồng bằng được bao phủ bởi lúa.

And they passed through strange cities.

Và họ đi qua những thành phố xa lạ.

And they passed through towns, and villages.

Và họ đi qua các thị trấn và làng mạc.

They passed through treeless deserts.

Họ đi qua những sa mạc không có cây cối.

And they passed through forests.

Và họ đi qua những khu rừng.

And the forests were dense with trees.

Và những khu rừng rậm rạp cây cối.

These forests were the abode of the tiger.

Những khu rừng này là nơi trú ngụ của loài hổ.

And the bear also lived in these forests.

Và gấu cũng sống trong những khu rừng này.

One evening they were overtaken by the night.

Một buổi tối nọ, họ bị màn đêm bao trùm.

They had not seen any human habitations.

Họ không nhìn thấy bất kỳ nơi cư trú nào của con người.

But it was getting darker and darker.

Nhưng trời ngày càng tối hơn.

So they dismounted beneath a lofty tree.

Vì vậy, họ xuống ngựa dưới một cái cây cao.

They tied their horses to the tree.

Họ buộc ngựa vào cây.

And then they climbed up the tree.

Và sau đó họ trèo lên cây.
They covered the branches with thick foliage.
Họ phủ những cành cây bằng tán lá dày.
So that they could sit on the branches.
Để họ có thể ngồi trên cành cây.
The tree had grown near a large body of water.
Cây này mọc gần một nguồn nước lớn.
The water was as clear as the eye of a crow.
Nước trong vắt như mắt quạ.
The two friends made themselves comfortable.
Hai người bạn ngồi xuống thoải mái.
Of course it wasn't very comfortable in a tree.
Tất nhiên là ngồi trên cây không thoải mái lắm.
But it wasn't uncomfortable in the tree either.
Nhưng ở trên cây cũng không hề khó chịu.
They had decided to spend the night there.
Họ đã quyết định nghỉ đêm ở đó.
They sometimes chatted together in whispers.
Thỉnh thoảng họ lại thì thầm trò chuyện với nhau.
They felt whispering was better than talking.
Họ cảm thấy thì thầm tốt hơn là nói.
Because the region seemed very strange to them.
Bởi vì khu vực này có vẻ rất xa lạ với họ.
And soon they were falling into a doze.
Và chẳng mấy chốc họ chìm vào giấc ngủ.
But their attention was suddenly jolted.
Nhưng sự chú ý của họ đột nhiên bị giật mình.
From the water they heard a noise.
Họ nghe thấy tiếng động từ dưới nước.
It sounded like the rushing of water.
Nghe như tiếng nước chảy.
In front of them was a terrible sight!
Trước mặt họ là một cảnh tượng kinh hoàng!
A huge serpent came from under the water.
Một con rắn khổng lồ bò lên từ dưới nước.
The snake swam ashore and slithered around.
Con rắn bơi vào bờ và trườn đi xung quanh.

But something else attracted their attention.
Nhưng có điều gì đó khác thu hút sự chú ý của họ.
The crested hood of the serpent was shining.
Mũ trùm đầu của con rắn sáng rực.
The snake had a brilliant manikya embedded.
Con rắn có gắn một manikya sáng chói.
The jewel shone like a thousand diamonds.
Viên ngọc sáng lấp lánh như ngàn viên kim cương.
The crystal lit up the water in the tank.
Tinh thể làm sáng bừng mặt nước trong bể.
The embankments and trees were irradiated.
Các bờ kè và cây cối đã bị chiếu xạ.
The serpent doffed the jewel from its crest.
Con rắn tháo viên ngọc ra khỏi đỉnh của nó.
And the serpent threw the jewel on the ground.
Và con rắn ném viên ngọc xuống đất.
And then the serpent went in search of food.
Và rồi con rắn đi tìm thức ăn.
They could not believe what they had seen.
Họ không thể tin vào những gì họ đã thấy.
They stayed in the safety of the tree.
Họ ở lại nơi an toàn dưới gốc cây.
But they greatly admired the jewel.
Nhưng họ thực sự ngưỡng mộ viên ngọc đó.
The ruby shed an ineffable luster.
Viên hồng ngọc tỏa ra ánh sáng lấp lánh không thể diễn tả được.
Everything had a magical glow around it.
Mọi thứ xung quanh đều có ánh sáng kỳ diệu.
They had never seen anything like it.
Họ chưa bao giờ thấy thứ gì giống như vậy.
Although, they had heard of this treasure.
Mặc dù họ đã nghe nói về kho báu này.
The jewel equaled the treasures of seven kings.
Viên ngọc này có giá trị tương đương với kho báu của bảy vị vua.
But their admiration soon changed to fear.

Nhưng sự ngưỡng mộ của họ nhanh chóng chuyển thành nỗi sợ hãi.

The serpent came to the foot of their tree.

Con rắn đến chân cây của họ.

The serpent had found their horses!

Con rắn đã tìm thấy ngựa của họ!

The poor horses had been tied to the tree.

Những con ngựa tội nghiệp đã bị buộc vào cây.

The animals had no way of escaping.

Các loài động vật không có cách nào trốn thoát.

One by one the serpent ate their horses.

Con rắn lần lượt ăn thịt những con ngựa của họ.

But the serpent's appetite did not seem satisfied.

Nhưng con rắn dường như vẫn chưa thỏa mãn cơn thèm ăn.

They feared they would be the next victims.

Họ lo sợ họ sẽ là nạn nhân tiếp theo.

But their fears were soon relieved.

Nhưng nỗi sợ hãi của họ đã sớm được giải tỏa.

The gigantic cobra had not seen them.

Con rắn hổ mang khổng lồ không nhìn thấy họ.

And eventually the snake left again.

Và cuối cùng con rắn lại bỏ đi.

The minister's son saw an opportunity.

Con trai của vị mục sư đã nhìn thấy cơ hội.

This was his chance to take the gem.

Đây là cơ hội để anh ta lấy được viên ngọc.

But there was one problem they had.

Nhưng họ gặp phải một vấn đề.

The jewel shone incredibly bright.

Viên ngọc tỏa sáng vô cùng rực rỡ.

The serpent would know what had happened.

Con rắn sẽ biết chuyện gì đã xảy ra.

But there was a way to overcome this problem.

Nhưng vẫn có cách để khắc phục vấn đề này.

And the minister's son knew the solution.

Và con trai của vị bộ trưởng đã biết giải pháp.

He had to cover the stone with horse-dung.

Ông phải phủ đá bằng phân ngựa.

And there was some horse-dung by the tree.

Và có một ít phân ngựa ở cạnh cây.

He quietly came down from the tree.

Anh ta lặng lẽ trèo xuống khỏi cây.

He picked up the horse-dung off the floor.

Anh ta nhặt đống phân ngựa trên sàn nhà.

And he threw the dung upon the precious stone.

Và ông ta ném phân lên viên đá quý.

And then he climbed up into the tree again.

Và rồi anh ta lại trèo lên cây lần nữa.

The serpent noticed something had happened.

Con rắn nhận thấy có điều gì đó đã xảy ra.

The light of the jewel had vanished.

Ánh sáng của viên ngọc đã biến mất.

The serpent rushed back with great fury.

Con rắn vội vã quay lại với cơn thịnh nộ dữ dội.

The serpent returned to where it had left the stone.

Con rắn quay trở lại nơi nó đã để lại hòn đá.

The serpent let out a frightful hiss at the night.

Con rắn rít lên một tiếng kinh hoàng vào ban đêm.

The snake's groans and convulsions were terrible.

Tiếng rên rỉ và co giật của con rắn thật khủng khiếp.

The snake went round and round the jewel.

Con rắn đi vòng quanh viên ngọc.

But the stone was covered with horse-dung.

Nhưng hòn đá lại phủ đầy phân ngựa.

This way the serpent could not see its treasure.

Bằng cách này, con rắn không thể nhìn thấy kho báu của mình.

Finally, the serpent breathed its last breath.

Cuối cùng, con rắn đã thở hơi thở cuối cùng.

The two friends did not sleep much that night.

Hai người bạn không ngủ được nhiều vào đêm đó.

In the morning they came down from the tree.

Buổi sáng, họ xuống khỏi cây.

They went to where the crest-jewel was.
Họ đi đến nơi có viên ngọc quý.
The mighty serpent was still laying there.
Con rắn khổng lồ vẫn nằm đó.
But now the snake's body was perfectly lifeless.
Nhưng lúc này cơ thể con rắn đã hoàn toàn chết hẳn.
The friend of the prince stepped over the dead snake.
Người bạn của hoàng tử bước qua con rắn đã chết.
And he picked up the dung covered jewel.
Và anh ta nhặt viên ngọc phủ đầy phân lên.
Both of them went to the bank of the water.
Cả hai cùng đi đến bờ nước.
And they washed the precious stone.
Và họ rửa sạch viên đá quý.
Finally, all the dung had been washed off.
Cuối cùng, toàn bộ phân đã được rửa sạch.
And the jewel shone as brilliantly as before.
Và viên ngọc lại tỏa sáng rực rỡ như trước.
The jewel lit up the entire bed of the tank of water.
Viên ngọc chiếu sáng toàn bộ đáy bể nước.
Now they could see the innumerable fishes.
Bây giờ họ có thể nhìn thấy vô số cá.
But the light also revealed something else.
Nhưng ánh sáng cũng tiết lộ điều gì đó khác.
This astonished them more than all the fishes.
Điều này làm chúng kinh ngạc hơn cả các loài cá khác.
In the bottom of the water there was something.
Có thứ gì đó ở dưới đáy nước.
They could see there were lofty walls.
Họ có thể thấy có những bức tường cao.
The walls were from a magnificent palace.
Những bức tường này là của một cung điện nguy nga tráng lệ.
The prince's friend was feeling venturesome.
Người bạn của hoàng tử đang cảm thấy thích mạo hiểm.
He convinced the king's son to follow him.
Ông đã thuyết phục con trai của nhà vua đi theo mình.
And then they wanted to swim to the palace below.

Và sau đó họ muốn bơi đến cung điện bên dưới.
The prince's friend took the jewel in his hand.
Người bạn của hoàng tử cầm viên ngọc trên tay.
And they both dived into the waters.
Và cả hai cùng nhảy xuống nước.
Soon they stood at the gate of the palace.
Chẳng mấy chốc họ đã đứng ở cổng cung điện.
To their surprise the gate was open.
Họ ngạc nhiên khi thấy cánh cổng mở.
They saw no being, human or superhuman.
Họ không nhìn thấy bất kỳ sinh vật nào, dù là con người hay siêu nhân.
So they decided to venture inside the gate.
Vì vậy, họ quyết định mạo hiểm đi vào bên trong cổng.
Inside the walls there was a beautiful garden.
Bên trong bức tường có một khu vườn xinh đẹp.
In the middle of the garden was a house.
Ở giữa khu vườn có một ngôi nhà.
No one had ever seen so many flowers.
Chưa ai từng nhìn thấy nhiều hoa đến thế.
There were roses of all imaginable varieties.
Có rất nhiều loại hoa hồng mà bạn có thể tưởng tượng được.
There were endless numbers of yellow jessamine.
Có vô số hoa nhài vàng.
And there were numerous white bell flowers.
Và có rất nhiều hoa chuông trắng.
These flowers were the king of smells.
Những bông hoa này là vua của mùi hương.
The most scented lily of the valley.
Hoa linh lan có mùi thơm nhất.
There were the flowers from the champaka tree.
Có những bông hoa từ cây champaka.
And a thousand other sweet-scented flowers.
Và hàng ngàn loài hoa thơm ngọt khác.
Acres covered with the delicious jessamine.
Những mẫu đất phủ đầy hoa nhài thơm ngon.
All the plants were gemmed with flowers.

Tất cả các loại cây đều có hoa.
And all the flowers were in full bloom.
Và tất cả các loài hoa đều nở rộ.
So the air was loaded with rich perfume.
Vì vậy, không khí tràn ngập hương thơm nồng nàn.
A wilderness of sweet scents everywhere.
Mùi hương ngọt ngào lan tỏa khắp nơi.
They went through this paradise of perfumery.
Họ đã đi qua thiên đường nước hoa này.
And eventually they reached the house.
Và cuối cùng họ cũng đến được ngôi nhà.
The house was surrounded by lofty trees.
Ngôi nhà được bao quanh bởi những cây cao.
Soon they stood at the door of the house.
Chẳng mấy chốc họ đã đứng ở cửa nhà.
Now they could see it was a fairy palace.
Bây giờ họ có thể thấy đó là một cung điện của các nàng tiên.
The walls were of burnished gold.
Các bức tường được dát vàng sáng bóng.
Here and there shone diamonds of dazzling hue.
Ở đây và đó có những viên kim cương lấp lánh với màu sắc rực rỡ.
But they did not see any beings.
Nhưng họ không nhìn thấy bất kỳ sinh vật nào.
So they went inside the palace.
Thế là họ đi vào bên trong cung điện.
The palace was richly furnished.
Cung điện được trang bị đầy đủ tiện nghi.
They went from room to room.
Họ đi từ phòng này sang phòng khác.
But they did not see anyone.
Nhưng họ không nhìn thấy ai cả.
It seemed to be a deserted house.
Có vẻ như đó là một ngôi nhà bỏ hoang.
At last, however, they found a special room.
Tuy nhiên, cuối cùng họ cũng tìm thấy một căn phòng đặc biệt.

In this room there was a young lady.

Trong phòng này có một cô gái trẻ.

She was sleeping on a golden bed.

Cô ấy đang ngủ trên một chiếc giường vàng.

The young lady was of exquisite beauty.

Cô gái trẻ có vẻ đẹp tuyệt trần.

Her complexion was a mixture of red and white.

Nước da của cô là sự pha trộn giữa màu đỏ và trắng.

She seemed to be about sixteen years of age.

Cô ấy có vẻ khoảng mười sáu tuổi.

The two friends gazed upon her.

Hai người bạn nhìn chằm chằm vào cô.

They were enchanted by her beauty.

Họ bị mê hoặc bởi vẻ đẹp của cô.

But they could not admire her for long.

Nhưng họ không thể chiêm ngưỡng cô ấy lâu được.

Because the young lady opened her eyes.

Bởi vì cô gái trẻ đã mở mắt.

Her eyes seemed like the eyes of a gazelle.

Đôi mắt của cô ấy trông giống như mắt của một con linh dương.

On seeing the strangers she said;

Khi nhìn thấy những người lạ, cô ấy nói;

"How have you come here, ye unfortunate men?"

"Làm sao các ngươi lại đến đây, hỡi những kẻ bất hạnh kia?"

"Be gone, be gone! I beg of you two"

"Đi đi, đi đi! Tôi cầu xin hai người."

"This is the abode of a mighty serpent"

"Đây là nơi ở của một con rắn to lớn "

"The serpent which has devoured my parents"

"Con rắn đã nuốt cha mẹ tôi"

"And my brothers, and all my relatives"

"Và anh em tôi, và tất cả họ hàng tôi"

"I am the only one that he has spared"

"Tôi là người duy nhất được anh ấy tha mạng"

"Flee for your lives while you still can"

"Hãy chạy trốn để bảo toàn mạng sống khi còn có thể"

"Or else the serpent will eat you both"
"Nếu không thì con rắn sẽ ăn thịt cả hai người"
The prince's friend told her what had happened.
Người bạn của hoàng tử đã kể cho cô nghe những gì đã xảy ra.
"The serpent has breathed his last breath"
"Con rắn đã thở hơi thở cuối cùng"
"The snake's body lies lifeless on the floor"
"Xác con rắn nằm bất động trên sàn nhà"
"We took the head-jewel of the serpent"
"Chúng tôi đã lấy viên ngọc trên đầu con rắn"
"The jewel's light showed us to the palace.
"Ánh sáng của viên ngọc dẫn chúng ta tới cung điện.
She thanked the strangers for their bravery.
Cô cảm ơn những người lạ vì lòng dũng cảm của họ.
"You have freed me from the infernal serpent"
"Bạn đã giải thoát tôi khỏi con rắn địa ngục"
"Please live with me in my palace"
"Xin hãy sống cùng tôi trong cung điện của tôi"
"But please promise never to desert me"
"Nhưng xin hãy hứa đừng bao giờ bỏ rơi tôi"
They gladly accepted the invitation.
Họ vui vẻ nhận lời mời.
The king's son was smitten with the princess.
Con trai của nhà vua đã say mê công chúa.
He adored the charms of the peerless princess.
Anh ta ngưỡng mộ vẻ đẹp của nàng công chúa vô song.
And he married her after a short time.
Và anh đã kết hôn với cô sau một thời gian ngắn.
There was no priest at the palace.
Không có linh mục nào ở cung điện.
So the hymeneal knot was tied by other means.
Vì vậy, nút thắt màng trinh được thắt bằng phương pháp khác.
A simple exchange of garlands of flowers.
Một sự trao đổi vòng hoa đơn giản.
The king's son became inexpressibly happy.

Con trai của nhà vua vô cùng vui mừng.
He delighted in the company of the princess.
Ông rất vui khi được ở bên công chúa.
The prince's friend also had a wife.
Người bạn của hoàng tử cũng có vợ.
Of course she was living in the upper world.
Tất nhiên là cô ấy đang sống ở thế giới thượng lưu.
But he participated in his friend's happiness.
Nhưng anh ấy đã chia sẻ niềm vui với bạn mình.
The time they spent together passed merrily.
Thời gian họ ở bên nhau trôi qua thật vui vẻ.
But they could not live here forever.
Nhưng họ không thể sống ở đây mãi được.
The prince had to return to his kingdom.
Hoàng tử phải trở về vương quốc của mình.
But he knew the return would require some planning.
Nhưng ông biết rằng sự trở lại này cần phải có sự lên kế hoạch.
The occasion would come with a lot of pomp.
Sự kiện này sẽ diễn ra rất long trọng.
There were going to be many ceremonies.
Sẽ có rất nhiều buổi lễ được tổ chức.
Because there was a lot to be celebrated.
Bởi vì có rất nhiều điều đáng để ăn mừng.
First the prince's friend was going to go.
Đầu tiên, người bạn của hoàng tử sẽ đi.
And then he was going to return with the attendants.
Và sau đó ông sẽ quay trở lại cùng với những người hầu cận.
Horses, and elephants for the happy pair.
Ngựa và voi là cặp đôi hạnh phúc.
The prince accompanied his friend.
Hoàng tử đi cùng người bạn của mình.
Together they went back to the surface.
Họ cùng nhau trở lại mặt nước.
And they saw the upper world again.
Và họ lại nhìn thấy thế giới bên trên.
The two friends bid each other adieu.

Hai người bạn chào tạm biệt nhau.
The prince returned to his lovely wife.
Hoàng tử trở về với người vợ đáng yêu của mình.
Before leaving everything had been organized.
Trước khi đi mọi thứ đã được sắp xếp xong.
The prince's friend arranged his return.
Người bạn của hoàng tử đã sắp xếp cho sự trở về của ông.
He said when he was going to go to the embankment.
Ông ấy nói khi nào ông ấy sẽ đi đến bờ kè.
He was going to have the horses that they needed.
Ông sẽ có được những con ngựa mà họ cần.
Elephants were going to be there too, and attendants.
Sẽ có cả voi và người phục vụ ở đó nữa.
They were going to wait upon the prince and princess.
Họ sẽ đi đợi hoàng tử và công chúa.
The snake-jewel gave them the rights to this.
Viên ngọc rắn đã trao cho họ quyền này.
The prince's friend went back to his country.
Người bạn của hoàng tử đã trở về đất nước của mình.
To prepare for the return of his friend.
Để chuẩn bị cho sự trở lại của người bạn mình.

One day the prince was sleeping.
Một ngày nọ, hoàng tử đang ngủ.
He had just had his midday meal.
Anh ấy vừa mới ăn trưa xong.
The princess had never seen the upper regions.
Công chúa chưa bao giờ nhìn thấy vùng đất phía trên.
She felt the desire to see the upper world.
Cô cảm thấy khao khát được nhìn thấy thế giới bên trên.
For this she needed the snake-jewel.
Để làm được điều này, cô cần đến viên ngọc hình con rắn.
Only this could help her through the water.
Chỉ có cách này mới có thể giúp cô ấy vượt qua nước.
The jewel was shining its bright light in the room.
Viên ngọc tỏa sáng rực rỡ trong phòng.
She took the snake-jewel into her hand.

Cô ấy cầm viên ngọc hình con rắn vào tay.
And then she left the palace and the garden.
Và rồi nàng rời khỏi cung điện và khu vườn.
She successfully swam to the upper world.
Cô đã bơi thành công đến thế giới bên trên.
No mortal had caught sight of her.
Không một người phàm nào nhìn thấy cô.
At the edge of the water were some steps.
Ở mép nước có một số bậc thang.
The steps were for the convenience of bathers.
Các bậc thang được thiết kế để thuận tiện cho người tắm.
And this is also where she sat.
Và đây cũng là nơi cô ấy ngồi.
She scrubbed her body with the sand.
Cô ấy chà xát cơ thể mình bằng cát.
She washed her hair with the fresh water.
Cô gội đầu bằng nước sạch.
And she played with the water for fun.
Và cô bé chơi đùa với nước cho vui.
She walked about on the water's edge.
Cô ấy đi dạo quanh mép nước.
And she admired all the scenery around.
Và cô ấy chiêm ngưỡng mọi cảnh vật xung quanh.
But finally she returned back to her palace.
Nhưng cuối cùng nàng cũng trở về cung điện của mình.
Her husband was still deep in sleep.
Chồng cô vẫn còn ngủ say.
But eventually he had slept enough.
Nhưng cuối cùng anh cũng ngủ đủ giấc.
She did not tell him about her adventures.
Cô không kể cho anh nghe về cuộc phiêu lưu của mình.
The next day her husband fell asleep again.
Ngày hôm sau, chồng cô lại ngủ thiếp đi.
And again she paid a visit to the upper world.
Và một lần nữa nàng lại đến thăm thế giới bên trên.
And she remained unnoticed by mortal man.
Và cô vẫn không bị con người phàm trần chú ý.

Her success was starting to give her courage.
Sự thành công bắt đầu mang lại cho cô lòng can đảm.
So she repeated her adventure a third time.
Vì vậy, cô ấy đã lặp lại cuộc phiêu lưu của mình lần thứ ba.
The rajah's son was out hunting that day.
Con trai của vị vua đi săn vào ngày hôm đó.
He had his tent not far from the water.
Lều của ông dựng không xa bờ nước.
His attendants were cooking his meal.
Người hầu của ông đang nấu bữa ăn cho ông.
So, he wandered about along the water.
Vì vậy, ông lang thang dọc theo bờ nước.
Nearby an old woman was gathering sticks.
Gần đó có một bà lão đang nhặt củi.
She was collecting dried branches of trees.
Cô ấy đang thu thập những cành cây khô.
She needed the sticks for kindling wood.
Cô ấy cần que củi để nhóm lửa.
This was when the princess came out the water.
Đúng lúc đó công chúa bước ra khỏi nước.
She gazed around and she saw a man.
Cô nhìn quanh và thấy một người đàn ông.
And then she saw there was also a woman.
Và rồi cô ấy nhìn thấy còn có một người phụ nữ nữa.
The princess knew she didn't want to be seen.
Công chúa biết rằng cô không muốn bị nhìn thấy.
So she went back down to her palace.
Vì vậy, nàng quay trở lại cung điện của mình.
But the rajah's son had caught a glimpse of her.
Nhưng con trai của vị vua đã thoáng nhìn thấy nàng.
And the old woman gathering sticks saw her too.
Và bà lão đang nhặt củi cũng nhìn thấy cô.
The rajah's son stood gazing on the waters.
Con trai của vị vua đứng nhìn xuống mặt nước.
He had never seen such a beautiful woman.
Anh chưa bao giờ nhìn thấy một người phụ nữ nào đẹp đến
thế.

She seemed to him to be a deva-kanyas Goddess.
Với chàng, nàng có vẻ như là một Nữ thần deva-kanyas.
Heavenly goddesses he had read of in old books.
Những nữ thần trên trời mà anh đã đọc trong những cuốn sách cũ.
They are said to visit the upper world.
Người ta nói rằng họ đã đến thăm thế giới bên trên.
And the upper world is honored to have them.
Và thế giới thượng lưu rất vinh dự khi có họ.
But it is said to happen only rarely.
Nhưng người ta nói rằng điều này rất hiếm khi xảy ra.
The way that angels only visit rarely.
Giống như thiên thần hiếm khi ghé thăm vậy.
He had seen the princess' unearthly beauty.
Anh đã nhìn thấy vẻ đẹp siêu nhiên của công chúa.
She had made a deep impression on his heart.
Cô đã để lại ấn tượng sâu sắc trong lòng anh.
Although he had seen her only for a moment.
Mặc dù anh chỉ nhìn thấy cô trong giây lát.
But her beauty distracted his mind.
Nhưng vẻ đẹp của cô đã làm anh mất tập trung.
He stood there like a statue, for hours.
Anh ấy đứng đó như một bức tượng trong nhiều giờ.
All he could do was gaze into the waters.
Tất cả những gì anh có thể làm là nhìn chằm chằm vào mặt nước.
In the hope of seeing the lovely figure again.
Với hy vọng được nhìn thấy hình bóng xinh đẹp đó một lần nữa.
But all his time was spent in vain.
Nhưng tất cả thời gian của ông đều trôi qua một cách vô ích.
The princess did not appear again.
Công chúa không xuất hiện nữa.
The rajah's son became mad with love.
Con trai của vị vua phát điên vì tình.
He kept muttering, "now here, now gone!"
Ông ta cứ lẩm bẩm, "lúc thì ở đây, lúc thì đi mất!"

He refused to leave the water's edge.
Anh ta từ chối rời khỏi mép nước.
His attendants had to forcibly remove him.
Người hầu của ông phải dùng vũ lực lôi ông ra ngoài.
They took him to his father's palace.
Họ đưa anh ta đến cung điện của cha anh ta.
But he was in a state of hopeless insanity.
Nhưng ông đã rơi vào trạng thái điên loạn vô vọng.
He couldn't be made to speak to anyone.
Anh ấy không thể nói chuyện với bất kỳ ai.
And he spent his days sobbing heavily.
Và ông đã dành cả ngày để khóc lóc thảm thiết.
No others words came out of his mouth.
Không còn lời nào khác thốt ra khỏi miệng anh ta.
"Now here, now gone!"
"Lúc thì ở đây, lúc thì đi!"
"Now here, now gone!"
"Lúc thì ở đây, lúc thì đi!"
You can imagine the rajah's grief.
Bạn có thể tưởng tượng được nỗi đau buồn của vị vua.
"What could have deranged my son's mind?"
"Điều gì có thể làm rối loạn tâm trí con trai tôi?"
"'Now here, now gone,' what does it mean?"
"Lúc ở đây, lúc đi mất", điều này có nghĩa là gì?"
He could not unravel the words' meaning.
Ông không thể hiểu được ý nghĩa của những từ này.
His attendants couldn't decipher the words either.
Người hầu của ông cũng không thể giải mã được những từ
ngữ đó.
The land's best physicians were consulted.
Người ta đã tham khảo ý kiến của những bác sĩ giỏi nhất
trong vùng.
But their consultation had no effect.
Nhưng sự tham vấn của họ không có hiệu quả.
The sons of æsculapius were not able to help.
Các con trai của æsculapius không thể giúp được gì.
No one could ascertain the cause of the madness.

Không ai có thể xác định được nguyên nhân của sự điên rồ này.

Without knowing the cause there was no cure.

Không biết nguyên nhân thì không có cách chữa trị.

The physicians tried to ask the prince.

Các bác sĩ đã cố gắng hỏi hoàng tử.

But all he said was, "now here, now gone!"

Nhưng tất cả những gì anh ấy nói là, "lúc thì ở đây, lúc thì đi mất!"

The rajah was distracted with grief.

Vị vua buồn bã vì đau buồn.

Day and night he worried for his son.

Ngày đêm ông lo lắng cho con trai mình.

He wished for his son's intellects to return.

Ông mong muốn trí tuệ của con trai mình sẽ trở lại.

A proclamation was made in the capital.

Một bản tuyên bố đã được đưa ra ở thủ đô.

Town criers were sent into the city.

Người rao tin được cử vào thành phố.

And they beat their drums for attention.

Và họ đánh trống để gây sự chú ý.

"The rajah's son has lost his mental faculties"

"Con trai của vua đã mất đi khả năng tinh thần"

"The rajah seeks a cure for his son"

"Vị vua tìm cách chữa trị cho con trai mình"

"A reward is offered for the cure"

"Một phần thưởng được trao cho người chữa khỏi bệnh"

"The hand of the rajah's daughter"

"Bàn tay của con gái vua"

"Her hand comes with half his kingdom"

"Bàn tay nàng mang theo một nửa vương quốc của chàng"

The drum was beaten around the city.

Tiếng trống vang lên khắp thành phố.

But no one felt they could touch the drum.

Nhưng không ai cảm thấy mình có thể chạm vào trống.

No one knew the cause of his madness.

Không ai biết nguyên nhân gây ra sự điên rồ của ông.

At last an old woman came forward.
Cuối cùng, một bà lão bước tới.
And she stepped up to touch the drum.
Và cô bước tới chạm vào trống.
"I will discover the cause of his madness"
"Tôi sẽ khám phá ra nguyên nhân gây ra sự điên rồ của anh ta"
"And I will cure him from his disease"
"Và tôi sẽ chữa lành bệnh cho anh ấy"
She had seen what happened to the boy.
Cô đã chứng kiến chuyện gì xảy ra với cậu bé.
She was at the water's edge that day.
Ngày hôm đó cô ấy đang ở bờ nước.
It was her who was gathering up sticks.
Cô ấy là người đang nhặt củi.
This woman had a crack-brained son.
Người phụ nữ này có một đứa con trai bị thiểu năng trí tuệ.
Her son was named of Phakir-Chand.
Con trai của bà được đặt tên là Phakir-Chand.
So she was called Phakir's mother.
Vì thế bà được gọi là mẹ của Phakir.
The woman was brought before the rajah.
Người phụ nữ được đưa đến trước mặt vị vua.
And the following conversation took place.
Và cuộc trò chuyện sau đây đã diễn ra.
"You are the woman that touched the drum"
"Bạn là người phụ nữ đã chạm vào trống"
"You know the cause of my son's madness?"
"Anh có biết nguyên nhân khiến con trai tôi phát điên không?"
"Yes, oh incarnation of justice!"
"Vâng, hỡi hiện thân của công lý!"
"I know the cause of your son's madness"
"Tôi biết nguyên nhân khiến con trai ông phát điên"
"But I will not say the cause of his madness"
"Nhưng tôi sẽ không nói nguyên nhân gây ra sự điên rồ của anh ta"

"First I will cure your son of his madness"
"Đầu tiên ta sẽ chữa khỏi bệnh điên cho con trai ngươi"
"How can I believe you are able to?"
"Làm sao tôi tin là anh có thể làm được điều đó?"
"The best physicians of the land have failed"
"Những bác sĩ giỏi nhất của đất nước đã thất bại"
"You need not now believe, my king"
"Bây giờ ngài không cần phải tin nữa, thưa đức vua"
"Wait till I have performed the cure"
"Chờ cho đến khi tôi thực hiện xong phép chữa trị"
"Many an old woman knows many secrets"
"Nhiều bà già biết nhiều bí mật"
"Secrets wise men are unacquainted with"
"Những bí mật mà người khôn ngoan không biết đến"
"Very well, let me see what you can do"
"Được thôi, để tôi xem anh có thể làm gì"
"In what time will you perform the cure?"
"Bạn sẽ thực hiện phép chữa bệnh vào lúc mấy giờ?"
"It is impossible to fix the time"
"Không thể sửa được thời gian"
"Ff course I will begin work immediately"
"Tất nhiên là tôi sẽ bắt đầu làm việc ngay lập tức"
"But I need your lordship's assistance"
"Nhưng tôi cần sự giúp đỡ của ngài"
"What help do you require from me?"
"Bạn cần tôi giúp gì?"
"Your lordship will please order a hut"
"Ngài hãy vui lòng đặt một túp lều"
"Have the hut raised on the embankment of the water"
"Nâng cao túp lều trên bờ nước"
"Where your son first caught the disease"
"Nơi con trai anh lần đầu mắc bệnh"
"I mean to live in that hut for a few days"
"Tôi định sống trong túp lều đó vài ngày"
"And please order some of your servants"
"Và hãy ra lệnh cho một số người hầu của ngài"
"They have to be in attendance at a distance"

"Họ phải có mặt ở khoảng cách xa"

"Tell them to be about a hundred yards away"

"Bảo họ đứng cách xa khoảng một trăm thước"

"That way I can call them over when we need them"

"Bằng cách đó tôi có thể gọi họ đến khi chúng ta cần họ"

The king had listened attentively.

Nhà vua đã lắng nghe một cách chăm chú.

"I will order that to be immediately done"

"Tôi sẽ ra lệnh thực hiện việc đó ngay lập tức"

"Do you want anything else?"

"Bạn còn muốn gì nữa không?"

"Those are all the preparations I need"

"Đó là tất cả những gì tôi cần chuẩn bị"

"But let me remind you of the agreement"

"Nhưng để tôi nhắc lại cho anh về thỏa thuận"

"You promised the hand of your daughter"

"Anh đã hứa gả con gái anh cho tôi"

"And you promised half your kingdom"

"Và ngươi đã hứa trao một nửa vương quốc của mình"

"But I can't marry your daughter"

"Nhưng tôi không thể cưới con gái của anh"

"Because your daughter has to marry a man"

"Bởi vì con gái của bạn phải kết hôn với một người đàn ông"

"But I also have a son of marriageable age"

"Nhưng tôi cũng có một đứa con trai đến tuổi kết hôn"

"Allow my son to marry your daughter"

"Cho phép con trai tôi cưới con gái của ngài"

"Allow him to have half of your kingdom"

"Hãy để anh ta có một nửa vương quốc của bạn"

The king was agreed with the terms.

Nhà vua đã đồng ý với các điều khoản.

"If you find a cure, he marries my daughter"

"Nếu tìm ra cách chữa trị, anh ấy sẽ cưới con gái tôi"

"And half of my kingdom shall be his"

"Và một nửa vương quốc của ta sẽ thuộc về người ấy"

A temporary hut was quickly erected.

Một túp lều tạm thời đã được dựng lên nhanh chóng.

The hut was built on the embankment of the water.
Ngôi nhà được xây dựng trên bờ kè nước.
And Phakir's mother took up her abode.
Và mẹ của Phakir đã đến ở.
An outpost was also erected at some distance.
Một tiền đồn cũng được dựng lên ở một khoảng cách nào đó.
Because the woman might require some attendance.
Bởi vì người phụ nữ đó có thể cần được chăm sóc.
Strict orders were given by Phakir's mother.
Mẹ của Phakir đã đưa ra những mệnh lệnh nghiêm ngặt.
No one was allowed to go near the water.
Không ai được phép đến gần nước.
Only she was allowed to stay by the water.
Chỉ có cô ấy được phép ở lại bên bờ nước.

But let us leave Phakir's mother at the water.
Nhưng chúng ta hãy để mẹ của Phakir ở lại dưới nước.
Let us hasten down the subterranean palace.
Chúng ta hãy nhanh chóng xuống cung điện ngầm.
To see what the prince and the princess are doing.
Để xem hoàng tử và công chúa đang làm gì.
The princess did want to go up again.
Công chúa vẫn muốn đi lên lần nữa.
But she now knew that it would be dangerous.
Nhưng giờ cô biết rằng điều đó sẽ nguy hiểm.
And she had given up the idea of a fourth visit.
Và cô đã từ bỏ ý định đến thăm lần thứ tư.
But women generally have greater curiosity.
Nhưng phụ nữ thường có sự tò mò lớn hơn.
And the princess was no exception to the rule.
Và công chúa cũng không phải là ngoại lệ.
One day her husband was asleep.
Một ngày nọ, chồng cô đang ngủ.
He always slept after his noonday meal.
Ông luôn ngủ sau bữa trưa.
She took the snake-jewel in her hand.
Cô ấy cầm viên ngọc hình con rắn trong tay.

And she rushed out of the palace.
Và nàng vội vã chạy ra khỏi cung điện.
And she came up to the upper world.
Và cô ấy đã lên tới thế giới bên trên.
There was an upheaval in the waters.
Có sự biến động trong vùng nước.
And Phakir's mother was on high alert.
Và mẹ của Phakir đang trong tình trạng báo động cao độ.
She was hiding in the hut.
Cô ấy đang trốn trong túp lều.
And she was looking through the chinks.
Và cô ấy đang nhìn qua khe hở.
The princess saw no human being nearby.
Công chúa không nhìn thấy con người nào ở gần đó.
So she came to the bank of the water.
Thế là cô ấy đến bờ nước.
Phakir's mother showed herself outside the hut.
Mẹ của Phakir xuất hiện bên ngoài túp lều.
And she addressed the princess politely.
Và cô ấy lịch sự chào hỏi công chúa.
"Come, my child, thou queen of beauty"
"Hãy đến đây, con gái của ta, nữ hoàng sắc đẹp"
"Come to me, and I will help you to bathe"
"Đến đây với tôi, tôi sẽ giúp bạn tắm"
So saying, she approached the princess.
Nói xong, nàng tiến lại gần công chúa.
The princess saw she was just an old woman.
Công chúa nhận ra mình chỉ là một bà lão.
So she made no resistance to her offer.
Vì vậy, cô không hề phản đối lời đề nghị của anh ta.
The old woman was washing the princess' hair.
Bà lão đang gội đầu cho công chúa.
And she noticed the bright jewel in her hand.
Và cô ấy nhận thấy viên ngọc sáng trong tay mình.
"Out the jewel here till you are bathed"
"Hãy mang viên ngọc ra đây cho đến khi bạn tắm xong"
Now the jewel was in the hands of Phakir's mother.

Bây giờ viên ngọc đã nằm trong tay mẹ của Phakir.

She wrapped the jewel up in a cloth.

Cô ấy gói viên ngọc vào một tấm vải.

And she wrapped the cloth around her waist.

Và cô quấn tấm vải quanh eo mình.

Now the princess was unable to escape.

Bây giờ công chúa không thể trốn thoát được nữa.

And Phakir's mother gave the signal.

Và mẹ của Phakir đã ra hiệu.

The attendants rushed to the water.

Những người phục vụ vội vã chạy xuống nước.

And they took the princess captive.

Và họ bắt giữ công chúa.

The news soon reached the city.

Tin tức này nhanh chóng lan đến thành phố.

"Phakir's mother had captured a water-nymph"

"Mẹ của Phakir đã bắt được một nàng tiên nước"

And the people rejoiced at the news.

Và mọi người vui mừng trước tin tức này.

All came to see the "daughter of the immortals"

Mọi người đều đến để gặp "con gái của những vị thần bất tử"

She was brought to the palace.

Cô được đưa tới cung điện.

And she was brought to the rajah's son.

Và nàng được đưa đến gặp con trai của vị vua.

The rajah's son was still of impaired intellect.

Con trai của vị vua vẫn còn thiếu năng trí tuệ.

But that cloud on his brain soon dissipated.

Nhưng đám mây trong đầu anh nhanh chóng tan biến.

"I have found you! I have found you!"

"Tôi tìm thấy anh rồi! Tôi tìm thấy anh rồi!"

His eyes had been vacant and lusterless.

Đôi mắt anh ta trống rỗng và vô hồn.

But now his eyes had the fire of intelligence.

Nhưng giờ đây đôi mắt anh bừng lên ngọn lửa thông minh.

He had almost lost the use of his tongue.

Ông gần như mất khả năng sử dụng lưỡi.

"Now here, now gone!" was all he had been able to say.

"Giờ thì ở đây, giờ thì đi mất!" là tất cả những gì anh có thể nói.

But this sense too was restored.

Nhưng cảm giác này cũng đã được phục hồi.

The joy of the rajah knew no bounds.

Niềm vui của vị vua không có giới hạn.

There was great festivity in the city.

Có một lễ hội lớn diễn ra ở thành phố.

The people praised Phakir-Chand's mother.

Mọi người ca ngợi mẹ của Phakir-Chand.

And everyone soon expected the marriage.

Và mọi người đều mong đợi cuộc hôn nhân này.

The rajah's son was to wed the water-nymph.

Con trai của vị vua sẽ kết hôn với nàng tiên nước.

The princess, however, had made a promise.

Tuy nhiên, công chúa đã đưa ra một lời hứa.

She told Phakir's mother of her promise.

Cô ấy nói với mẹ của Phakir về lời hứa của mình.

"I won't as much as look at another man"

"Tôi thậm chí sẽ không nhìn bất kỳ người đàn ông nào khác"

"For one year my vows shall last"

"Lời thề của tôi sẽ kéo dài trong một năm"

"The marriage cannot happen in that time"

"Cuộc hôn nhân không thể diễn ra trong thời gian đó"

The rajah's son was somewhat disappointed.

Con trai của vị vua có vẻ hơi thất vọng.

But he readily agreed to the delay.

Nhưng ông đã sẵn sàng đồng ý trì hoãn.

"Delay enhances the sweetness of the pleasure"

"Sự chậm trễ làm tăng thêm sự ngọt ngào của khoái cảm"

Of course the princess spent her time in sorrow.

Tất nhiên là công chúa đã dành thời gian của mình để buồn bã.

She spent her days and nights sighing.

Cô ấy dành cả ngày lẫn đêm để thở dài.

And she lamented her idle curiosity.

Và cô than thở về sự tò mò vô ích của mình.

The curiosity that led her to the upper world.

Sự tò mò đã dẫn cô đến thế giới bên trên.

The curiosity that separated her from her husband.

Sự tò mò đã ngăn cách cô với chồng mình.

She thought of her unfortunate husband.

Bà nghĩ đến người chồng bất hạnh của mình.

She had left him all alone below the waters.

Cô đã bỏ anh lại một mình dưới nước.

And she wept bitter tears each day.

Và cô ấy khóc những giọt nước mắt cay đắng mỗi ngày.

She wished that she could run away.

Cô ước gì mình có thể chạy trốn.

But that would have been impossible.

Nhưng điều đó là không thể.

Because she was immured within walls.

Bởi vì cô ấy bị nhốt trong những bức tường.

And there were walls within the walls.

Và có những bức tường bên trong những bức tường.

And what use was getting out the palace?

Và việc ra khỏi cung điện có ích gì?

She couldn't get to her husband anyway.

Dù sao thì cô cũng không thể đến được với chồng mình.

She didn't have the serpent jewel.

Cô ấy không có viên ngọc hình rắn.

The ladies of the palace tried to comfort her.

Các cung nữ trong cung điện cố gắng an ủi nàng.

And Phakir's mother tried to divert her mind.

Và mẹ của Phakir đã cố gắng chuyển hướng suy nghĩ của cô.

But their efforts were in vain.

Nhưng mọi nỗ lực của họ đều vô ích.

She took pleasure in nothing.

Cô ấy không thấy vui thích với bất cứ điều gì.

She hardly spoke to anyone.

Cô ấy hầu như không nói chuyện với bất kỳ ai.

She wept throughout the day.

Cô ấy khóc suốt cả ngày.

And she wept through the night.
Và cô ấy khóc suốt đêm.

The year of her vow was drawing to a close.
Năm tuyên thệ của cô ấy sắp kết thúc.
But she was still disconsolate.
Nhưng cô vẫn buồn bã.
The marriage, however, had to be celebrated.
Tuy nhiên, cuộc hôn nhân vẫn phải được tổ chức.
The rajah consulted the astrologers.
Vị vua đã tham khảo ý kiến của các nhà chiêm tinh.
The day and the hour had been decided.
Ngày và giờ đã được quyết định.
The nuptial knot was to be tied.
Nút thắt hôn nhân sẽ được thắt chặt.
Great preparations were made.
Đã có sự chuẩn bị chu đáo.
The confectioners were busy day and night.
Những người làm bánh kẹo bận rộn cả ngày lẫn đêm.
They prepared all sorts of sweetmeats.
Họ chuẩn bị đủ loại đồ ngọt.
Milkmen supplied the palace with tanks of curds.
Người giao sữa cung cấp cho cung điện những thùng sữa
đông.
Great quantities of gunpowder were manufactured.
Một lượng lớn thuốc súng đã được sản xuất.
There were going to be grand fireworks.
Sẽ có màn bắn pháo hoa hoành tráng.
Stages were erected everywhere.
Sân khấu được dựng lên ở khắp mọi nơi.
And musicians were selected to play music.
Và các nhạc sĩ được chọn để chơi nhạc.
All the city assumed an air of mirth.
Cả thành phố tràn ngập không khí vui vẻ.
All looked forward to the festivities.
Mọi người đều mong chờ lễ hội.

We must return our attention to the minister's son.

Chúng ta phải quay lại chú ý tới con trai của vị mục sư.

He had left his friend in the subterranean palace.

Anh ta đã bỏ lại người bạn của mình trong cung điện ngầm.

And he had gone to his country.

Và anh ấy đã về nước.

He was bringing horses and elephants.

Ông ta mang theo ngựa và voi.

And he had with him many attendants.

Và ông có nhiều người hầu đi theo.

For the return of the king's son.

Để chào đón sự trở về của con trai nhà vua.

And for the return of his lovely princess.

Và để đón nàng công chúa xinh đẹp của mình trở về.

So that the ceremony had due pomp.

Để buổi lễ được long trọng đúng mức.

The preparations took him many months.

Ông phải mất nhiều tháng để chuẩn bị.

But eventually all was prepared.

Nhưng cuối cùng mọi thứ đã được chuẩn bị.

And the minister's son started on his journey.

Và con trai của vị mục sư bắt đầu cuộc hành trình của mình.

He was accompanied by a long train of elephants.

Ông đi cùng với một đoàn voi dài.

And behind the elephants were horses.

Và đằng sau những con voi là những con ngựa.

And all the horses had their own attendants.

Và tất cả các con ngựa đều có người phục vụ riêng.

He reached the water ahead of schedule.

Anh ấy đã tới được mặt nước sớm hơn dự kiến.

So he had two or three days to spare.

Vì thế anh ta có hai hoặc ba ngày rảnh rỗi.

Tents were pitched in the mango slopes.

Lều được dựng trên sườn đồi xoài.

So the men and cattle had accommodation.

Vì vậy, đàn ông và gia súc đã có chỗ ở.

The minister's son kept his eyes on the water.

Con trai của vị mục sư vẫn nhìn về phía mặt nước.
The sun of the appointed day sank below the horizon.
Mặt trời của ngày đã lặn xuống dưới đường chân trời.
But there was no sign of the prince.
Nhưng không thấy bóng dáng hoàng tử đâu cả.
Nor did the princess come to the surface.
Công chúa cũng không nổi lên mặt nước.
He waited two or three days longer.
Ông ấy đợi thêm hai hoặc ba ngày nữa.
Still the prince did not make his appearance.
Nhưng hoàng tử vẫn chưa xuất hiện.
What could have happened to his friend?
Chuyện gì có thể xảy ra với người bạn của anh ấy?
And where was his beautiful wife?
Vậy người vợ xinh đẹp của ông đâu?
Had another serpent beaten them to death?
Có phải một con rắn khác đã đánh chết họ không?
Possibly the mate of the one that had died.
Có thể là bạn đời của người đã chết.
Had they somehow lost the serpent-jewel?
Liệu họ có làm mất viên ngọc hình rắn không?
Or had they perhaps visited the upper world?
Hay có lẽ họ đã đến thăm thế giới bên trên?
And had they been captured in the upper world?
Và liệu họ có bị bắt ở thế giới bên trên không?
Such were the reflections of the prince's friend.
Đó là suy nghĩ của người bạn hoàng tử.
The prince's friend was overwhelmed with grief.
Người bạn của hoàng tử vô cùng đau buồn.
The waters were quite close to the city.
Nước ở khá gần thành phố.
And often the sound of music could be heard.
Và thường thì người ta có thể nghe thấy tiếng nhạc.
He asked passers-by what that music meant.
Ông hỏi những người qua đường rằng loại nhạc đó có ý nghĩa
gì.
He was told about the rajah's son.

Người ta kể cho ông nghe về con trai của vị vua.
And he was told of a wonderful young lady.
Và anh ấy được kể về một cô gái trẻ tuyệt vời.
And he was told they were going to marry.
Và anh ấy được thông báo rằng họ sẽ kết hôn.
And he was told more about the wonderful lady.
Và anh ấy được kể thêm về người phụ nữ tuyệt vời đó.
She had come out of the waters he was waiting by.
Cô ấy đã bước ra khỏi vùng nước nơi anh đang đợi.
The marriage ceremony was in two days.
Lễ cưới sẽ diễn ra sau hai ngày.
The minister's son made the connection.
Con trai của vị bộ trưởng đã đưa ra kết nối.
The wonderful young lady was the wife of his friend.
Cô gái trẻ tuyệt vời đó là vợ của bạn anh.
He resolved, therefore, to go into the city.
Vì vậy, ông quyết định đi vào thành phố.
And he was going to find out all he could.
Và anh ấy sẽ tìm hiểu tất cả những gì có thể.
If he could, he would rescue the princess.
Nếu có thể, anh sẽ giải cứu công chúa.
He told the attendants to go home.
Ông bảo người phục vụ về nhà.
And he told them to take the elephants.
Và ông bảo họ mang theo những con voi.
And he told them to take the horses.
Và ông bảo họ lấy ngựa.
And he himself went to the city.
Và chính ông đã đến thành phố.
And he took up his abode in the house of a Brahman.
Và ông đến ở tại nhà của một Bà La Môn.
First, he rested from his journey.
Đầu tiên, ông nghỉ ngơi sau chuyến đi.
Then the prince's friend had his dinner.
Sau đó, người bạn của hoàng tử dùng bữa tối.
And then he spoke to the Brahman.
Và sau đó ông nói chuyện với Bà La Môn.

"Throughout the city there are musicians and bands"
"Khắp thành phố đều có nhạc sĩ và ban nhạc"
"What is the cause of all the celebrations?
"Nguyên nhân của mọi lễ kỷ niệm là gì?
The Brahman was rather surprised.
Người Bà La Môn khá ngạc nhiên.
"From what part of the world have you come?"
"Bạn đến từ nơi nào trên thế giới?"
"What rock have you been living under?"
"Bạn đang sống dưới tảng đá nào vậy?"
"Have you not heard the wonderful news?"
"Bạn chưa nghe tin tuyệt vời này sao?"
"A young lady of heavenly beauty"
"Một cô gái trẻ có vẻ đẹp tuyệt trần"
"She rose out of the waters"
"Cô ấy nổi lên từ dưới nước"
"And she is going to the son of our rajah"
"Và cô ấy sẽ đến gặp con trai của vị vua của chúng ta"
The prince's friend wanted to know more.
Người bạn của hoàng tử muốn biết thêm.
The information could be useful.
Thông tin này có thể hữu ích.
"I have not heard of this news"
"Tôi chưa nghe tin này"
"I have come from a distant country"
"Tôi đến từ một đất nước xa xôi"
"The story has not reached us yet"
"Câu chuyện vẫn chưa đến được với chúng tôi"
"Will you kindly tell me the particulars?"
"Bạn vui lòng cho tôi biết chi tiết được không?"
The Brahman was happy to relay the story.
Người Bà La Môn vui vẻ kể lại câu chuyện.
"The rajah's son went out hunting"
"Con trai của vị vua đã ra ngoài săn bắn"
"It must have been about this time last year"
"Chắc hẳn là vào thời điểm này năm ngoái"
"They pitched their tents by the waters in the suburbs"

"Họ dựng lều bên bờ nước ở vùng ngoại ô"

"One day, the rajah's son was walking near the water"

"Một ngày nọ, con trai của vị vua đang đi bộ gần bờ nước"

"On this day, he saw a young woman"

"Hôm nay, anh ấy nhìn thấy một cô gái trẻ"

"I have to mention she was of uncommon beauty"

"Tôi phải nói rằng cô ấy có vẻ đẹp hiếm có"

"She had risen from the depth of the waters"

"Cô ấy đã trỗi dậy từ vực sâu của nước"

"She gazed about for a minute or two"

"Cô ấy nhìn quanh khoảng một hoặc hai phút"

"And then the beautiful lady disappeared"

"Và rồi người phụ nữ xinh đẹp biến mất"

"The rajah's son, however, had seen her"

"Tuy nhiên, con trai của vua đã nhìn thấy cô ấy"

"He had been struck by her heavenly beauty"

"Anh ấy đã bị vẻ đẹp tuyệt trần của cô ấy làm cho choáng ngợp"

"And so he became desperately enamored by her"

"Và thế là anh ấy đã say mê cô ấy một cách tuyệt vọng"

"Indeed, she had affected him greatly"

"Thật vậy, cô ấy đã ảnh hưởng đến anh ấy rất nhiều"

"And his mental faculties gave way to passion"

"Và khả năng tinh thần của anh ấy đã nhường chỗ cho đam mê"

"He was carried home as a mad man"

"Anh ấy được đưa về nhà như một người điên"

"He spoke no words except a few"

"Anh ấy không nói lời nào ngoại trừ một vài lời"

"'now here, now gone!' was all he said"

"'Lúc ở đây, lúc đi!' là tất cả những gì anh ấy nói"

"The rajah sent for all the best physicians"

"Vua đã cho gọi tất cả những thầy thuốc giỏi nhất"

"They tried to restore his son to reason"

"Họ đã cố gắng giúp con trai ông ấy lấy lại lý trí"

"But the physicians were powerless"

"Nhưng các bác sĩ đã bất lực"

"At last the rajah made a proclamation"
"Cuối cùng, vị vua đã đưa ra lời tuyên bố"
"And he had the drum beat around the kingdom"
"Và ông đã đánh trống khắp vương quốc"
"There was a reward for anyone who cured his son"
"Có phần thưởng cho bất cứ ai chữa lành con trai ông"
"They would become the rajah's son-in-law"
"Họ sẽ trở thành con rể của vua"
"And they would get half the kingdom"
" Và họ sẽ nhận được một nửa vương quốc"
"An old woman answered the call of the drum"
"Một bà lão trả lời tiếng trống"
"All knew her as Phakir's mother"
"Mọi người đều biết bà là mẹ của Phakir"
"She said she could cure the rajah's son"
"Cô ấy nói rằng cô ấy có thể chữa khỏi bệnh cho con trai của
vị vua"
"She had a hut built outside the town"
"Bà ấy đã cho xây một túp lều bên ngoài thị trấn"
"In the suburbs, next to the waters"
"Ở vùng ngoại ô, bên cạnh bờ nước"
"An in the hut she took her abode"
"Và trong túp lều nàng đã trú ngụ"
"She also had some huts erected close by"
"Bà ấy cũng cho dựng một số túp lều gần đó"
"And in those huts attendants waited"
"Và trong những túp lều đó, những người hầu đang đợi"
"In case she might need their help"
"Trong trường hợp cô ấy có thể cần sự giúp đỡ của họ"
"It seems the goddess rose from the waters"
"Có vẻ như nữ thần đã trỗi dậy từ dưới nước"
"Phakir's mother and the attendants seized her"
"Mẹ của Phakir và những người hầu đã bắt giữ bà"
"And they carried her in a palki to the palace"
"Và họ khiêng nàng trong một chiếc palki đến cung điện"
"The rajah's son saw the water-nymph"
"Con trai của vua nhìn thấy nàng tiên nước"

"And he was soon restored to his senses"
"Và anh ấy đã sớm lấy lại được bình tĩnh"
"They would have married there and then"
"Họ sẽ kết hôn ngay tại đó"
"But the water goddess had made a vow"
"Nhưng nữ thần nước đã thề"
"She wouldn't look at a man for one year"
"Cô ấy không nhìn một người đàn ông nào trong một năm"
"The year of the vow is now over"
"Năm của lời thề đã kết thúc"
"The music is from the rajah's palace"
"Âm nhạc đến từ cung điện của vua"
"This, in brief, is the story"
"Tóm lại, đây là câu chuyện"
The prince's friend could put the story together.
Người bạn của hoàng tử có thể ghép lại câu chuyện.
"a truly wonderful story!"
"một câu chuyện thực sự tuyệt vời!"
"So where is Phakir's mother?"
"Vậy mẹ của Phakir đâu?"
"And where is Phakir-Chand himself?"
"Vậy Phakir-Chand ở đâu?"
"Has he received the hand of the rajah's daughter?"
"Anh ấy đã nhận được lời cầu hôn của con gái vua chưa?"
"And has he received half the kingdom?"
"Và ông ta đã nhận được một nửa vương quốc chưa?"
The Brahman could also answer these questions.
Người Bà La Môn cũng có thể trả lời những câu hỏi này.
"No, they have not married yet"
"Không, họ vẫn chưa kết hôn"
"And he doesn't yet have half the kingdom"
"Và anh ta vẫn chưa có được một nửa vương quốc"
"And, I should say, he is a dimwitted lad"
"Và, tôi phải nói rằng, anh ta là một chàng trai ngu ngốc"
"In fact, no one knows where the lad is"
"Thực ra, không ai biết cậu bé đó ở đâu"
"He has been away from home for more than a year"

"Anh ấy đã xa nhà hơn một năm rồi"

"That is his manner," he explained.

"Đó là phong cách của anh ấy," anh giải thích.

"He stays away for a long time"

"Anh ấy đi xa rất lâu"

"And then suddenly he comes home"

"Và rồi đột nhiên anh ấy trở về nhà"

"And then suddenly he leaves again"

"Và rồi đột nhiên anh ấy lại bỏ đi"

"I believe his mother expects him to come soon"

"Tôi tin là mẹ anh ấy mong anh ấy sớm đến"

This was very useful information.

Đây là thông tin rất hữu ích.

"What is he like?" he asked.

"Anh ấy trông thế nào?" anh hỏi.

"And what does he do when he returns home?"

"Và anh ấy làm gì khi trở về nhà?"

These questions the Brahman could also answer.

Những câu hỏi này Brahman cũng có thể trả lời.

"Well, he is about your height"

"Ồ, anh ấy cao khoảng anh"

"Though he is somewhat younger than you"

"Mặc dù anh ấy trẻ hơn em một chút"

"He wears a small piece of cloth round his waist"

"Anh ấy mặc một mảnh vải nhỏ quanh eo"

"And he rubs his body with ashes"

"Và ông ấy xoa tro lên cơ thể mình"

"He carries the branch of a tree in his hand"

"Anh ấy cầm cành cây trên tay"

"And there is a tune to which he dances"

"Và có một giai điệu mà anh ấy nhảy theo"

"He comes to the door of the hut of his mother"

"Anh ấy đến cửa túp lều của mẹ anh ấy"

"And he sings 'dhoop! dhoop! dhoop!'"

"Và anh ấy hát 'dhoop! dhoop! dhoop!'"

"His articulation is very indistinct"

"Cách phát âm của anh ấy rất không rõ ràng"

"'Come, stay with your mother,' she says"
"' Hãy đến đây, ở lại với mẹ con,' cô ấy nói"
"And he always gives the same answer"
"Và anh ấy luôn đưa ra cùng một câu trả lời"
"'No, I won't remain,' he says unintelligibly"
"Không, tôi sẽ không ở lại," anh ta nói một cách khó hiểu.
"You should hear him when he wants to say yes"
"Bạn nên lắng nghe khi anh ấy muốn nói đồng ý"
"To answer in the affirmative he says 'hoom'"
"Để trả lời khẳng định, anh ta nói 'hoom'"
A flood of light entered the prince's friend.
Một luồng ánh sáng tràn vào người bạn của hoàng tử.
He now saw very well how matters stood.
Bây giờ ông đã thấy rõ tình hình hiện tại.
The princess must have taken the snake-jewel.
Công chúa hẳn đã lấy viên ngọc hình con rắn.
And she must have left the palace alone.
Và cô ấy hẳn đã rời khỏi cung điện một mình.
And she was captured without the king's son.
Và bà đã bị bắt mà không có con trai của nhà vua.
Phakir's mother must have the snake-jewel.
Mẹ của Phakir chắc hẳn có viên ngọc hình rắn.
His friend was still below the water.
Người bạn của anh vẫn còn ở dưới nước.
The prince had no means of escape.
Hoàng tử không có cách nào trốn thoát.
He could imagine his friends desolate state.
Anh có thể tưởng tượng ra cảnh hoang tàn của bạn mình.
And he could imagine how hopeless he must be.
Và anh có thể tưởng tượng được mình tuyệt vọng đến mức
nào.
The prince's friend was filled with grief.
Người bạn của hoàng tử vô cùng đau buồn.
But that was not cause to give up hope.
Nhưng đó không phải là lý do để từ bỏ hy vọng.
Perhaps he could rescue his friend.
Có lẽ anh ấy có thể cứu được bạn mình.

"I must get the jewel from the old woman"
"Tôi phải lấy viên ngọc từ bà lão"
"Can I not do it by personating Phakir-Chand?"
"Tôi không thể làm điều đó bằng cách đóng giả Phakir-Chand sao?"
"His mother is expecting him soon"
"Mẹ anh ấy sắp sinh anh ấy rồi"
"Maybe I can rescue the princess the same way"
"Có lẽ tôi có thể giải cứu công chúa theo cách tương tự"

He resolved to act the role of Phakir-Chand.
Ông quyết định vào vai Phakir-Chand.
In the morning he left the Brahman's house.
Buổi sáng, chàng rời khỏi nhà Bà La Môn.
And he went to the outskirts of the city.
Và anh ta đi đến vùng ngoại ô của thành phố.
He divested himself of his usual clothing.
Anh ta cởi bỏ quần áo thường ngày.
Around his waist he put a narrow piece of cloth.
Anh ta quấn quanh eo mình một mảnh vải hẹp.
The cloth scarcely reached his knees.
Tấm vải chỉ dài tới đầu gối anh ta.
And he rubbed his body well with ashes.
Và ông xoa tro thật kỹ lên cơ thể mình.
And finally he broke some twigs off a tree.
Và cuối cùng anh ta bẻ một số cành cây.
And thus he was ready to play his role.
Và thế là anh ấy đã sẵn sàng để đóng vai trò của mình.
He went to the door of the hut of Phakir's mother.
Ông đi đến cửa túp lều của mẹ Phakir.
And he commenced the operation by dancing.
Và anh ấy bắt đầu ca phẫu thuật bằng điệu nhảy.
He danced in a most violent manner.
Anh ta nhảy theo một cách vô cùng dữ dội.
And he sung to the tune of "dhoop! dhoop! dhoop!"
Và anh ấy hát theo giai điệu "dhoop! dhoop! dhoop!"
The dancing attracted the notice of the old woman.

Điệu nhảy đã thu hút sự chú ý của bà lão.

The critical moment had come.

Thời điểm quan trọng đã đến.

The old woman looked to her door.

Bà lão nhìn về phía cửa.

"Phakir-Chand, my son, have you come?"

"Phakir-Chand, con trai của ta, con đã đến chưa?"

"My darling; the gods have become propitious to us"

"Em yêu ơi, các vị thần đã phù hộ cho chúng ta"

Her supposed son uttered the monosyllable, "hoom"

Người con trai được cho là của bà đã thốt ra âm tiết đơn, "hoom"

And he danced more violently than before.

Và anh ấy nhảy dữ dội hơn trước.

And he waved the twig in his hand.

Và anh ta vẫy cành cây trong tay.

"This time you must not go away"

"Lần này ngươi không được đi nữa"

"You must remain with me"

"Bạn phải ở lại với tôi"

"No, I won't remain," said the prince's friend.

"Không, tôi sẽ không ở lại," người bạn của hoàng tử nói.

"Remain with me," the mother tried again.

"Ở lại với mẹ đi," người mẹ lại cố gắng lần nữa.

"I'll get you married to the rajah's daughter"

"Tôi sẽ gả cô cho con gái của vua"

"Will you marry, Phakir-Chand?"

"Pakir-Chand, con có muốn kết hôn không?"

The minister's son replied—"hoom, hoom"

Con trai của vị bộ trưởng trả lời—"hoom, hoom"

And he danced even more like a madman.

Và anh ta nhảy thậm chí còn giống một kẻ điên hơn.

"Will you come with me to the rajah's house?"

"Anh có muốn đi cùng tôi đến nhà của tiểu vương không?"

"I'll show you a princess of uncommon beauty"

"Tôi sẽ cho bạn thấy một nàng công chúa có vẻ đẹp phi thường"

"She rose from the waters"
"Cô ấy đã trỗi dậy từ mặt nước"
"Hoom, hoom," was the answer from his lips.
"Hoom, hoom," là câu trả lời phát ra từ đôi môi anh.
And his feet stomped violently to "dhoop! dhoop!"
Và đôi chân của anh ta dậm mạnh theo nhịp "dhoop! dhoop!"
"Do you wish to see a jewel, Phakir?"
"Pakir, ngươi có muốn nhìn thấy viên ngọc không?"
"The crest jewel of the serpent"
"Viên ngọc trên đỉnh của con rắn"
"The treasure of seven kings"
"Kho báu của bảy vị vua"
"Hoom, hoom," was the reply.
"Hoom, hoom," là câu trả lời.
The old woman went back into the hut.
Bà lão quay trở lại túp lều.
And she brought out the snake-jewel.
Và cô ấy lấy ra viên ngọc hình con rắn.
She put the jewel into the hand of her supposed son.
Bà đặt viên ngọc vào tay người con trai được cho là của mình.
The minister's son took the snake-jewel.
Con trai của vị bộ trưởng đã lấy viên ngọc hình con rắn.
He wrapped the jewel up in the piece of cloth.
Anh ta gói viên ngọc vào trong mảnh vải.
And he wrapped the cloth around his waist.
Và anh ta quấn tấm vải quanh eo mình.
Phakir's mother was delighted beyond measure.
Mẹ của Phakir vô cùng vui mừng.
Her son had come at just the right time.
Con trai bà đã đến đúng lúc.
She went to the rajah's house.
Cô ấy đã đến nhà của vị vua.
She announced the news of Phakir's appearance.
Cô thông báo tin tức về sự xuất hiện của Phakir.
And also in order to show Phakir the princess.
Và cũng để Phakir được thấy công chúa.
They were given access to the rajah's palace.

Họ được phép vào cung điện của vua.

And all parts of the palace were open to them.

Và mọi nơi trong cung điện đều mở cửa cho họ.

The old woman had saved the rajah's son.

Bà lão đã cứu được con trai của vị vua.

So she was the most important person in the kingdom.

Vì vậy bà là người quan trọng nhất trong vương quốc.

She took her supposed son around the palace.

Bà đưa đứa con trai được cho là của mình đi tham quan quanh cung điện.

And she took him to the princess' room.

Và cô đưa anh ta đến phòng của công chúa.

Phakir's mother introduced her son to the princess.

Mẹ của Phakir giới thiệu con trai mình với công chúa.

You can imagine the princess was not best impressed.

Bạn có thể tưởng tượng công chúa không hề ấn tượng chút nào.

She did not appreciate the company of a madman.

Cô không thích đi cùng một kẻ điên.

A madman, half naked, and covered in ash.

Một gã điên, nửa khỏa thân và phủ đầy tro bụi.

And he kept dancing in a wild manner.

Và anh ấy tiếp tục nhảy một cách điên cuồng.

The three had spent the day together.

Ba người đã dành cả ngày bên nhau.

It was soon going to be sunset.

Trời sắp tối rồi.

The woman asked her son to come with her.

Người phụ nữ bảo con trai mình đi cùng.

But the supposed Phakir-Chand refused to comply.

Nhưng Phakir-Chand được cho là đã từ chối tuân thủ.

He said he would stay there that night.

Anh ấy nói anh ấy sẽ ở lại đó đêm đó.

His mother tried to persuade him to come with her.

Mẹ anh đã cố gắng thuyết phục anh đi cùng bà.

But he persisted in his determination.

Nhưng ông vẫn kiên trì với quyết định của mình.
He said he would remain with the princess.
Ông nói rằng ông sẽ ở lại với công chúa.
Phakir's mother went home without him.
Mẹ của Phakir đã về nhà mà không có anh.
And she told the guards to look after her son.
Và bà bảo lính canh trông chừng con trai bà.
Eventually all the palace retired to rest.
Cuối cùng, toàn bộ cung điện đều nghỉ ngơi.
The supposed Phakir spoke to the princess again.
Vị Phakir được cho là lại nói chuyện với công chúa.
But this time he spoke in his own voice.
Nhưng lần này anh ấy nói bằng giọng của chính mình.
"Princess! do you not recognize me?"
"Công chúa! Người không nhận ra ta sao?"
"I am the prince's friend"
"Tôi là bạn của hoàng tử"
"I am the friend of your princely husband"
"Tôi là bạn của hoàng tử chồng cô"
The princess was astonished for a moment.
Công chúa ngạc nhiên trong giây lát.
"Who? the prince's friend?"
"Ai vậy? Bạn của hoàng tử à?"
"Oh, my husband's best friend"
" Ồ, bạn thân của chồng tôi"
"Please rescue me from this terrible captivity"
"Xin hãy giải cứu tôi khỏi sự giam cầm khủng khiếp này"
"This is worse than death"
"Điều này còn tệ hơn cả cái chết"
"All of this is my own fault"
"Tất cả đều là lỗi của tôi"
"Rescue me, oh please, thou best of friends!"
"Xin hãy cứu tôi, hỡi những người bạn tốt nhất!"
She then burst into tears.
Sau đó cô ấy bật khóc.
The prince's friend spoke again.
Người bạn của hoàng tử lại lên tiếng.

"Do not be disconsolate"

"Đừng buồn phiền"

"I will try my best to rescue you"

"Tôi sẽ cố gắng hết sức để cứu bạn"

"I will try to have you out of here tonight"

"Tôi sẽ cố gắng đưa anh ra khỏi đây tối nay"

"But you must do whatever I tell you"

"Nhưng bạn phải làm bất cứ điều gì tôi bảo bạn"

The princess trusted the prince's friend.

Công chúa tin tưởng người bạn của hoàng tử.

"I will do anything you tell me"

"Tôi sẽ làm bất cứ điều gì bạn bảo tôi"

After this the supposed Phakir left the room.

Sau đó, Phakir rời khỏi phòng.

He passed through the courtyard of the palace.

Ông đi qua sân của cung điện.

Some of the guards challenged him.

Một số lính canh đã thách thức anh ta.

"Hoom hoom!" he replied.

"Hoom hoom!" anh ta đáp.

"I'm just going out for a minute"

"Tôi chỉ ra ngoài một chút thôi"

"And then I will come back again"

"Và sau đó tôi sẽ quay lại"

They understood that it was the madcap Phakir.

Họ hiểu rằng đó chính là Phakir điên rồ.

True to his word he did come back shortly.

Đúng như lời hứa, anh ấy đã quay trở lại ngay.

And again he went to the princess.

Và một lần nữa chàng lại đến gặp công chúa.

An hour afterwards he again went out.

Một giờ sau, anh lại ra ngoài.

And again he was challenged by the guards.

Và một lần nữa anh lại bị lính canh thách thức.

He made the same reply as at the first time.

Anh ta trả lời giống như lần đầu.

The guards began to talk among themselves.

Những người lính canh bắt đầu nói chuyện với nhau.
"This Phakir surely has no sense"
"Tên Phakir này chắc chắn không có đầu óc"
"He will go out and come in all night"
"Anh ấy sẽ ra ngoài và trở về suốt đêm"
"Let us leave him to do what he likes"
"Chúng ta hãy để anh ấy làm những gì anh ấy thích"
"There's no use guarding him all night"
"Canh chừng anh ta cả đêm cũng chẳng ích gì"
The minister's son had worn down the guards.
Con trai của vị bộ trưởng đã làm suy yếu lực lượng bảo vệ.
And he was looking for a way to escape.
Và anh ta đang tìm cách trốn thoát.
He kept going in and out until three at night.
Anh ấy cứ ra vào liên tục cho đến tận ba giờ chiều.
This time there were no guards there.
Lần này không có lính canh ở đó.
Because all the guards had fallen asleep.
Bởi vì tất cả lính canh đều đã ngủ quên.
He was overjoyed at the auspicious circumstance.
Ông vô cùng vui mừng trước hoàn cảnh may mắn này.
Then he went back to the princess.
Sau đó, chàng quay lại chỗ công chúa.
"Now, princess, is the time for escape"
"Bây giờ, công chúa, đã đến lúc trốn thoát"
"The guards are all asleep"
"Các lính canh đều ngủ hết rồi"
"You must mount on my back"
"Bạn phải cưỡi lên lưng tôi"
"Tie the locks of your hair round my neck"
"Hãy buộc những lọn tóc của em quanh cổ anh"
"And keep tight hold of me"
"Và hãy giữ chặt lấy tôi"
The princess did what she was asked of.
Công chúa đã làm những gì được yêu cầu.
He passed unchallenged through the courtyard.
Anh ta đi qua sân mà không gặp trở ngại nào.

And he had a lovely burden on his back.
Và anh ấy có một gánh nặng đáng yêu trên lưng.
Eventually he got to the gate of the palace.
Cuối cùng anh ta cũng tới được cổng cung điện.
And he went through without being challenged.
Và ông đã vượt qua mà không gặp phải bất kỳ sự thách thức nào.
Then they went to the outskirts of the city.
Sau đó, họ đi đến vùng ngoại ô của thành phố.
Eventually he reached the outer suburbs.
Cuối cùng anh ta cũng đến được vùng ngoại ô.
They reached the water from which the princess had risen.
Họ đã tới được nơi công chúa vừa ngoi lên.
The princess rejoiced at her escape.
Công chúa vui mừng vì đã trốn thoát.
But she was still trembling with fear.
Nhưng cô vẫn run rẩy vì sợ hãi.
The prince's friend untied the snake-jewel.
Người bạn của hoàng tử đã tháo được viên ngọc hình con rắn.
And together they ascended into the water.
Và họ cùng nhau đi xuống nước.
And soon they found back to the subterranean palace.
Và chẳng bao lâu sau họ lại tìm thấy cung điện ngầm.
You can imagine how happy the prince was.
Bạn có thể tưởng tượng được hoàng tử vui mừng đến mức nào.
He had nearly died of grief.
Ông gần như chết vì đau buồn.
And you can imagine the princess' happiness too.
Và bạn cũng có thể tưởng tượng được niềm hạnh phúc của công chúa.
All the three of them were mad with joy.
Cả ba người đều phát điên vì vui sướng.
For three days they remained in the palace.
Họ ở lại cung điện trong ba ngày.
And they retold the prince the whole story.
Và họ kể lại toàn bộ câu chuyện cho hoàng tử.

They told of how the princess was seized.
Họ kể lại việc công chúa bị bắt giữ như thế nào.
They told him of her captivity in the palace.
Họ kể cho ông nghe về việc cô bị giam cầm trong cung điện.
They described the marriage that was planned.
Họ mô tả cuộc hôn nhân đã được lên kế hoạch.
They told him of the old woman.
Họ kể cho anh nghe về bà lão.
And they told him all about her Phakir-Chand.
Và họ kể cho anh nghe mọi chuyện về Phakir-Chand của cô.
They told him how he had impersonated him.
Họ kể cho anh ta nghe về cách anh ta đã mạo danh ông ấy.
And they told him how he freed the princess.
Và họ kể cho ông nghe về cách ông giải thoát công chúa.
I don't need to tell you how grateful they were.
Tôi không cần phải nói cho bạn biết họ biết ơn đến mức nào.
The prince's friend truly was a good friend.
Người bạn của hoàng tử thực sự là một người bạn tốt.
They thanked him in the warmest terms.
Họ cảm ơn ông bằng những lời lẽ nồng nhiệt nhất.
And they vowed to always follow his counsel.
Và họ thề sẽ luôn làm theo lời khuyên của ông.

They were all resolved to return home.
Tất cả họ đều quyết tâm trở về nhà.
They wanted to return to their native country.
Họ muốn trở về quê hương của mình.
The king's son, the minister's son, and the princess.
Con trai của nhà vua, con trai của vị quan và công chúa.
They left the subterranean palace together.
Họ cùng nhau rời khỏi cung điện ngầm.
They lighted the passage with the snake-jewel.
Họ thắp sáng lối đi bằng viên ngọc hình rắn.
And they made their way to the upper world.
Và họ đã đi tới thế giới bên trên.
They had neither elephants nor horses waiting for them.
Họ không có voi hay ngựa nào chờ đợi.

So they had no choice but to travel on foot.

Vì vậy, họ không còn lựa chọn nào khác ngoài việc đi bộ.

The two friends had been bred in the lap of luxury.

Hai người bạn này được nuôi dưỡng trong cảnh xa hoa.

Both of them found walking troublesome.

Cả hai đều thấy việc đi bộ thật khó khăn.

But the princess found it infinitely more troublesome.

Nhưng công chúa lại thấy điều đó còn phiền phức hơn nhiều.

She was used to even finer treatment.

Cô ấy đã quen với cách đối xử thậm chí còn tốt hơn.

The stones of the road were too rough for her.

Những viên đá trên đường quá gồ ghề đối với cô.

And the rough stones wounded her tender feet.

Và những viên đá thô ráp làm tổn thương đôi chân mềm mại của cô.

Eventually her feet became very sore.

Cuối cùng, chân cô trở nên rất đau nhức.

At times the king's son carried her on his shoulders.

Thỉnh thoảng, con trai của nhà vua sẽ cõng cô trên vai.

The load he was carrying was of course lovely.

Tất nhiên là gánh nặng mà anh ấy đang mang rất đáng yêu.

But although lovely, she was heavy to carry.

Nhưng mặc dù rất xinh đẹp, cô ấy lại rất nặng khi mang theo.

And she could not be carried a great distance.

Và cô ấy không thể được mang đi xa.

And therefore she too had to walk often.

Và vì thế cô cũng phải đi bộ thường xuyên.

One evening they arrived beneath a tree.

Một buổi tối nọ, họ đến dưới một gốc cây.

There were no visible signs of human habitations.

Không có dấu hiệu nào cho thấy có sự cư trú của con người.

So they decided to make the tree their sleeping place.

Vì vậy, họ quyết định biến cái cây thành nơi ngủ của mình.

The prince's friend offered to keep guard.

Người bạn của hoàng tử đề nghị canh gác.

"Both of you can go to sleep"

"Cả hai người có thể đi ngủ"

"I will keep watch over you both tonight"
"Tôi sẽ trông chừng hai người đêm nay"
"In order to prevent any danger"
"Để ngăn ngừa mọi nguy hiểm"
The royal couple soon dozed off.
Cặp đôi hoàng gia nhanh chóng chìm vào giấc ngủ.
And they were locked in the arms of sleep.
Và họ chìm vào giấc ngủ.
The faithful friend of the prince did not sleep.
Người bạn trung thành của hoàng tử không hề ngủ.
He stayed awake and watched for danger.
Anh ấy tỉnh táo và cảnh giác với nguy hiểm.
It so happened they camped under a special tree.
Tình cờ là họ cắm trại dưới một cái cây đặc biệt.
In the tree swung the nest of two birds.
Trên cây có một tổ chim đang đung đưa.
The immortal birds Bihangama and Bihangami.
Những con chim bất tử Bihangama và Bihangami.
These birds were endowed with human speech.
Những loài chim này được ban cho khả năng nói chuyện như con người.
And they could also see into the future.
Và họ cũng có thể nhìn thấy tương lai.
The minister's son listened to the bird's conversation.
Con trai của vị mục sư đã lắng nghe cuộc trò chuyện của con chim.
He was more than a little astonished at what he heard!
Anh ấy thực sự rất ngạc nhiên khi nghe những điều đó!
Bihangama: "The prince's friend risked his own life"
Bihangama: "Người bạn của hoàng tử đã liều mạng sống của mình"
"He did everything for the safety of his friend"
"Anh ấy đã làm mọi thứ vì sự an toàn của bạn mình"
"But more dangers will befall the king's son"
"Nhưng nhiều nguy hiểm hơn sẽ xảy đến với con trai của nhà vua"
"And he will find it difficult to save the prince"

"Và anh ta sẽ thấy khó khăn để cứu hoàng tử"

Bihangami: "Why is that?"

Bihangami: "Tại sao vậy?"

Bihangama: "Many dangers await the king's son"

Bihangama: "Nhiều nguy hiểm đang chờ đợi con trai của nhà vua"

"The prince's father will hear of his son's approach"

"Cha của hoàng tử sẽ nghe tin về sự xuất hiện của con trai mình"

"He will send for him an elephant and some horses"

"Ông ấy sẽ gửi cho anh ta một con voi và một số con ngựa"

"And he will arrange attendants to meet him"

"Và ông ấy sẽ sắp xếp người hầu cận để gặp ông ấy"

"The king's son will ride the elephant"

"Con trai của nhà vua sẽ cưỡi voi"

"But he will fall from the back of the elephant"

"Nhưng anh ta sẽ ngã từ lưng voi"

"And he will die from his fall from the elephant"

"Và anh ta sẽ chết vì ngã từ trên lưng voi"

Bihangami: "But suppose someone prevented this?"

Bihangami: "Nhưng giả sử có người ngăn cản điều này thì sao?"

"Suppose the king's son is not going to ride on the elephant"

"Giả sử con trai của nhà vua không cưỡi voi"

"What might happen if he rides on a horse instead?"

"Điều gì sẽ xảy ra nếu anh ta cưỡi ngựa?"

"Will he not in that case be saved?"

"Vậy thì anh ta sẽ không được cứu sao?"

Bihangama: "Yes, in that case he would escape that fate"

Bihangama: "Vâng, nếu vậy thì anh ấy sẽ thoát khỏi số phận đó"

"But then a fresh danger would await him"

"Nhưng sau đó một mối nguy hiểm mới sẽ chờ đợi anh ta"

"When the king's son is in sight of his father's palace"

"Khi con trai của nhà vua nhìn thấy cung điện của cha mình"

"When he is in the act of passing through the lion-gate"

"Khi anh ta đang đi qua cổng sư tử"
"In that moment the lion-gate will fall upon him"
"Vào lúc đó, cánh cổng sư tử sẽ sập xuống đè lên hắn"
"And the stones will crush him to death"
"Và những hòn đá sẽ đè chết anh ta"
Bihangami: "But suppose someone gets there first"
Bihangami: "Nhưng giả sử có người đến đó trước"
"Suppose someone destroys the lion-gate"
"Giả sử có người phá hủy cổng sư tử"
"If that happens the king's son couldn't go through the lion-gate"
"Nếu điều đó xảy ra thì con trai của nhà vua không thể đi qua cổng sư tử"
"Will not the king's son in that case be saved?"
"Trong trường hợp đó, con trai của nhà vua sẽ không được cứu sao?"
Bihangama: "Yes, in that case he would escape his fate"
Bihangama: "Vâng, nếu vậy thì anh ta sẽ thoát khỏi số phận của mình"
"But then a fresh danger would await him"
"Nhưng sau đó một mối nguy hiểm mới sẽ chờ đợi anh ta"
"When the king's son reaches the palace"
"Khi con trai của nhà vua đến cung điện"
"When he sits at a feast prepared for him"
"Khi Ngài ngồi vào bàn tiệc được dọn sẵn cho Ngài"
"The head of a fish will be cooked for him"
"Đầu cá sẽ được nấu chín cho anh ta"
"He will put into his mouth the head of the fish"
"Người ấy sẽ bỏ đầu cá vào miệng nó"
"But the head of the fish will stick in his throat"
"Nhưng đầu cá sẽ mắc vào cổ họng anh ta"
"And he will choke to death on the head of the fish"
"Và anh ta sẽ chết ngạt vì đầu cá"
Bihangami: "But suppose someone snatches the fish"
Bihangami: "Nhưng giả sử có người giật mất con cá"
"Suppose someone takes the head of the fish from his plate"
"Giả sử có người lấy đầu cá khỏi đĩa của mình"

"Suppose he can't put the fish's head in his mouth"
"Giả sử anh ta không thể đưa đầu cá vào miệng mình"
"Will not the king's son in that case be saved?"
"Trong trường hợp đó, con trai của nhà vua sẽ không được cứu sao?"
Bihangama: "Yes, in that case he will escape his fate"
Bihangama: "Vâng, nếu vậy thì anh ta sẽ thoát khỏi số phận của mình"
"But a fresh danger would await him"
"Nhưng một mối nguy hiểm mới sẽ chờ đợi anh ấy"
"When the prince and princess retire after dinner"
"Khi hoàng tử và công chúa nghỉ ngơi sau bữa tối"
"When they go into their sleeping apartment"
"Khi họ vào căn hộ ngủ của họ"
"They will lie together in bed"
"Họ sẽ nằm cùng nhau trên giường"
"A terrible cobra will come into the room"
"Một con rắn hổ mang khủng khiếp sẽ vào phòng"
"And the cobra will bite the king's son to death"
"Và con rắn hổ mang sẽ cắn chết con trai của nhà vua"
Bihangami: "But suppose someone was in the room"
Bihangami: "Nhưng giả sử có ai đó trong phòng"
"Suppose this person was waiting for the snake"
"Giả sử người này đang đợi con rắn"
"And suppose that this person cuts the snake into pieces"
"Và giả sử người này cắt con rắn thành từng mảnh"
"Will not the king's son in that case be saved?"
"Trong trường hợp đó, con trai của nhà vua sẽ không được cứu sao?"
Bihangama: "Yes, in that case he will escape his fate"
Bihangama: "Vâng, nếu vậy thì anh ta sẽ thoát khỏi số phận của mình"
"In that case the life of the king's son will be saved"
"Trong trường hợp đó, mạng sống của con trai nhà vua sẽ được cứu"
"But he who saves him can't repeat these words"
"Nhưng người cứu anh ta không thể lặp lại những lời này"

"If he tells his secret he will be turned into marble"
"Nếu anh ta tiết lộ bí mật của mình, anh ta sẽ bị biến thành đá cẩm thạch"
Bihangami: "Can the statue be returned to life?"
Bihangami: "Liệu bức tượng có thể sống lại được không?"
Bihangama: "Yes, the marble statue can be restored to life"
Bihangama: "Vâng, bức tượng đá cẩm thạch có thể được phục hồi lại"
"The princess will give birth to a child"
"Công chúa sẽ sinh con"
"They must wash the statue with the blood of the infant"
"Họ phải rửa bức tượng bằng máu của đứa trẻ"
The prophetical birds had spoken until that point.
Những chú chim tiên tri đã nói cho đến thời điểm đó.
But then they were interrupted by the craw of crows.
Nhưng rồi họ bị tiếng kêu của đàn quạ làm gián đoạn.
The eastern sky tinted in a reddish hue.
Bầu trời phía đông nhuốm một màu đỏ.
And the travelers beneath the tree bestirred themselves.
Và những người lữ hành dưới gốc cây cũng bắt đầu thức dậy.
The prophetic conversation came to an end.
Cuộc trò chuyện tiên tri đã kết thúc.
But the prince's friend had heard everything.
Nhưng bạn của hoàng tử đã nghe thấy mọi chuyện.

The next morning they continued their journey.
Sáng hôm sau họ tiếp tục cuộc hành trình.
The prince, the princess, and the prince's friend.
Hoàng tử, công chúa và bạn của hoàng tử.
Soon they met the king's procession.
Chẳng mấy chốc họ đã gặp đoàn rước của nhà vua.
There was an elephant, a horse, and a palki.
Có một con voi, một con ngựa và một con palki.
And there was a large number of attendants.
Và có rất nhiều người tham dự.
These animals and men had been sent by the king.
Những con vật và người này được nhà vua phái đến.

The king heard his son was with his friend.

Nhà vua nghe tin con trai mình đang ở cùng bạn.

And he had heard that his son had married.

Và ông nghe nói con trai mình đã kết hôn.

And he heard they were not far from the capital.

Và ông nghe nói họ không ở xa thủ đô.

The elephant had been richly caparisoned.

Con voi được trang bị rất nhiều đồ trang sức.

The elephant was intended for the prince.

Con voi này được dành cho hoàng tử.

The framework of the palki was of silver.

Khung của palki được làm bằng bạc.

The palki was meant for the princess.

Chiếc palki này dành cho công chúa.

And the horse was for the prince's friend.

Và con ngựa là dành cho bạn của hoàng tử .

The prince was about to mount on the elephant.

Hoàng tử sắp cưỡi voi.

But then his friend spoke to him.

Nhưng sau đó người bạn của anh đã nói chuyện với anh.

"Allow me to ride on the elephant, please"

"Xin hãy cho tôi cưỡi voi"

"And you can ride back on horseback"

"Và bạn có thể cưỡi ngựa trở về"

The prince was not a little surprised.

Hoàng tử không hề ngạc nhiên chút nào.

The proposal had been made in a very cold manner.

Lời đề nghị được đưa ra một cách rất lạnh lùng.

Maybe his friend felt a little too entitled.

Có lẽ bạn của anh ấy cảm thấy mình có quyền được như vậy.

And the king's son was slightly annoyed.

Và con trai của nhà vua có vẻ hơi khó chịu.

But he remembered what his friend had done for him.

Nhưng anh vẫn nhớ những gì người bạn đã làm cho mình.

And he remembered how he saved the princess.

Và anh nhớ lại cách anh đã cứu công chúa.

So he mounted the horse without objecting.

Vì thế, anh ta cưỡi ngựa mà không phản đối.
But his mind became somewhat alienated from him.
Nhưng tâm trí của anh ấy có phần xa lạ với anh ấy.
The procession towards the capital started again.
Cuộc diễu hành hướng về thủ đô lại bắt đầu.
After some time they came in sight of the palace.
Một lúc sau, họ đã nhìn thấy cung điện.
The lion-gate had been gaily adorned.
Cổng sư tử được trang hoàng rực rỡ.
There was a grand reception for the prince.
Có một buổi tiếp đón long trọng dành cho hoàng tử.
And the princess was equally anticipated.
Và công chúa cũng được mong đợi không kém.
But the prince's friend seemed to have an objection.
Nhưng người bạn của hoàng tử có vẻ phản đối.
"I want the lion-gate to be broken down"
"Ta muốn phá tan cánh cổng sư tử"
The prince was astounded at the proposal.
Hoàng tử vô cùng kinh ngạc trước lời đề nghị này.
The request was very out of the ordinary.
Yêu cầu này rất khác thường.
And he had given no reason for his demand.
Và ông ta không đưa ra lý do cho yêu cầu của mình.
But he remembered all his friend had done for him.
Nhưng anh nhớ tất cả những gì người bạn đã làm cho mình.
And he remembered how he saved the princess.
Và anh nhớ lại cách anh đã cứu công chúa.
So he complied with the wish of his friend.
Vì vậy, anh đã làm theo mong muốn của người bạn mình.
And the beautiful lion-gate was torn down.
Và cánh cổng sư tử xinh đẹp đã bị phá hủy.
But his mind became even more estranged from him.
Nhưng tâm trí anh lại càng xa lạ với anh hơn.
The procession now went into the palace.
Đoàn rước sau đó tiến vào cung điện.
The king gave a warm reception to his son.
Nhà vua đã tiếp đón con trai mình một cách nồng nhiệt.

He welcomed his daughter-in-law equally warmly.
Ông cũng chào đón con dâu mình nồng nhiệt không kém.
And he was very pleased to see the prince's friend.
Và ông rất vui mừng khi gặp lại người bạn của hoàng tử.
The story of their adventures was related.
Câu chuyện về cuộc phiêu lưu của họ có liên quan.
The king expressed great astonishment at the tale.
Nhà vua tỏ ra vô cùng kinh ngạc khi nghe câu chuyện này.
And his courtiers were equally impressed.
Và các cận thần của ông cũng ấn tượng không kém.
All praised the minister's son's devotion.
Mọi người đều ca ngợi lòng tận tụy của con trai vị mục sư.
And the ladies of the palace praised the princess.
Và các cung nữ trong cung đều khen ngợi công chúa.
The connoisseurs of beauty praised the princess.
Những người sành về sắc đẹp đều ca ngợi công chúa.
Her complexion was a mixture of milk and vermilion.
Nước da của cô là sự pha trộn giữa màu sữa và đỏ son.
Her neck was like that of a swan.
Cổ của cô ấy giống như cổ của một con thiên nga.
Her eyes were like those of a gazelle.
Đôi mắt của cô ấy giống như mắt linh dương.
Her lips were as red as the berry bimba.
Đôi môi của cô ấy đỏ như quả mọng bimba.
Her cheeks were as lovely as they could be.
Má cô ấy đẹp hết mức có thể.
And her nose was straight and high.
Và mũi cô ấy thẳng và cao.
Her hair reached down to her ankles.
Tóc cô dài tới mắt cá chân.
Her walk was as graceful as that of a young elephant.
Dáng đi của cô ấy uyển chuyển như một chú voi con.
The princess whom destiny had brought to them.
Nàng công chúa mà số phận đã mang đến cho họ.
They sat around her wanting to know everything.
Họ ngồi xung quanh cô và muốn biết mọi thứ.
And they put to her a thousand questions.

Và họ đặt ra cho cô hàng ngàn câu hỏi.

They asked her about her parents.

Họ hỏi cô về cha mẹ cô.

They asked her about the subterranean palace.

Họ hỏi cô về cung điện ngầm.

And they asked her all about the serpent.

Và họ hỏi cô ấy mọi điều về con rắn.

The serpent which had killed all her relatives.

Con rắn đã giết chết tất cả người thân của cô.

Soon it was time for the new arrivals to dine.

Chẳng mấy chốc đã đến giờ dùng bữa của những người mới đến.

The dinner was served up in dishes of gold.

Bữa tối được phục vụ trong những chiếc đĩa bằng vàng.

All sorts of delicacies were on the table.

Trên bàn có đủ loại đồ ăn ngon.

The most conspicuous dish was the head of a rohita fish.

Món ăn nổi bật nhất là đầu cá rohita.

The large fish's head was placed in a golden cup.

Đầu của con cá lớn được đặt trong một chiếc cốc vàng.

And the cup was placed near the prince's plate.

Và chiếc cốc được đặt gần đĩa của hoàng tử.

All were eating and retelling the adventure.

Mọi người vừa ăn vừa kể lại cuộc phiêu lưu.

And suddenly the prince's friend snatched the head.

Và đột nhiên người bạn của hoàng tử giật lấy cái đầu.

He took the fish's head from the prince's plate.

Anh ta lấy đầu cá từ đĩa của hoàng tử.

"Let me, prince, eat this rohita's head"

"Thưa hoàng tử, hãy để tôi ăn đầu con rohita này"

The king's son was quite indignant.

Con trai của nhà vua tỏ ra rất phẫn nộ.

But he remembered all his friend had done for him.

Nhưng anh nhớ tất cả những gì người bạn đã làm cho mình.

And he remembered how he saved the princess.

Và anh nhớ lại cách mình đã cứu công chúa.

And so he made no objection to the request.

Và vì thế ông không phản đối yêu cầu đó.
But he could not hide his terrible rage.
Nhưng ông không thể che giấu cơn thịnh nộ khủng khiếp của mình.
Of course the prince's friend noticed this.
Tất nhiên là bạn của hoàng tử đã nhận thấy điều này.
But there was nothing else he could have done.
Nhưng anh không thể làm gì khác được nữa.
His conduct, however strange, was necessary.
Hành vi của ông, dù kỳ lạ đến đâu, cũng là cần thiết.
It was for the safety of his friend's life.
Đó là vì sự an toàn của bạn mình.
Nor could he tell his friend the reason.
Anh cũng không thể nói cho bạn mình biết lý do.
Else he would be transformed into a marble statue.
Nếu không, anh ta sẽ biến thành một bức tượng đá cẩm thạch.
Soon the dinner was going to be over.
Bữa tối sắp kết thúc rồi.
The prince's friend had one more request.
Người bạn của hoàng tử còn có một yêu cầu nữa.
The two friends had spent every night together.
Hai người bạn đã dành mỗi đêm bên nhau.
But tonight he wanted to go to his own house.
Nhưng tối nay anh muốn về nhà mình.
The prince was also shocked at his strange conduct.
Hoàng tử cũng bị sốc vì hành vi kỳ lạ của mình.
But he remembered all his friend had done for him.
Nhưng anh nhớ tất cả những gì người bạn đã làm cho mình.
And he remembered how he saved the princess.
Và anh nhớ lại cách mình đã cứu công chúa.
And he also agreed to this request of his friend.
Và anh cũng đồng ý với yêu cầu này của người bạn mình.
The prince's friend, however, had other plans.
Tuy nhiên, người bạn của hoàng tử lại có kế hoạch khác.
He had no intentions of going to his own house.
Anh ấy không có ý định về nhà mình.
He was resolved to avert the last peril.

Ông quyết tâm ngăn chặn mối nguy hiểm cuối cùng.
The last thing to threaten the life of his friend.
Điều cuối cùng đe dọa đến tính mạng của bạn anh.
Accordingly, he took a sword into his hand.
Theo đó, ông cầm một thanh kiếm vào tay.
And he stealthily entered the royal room.
Và anh ta lén lút bước vào phòng hoàng gia.
The room of the prince and the princess.
Căn phòng của hoàng tử và công chúa.
He ensconced himself under the bedstead.
Anh ta trốn dưới gầm giường.
The bed was furnished with mattresses of down.
Giường được trang bị nệm lông vũ.
The mosquito curtains were of the richest silk.
Rèm chống muỗi được làm từ loại lụa tốt nhất.
And all the bedding was laced with gold.
Và tất cả đồ giường đều được dát vàng.
Soon the prince and princess came into the bedroom.
Ngay sau đó, hoàng tử và công chúa bước vào phòng ngủ.
They undressed themselves and went to bed.
Họ cởi đồ và đi ngủ.
And soon the royal couple were asleep.
Và chẳng mấy chốc cặp đôi hoàng gia đã chìm vào giấc ngủ.
At midnight he heard the slithering of a snake.
Vào nửa đêm, ông nghe thấy tiếng rắn bò.
The sound was coming from a water passage.
Âm thanh đó phát ra từ một đường dẫn nước.
A snake of gigantic size entered the room.
Một con rắn khổng lồ bước vào phòng.
The serpent climbed up the frame of the bed.
Con rắn trèo lên khung giường.
The minister's son rushed out with the sword.
Con trai của vị bộ trưởng vội vã chạy ra với thanh kiếm trên tay.
And he killed the serpent with one blow.
Và ông đã giết chết con rắn chỉ bằng một đòn.
And then he cut the snake into smaller pieces.

Sau đó anh ta cắt con rắn thành nhiều mảnh nhỏ hơn.

He put the pieces in the dish for holding betel-leaves.

Ông cho những miếng trầu vào đĩa để đựng lá trầu.

But as he did this, he spilled a drop of blood.

Nhưng khi làm vậy, anh ta đã làm đổ một giọt máu.

The drop of blood fell on the breast of the princess.

Giọt máu rơi xuống ngực công chúa.

Because the mosquito curtains had not been let down.

Bởi vì rèm chống muỗi chưa được kéo xuống.

He worried for the health of the princess.

Ông lo lắng cho sức khỏe của công chúa.

The blood might be of some sort of poison.

Máu này có thể có chứa một loại chất độc nào đó.

So he resolved to lick up the blood.

Vì vậy, anh quyết định liếm sạch máu.

But he could not look at the naked princess.

Nhưng chàng không thể nhìn vào nàng công chúa khỏa thân.

It would have been a great sin.

Đó sẽ là một tội lỗi lớn.

So he blindfolded himself with seven-fold cloth.

Vì thế, ông đã bịt mắt mình bằng một tấm vải có bảy lớp.

And he licked off the drop of blood.

Và anh ta liếm đi giọt máu.

But just at this time the princess awoke.

Nhưng đúng lúc này công chúa đã tỉnh dậy.

Her scream roused her husband from his sleep.

Tiếng hét của cô đánh thức chồng cô khỏi giấc ngủ.

And he could not believe what he was seeing.

Và anh không thể tin vào những gì mình đang nhìn thấy.

The prince fell into a great rage.

Hoàng tử vô cùng tức giận.

And he was prepared to kill his friend.

Và anh ta đã chuẩn bị giết bạn mình.

But he gave his friend a chance to speak.

Nhưng anh ấy đã cho bạn mình cơ hội để nói.

"Please, my friend, restrain your anger"

"Làm ơn, bạn của tôi, hãy kiềm chế cơn giận của bạn"

"I have done this only to save your life"
"Tôi làm điều này chỉ để cứu mạng anh thôi"
The prince was more confused than before.
Hoàng tử còn bối rối hơn trước.
"I do not understand what you mean"
"Tôi không hiểu ý anh"
"From the time we came out of the subterranean palace"
"Từ lúc chúng ta ra khỏi cung điện ngầm"
"You have been behaving in a most extraordinary way"
"Bạn đã hành xử theo một cách phi thường nhất"
"First, you insisted on riding my elephant"
"Đầu tiên, anh nhất quyết muốn cưỡi voi của tôi"
"The elephant my father had sent for me"
"Con voi mà cha tôi đã gửi đến cho tôi"
"I thought it was vain of you to ask"
"Tôi nghĩ rằng anh hỏi thế là vô ích"
"But I remembered what you had done for me"
"Nhưng tôi nhớ những gì bạn đã làm cho tôi"
"And I decided to let the matter pass"
"Và tôi quyết định bỏ qua chuyện đó"
"And instead I rode back on horseback"
"Và thay vào đó tôi cưỡi ngựa trở về"
"Secondly, you insisted on destroying the lion-gate"
"Thứ hai, ngươi nhất quyết muốn phá hủy cổng sư tử."
"The lion-gate my father had adorned for me"
"Cổng sư tử mà cha tôi đã trang trí cho tôi"
"I thought it was strange of you to ask"
"Tôi thấy lạ khi anh hỏi thế"
"But I remembered what you had done for me"
"Nhưng tôi nhớ những gì bạn đã làm cho tôi"
"And I decided to let the matter pass"
"Và tôi quyết định bỏ qua chuyện đó"
"And I had the lion-gate destroyed"
"Và tôi đã phá hủy cổng sư tử"
"Thirdly, at dinner you behaved most shamefully"
"Thứ ba, trong bữa tối, anh đã cư xử hết sức đáng xấu hổ"
"You snatched the rohita's head from my plate"

"Anh giật mất đầu con rohita trên đĩa của tôi rồi"
"And you insisted on eating the fish head"
"Và anh nhất quyết ăn đầu cá"
"I thought you felt too entitled"
"Tôi nghĩ là anh cảm thấy mình có quyền quá"
"But I remembered what you had done for me"
"Nhưng tôi nhớ những gì bạn đã làm cho tôi"
"So I decided to let the matter pass"
"Vì vậy, tôi quyết định bỏ qua chuyện này"
"You then pretended that you were going home"
"Sau đó anh giả vờ như mình sắp về nhà"
"And I was very glad you were going home"
"Và tôi rất vui vì bạn đã về nhà"
"Because you had made yourself very disagreeable"
"Bởi vì bạn đã làm cho mình trở nên rất khó chịu"
"And now you are actually in my bedroom"
"Và bây giờ anh thực sự đang ở trong phòng ngủ của em"
"You are bending over the naked bosom of my wife"
"Anh đang cúi xuống bộ ngực trần của vợ tôi"
"You must have had some evil plan"
"Chắc hẳn anh đã có một kế hoạch xấu xa nào đó"
"And now you pretend you are saving my life"
"Và bây giờ anh giả vờ như đang cứu mạng tôi"
"But I don't believe you want to save my life"
"Nhưng tôi không tin là anh muốn cứu mạng tôi"
"I believe you want to destroy my wife's chastity"
"Tôi tin rằng anh muốn phá hoại sự trong trắng của vợ tôi"
The prince's friend knew how things looked.
Người bạn của hoàng tử biết mọi chuyện diễn ra như thế nào.
"Oh, do not harbor such thoughts in your mind"
"Ồ, đừng nuôi dưỡng những suy nghĩ như vậy trong đầu bạn"
"Please do not think badly against me"
"Xin đừng nghĩ xấu về tôi"
"The gods know what I have done"
"Các vị thần biết những gì tôi đã làm"
"They know I did it to save your life"

"Họ biết tôi làm vậy để cứu mạng anh"
"You would see the reasonableness of my conduct"
"Bạn sẽ thấy sự hợp lý trong hành vi của tôi"
"But I don't have liberty to state my reasons"
"Nhưng tôi không có quyền nêu lý do của mình"
The prince asked him to explain himself.
Hoàng tử yêu cầu anh ta giải thích.
"And why are you not at liberty?"
"Và tại sao anh không được tự do?"
"Who has put a seal upon your mouth?"
"Ai đã niêm phong miệng ngươi?"
And the prince's friend answered.
Và người bạn của hoàng tử trả lời.
"Destiny has put a seal upon my mouth"
"Số phận đã niêm phong miệng tôi"
"If I told you, I would be transformed into marble"
"Nếu tôi nói với anh, tôi sẽ biến thành đá cẩm thạch"
The prince grew angrier with his friend.
Hoàng tử ngày càng tức giận với người bạn của mình.
"You should be transformed into a marble statue!"
"Ngươi nên biến thành một bức tượng đá cẩm thạch!"
"You must take me to be a simpleton"
"Bạn hẳn coi tôi là một kẻ ngốc"
"You can't expect me to believe this nonsense"
"Bạn không thể mong đợi tôi tin vào điều vô lý này "
The minister's son made one last request.
Con trai của vị mục sư đưa ra một yêu cầu cuối cùng.
"Do you wish me then, friend, for me to tell you?
"Vậy thì, bạn tôi ơi, bạn có muốn tôi nói cho bạn biết không?
"You would make your friend turn into stone?"
"Anh định biến bạn mình thành đá sao?"
The prince wanted to hear the reason.
Hoàng tử muốn nghe lý do.
He did not care about the consequences.
Ông không quan tâm tới hậu quả.
"Tell me, or else you are a dead man"
"Nói cho ta biết, nếu không người sẽ chết chắc"

The prince's friend wanted to clear his name.
Người bạn của hoàng tử muốn minh oan cho mình.
He wanted no foul accusations brought against him.
Ông không muốn bất kỳ lời buộc tội nào nhắm vào mình.
And he deemed it his duty to reveal the secret.
Và ông cho rằng mình có nhiệm vụ phải tiết lộ bí mật.
Even if this would put his life at risk.
Kể cả khi điều này có thể gây nguy hiểm đến tính mạng của anh ấy.
He again warned the prince not to ask him.
Ông lại cảnh báo hoàng tử không được hỏi ông.
But the prince remained inexorable.
Nhưng hoàng tử vẫn không hề nao núng.
The prince's friend then told him his secret.
Sau đó, người bạn của hoàng tử đã kể cho chàng nghe bí mật của mình.
"While sleeping under a lofty tree one night"
"Trong khi ngủ dưới một gốc cây cao vào một đêm"
"I overheard a conversation between two birds.
"Tôi tình cờ nghe được cuộc trò chuyện giữa hai con chim.
"The prophesizing birds Bihangama and Bihangami"
"Những chú chim tiên tri Bihangama và Bihangami"
"Bihangama predicted all the dangers in your life"
"Bihangama đã dự đoán tất cả những nguy hiểm trong cuộc sống của bạn"
"First the bird predicted your father would send an elephant"
"Đầu tiên, con chim dự đoán cha bạn sẽ gửi một con voi"
"The bird said you would fall from the elephant"
"Con chim nói rằng bạn sẽ rơi khỏi con voi"
"And the bird said you would die from the fall"
"Và con chim nói rằng bạn sẽ chết vì rơi xuống"
At this point the minister's son's legs turned to stone.
Đến lúc này, chân của con trai vị mục sư đã biến thành đá.
"See? my legs have already turned to stone"
"Thấy chưa? Chân tôi đã hóa đá rồi"
"Go on with your story," said the prince.

"Cứ kể tiếp câu chuyện của ngươi đi," hoàng tử nói.
And the prince's friend continued the story.
Và người bạn của hoàng tử tiếp tục câu chuyện.
"The bird said the lion-gate would be gaily decorated"
"Con chim nói rằng cổng sư tử sẽ được trang trí vui tươi"
"And the bird said the lion-gate would collapse on you"
"Và con chim nói rằng cánh cổng sư tử sẽ đổ sập xuống bạn"
"If the lion-gate had fallen on you, you would have died"
"Nếu cánh cổng sư tử đổ xuống đè chết ngươi thì ngươi đã chết rồi"
At this point the minister's son's torso turned to stone.
Lúc này, thân mình của con trai vị mục sư đã biến thành đá.
But the prince insisted the minister's son continues.
Nhưng hoàng tử vẫn khăng khăng yêu cầu con trai của bộ trưởng phải tiếp tục.
"Go on with your story," said the prince.
"Cứ kể tiếp câu chuyện của ngươi đi," hoàng tử nói.
"The bird said there would be the head of a fish"
"Con chim nói rằng sẽ có đầu cá"
"And the bird predicted you would choke on the fish"
"Và con chim dự đoán bạn sẽ bị nghẹn cá"
Now his head was the only thing not of stone.
Bây giờ đầu của ông là thứ duy nhất không phải bằng đá.
"See? my whole body has turned to stone"
"Thấy chưa? Toàn thân tôi đã hóa đá rồi"
"If I continue, I will become a man of stone"
"Nếu tôi tiếp tục, tôi sẽ trở thành một người đàn ông bằng đá"
"Do you wish me to tell the rest"
"Bạn có muốn tôi kể phần còn lại không?"
"Go on with your story," said the prince.
"Cứ kể tiếp câu chuyện của ngươi đi," hoàng tử nói.
"Very well, I will go on to the end"
"Được rồi, tôi sẽ đi đến cuối cùng"
"But you may repent after I tell you"
"Nhưng bạn có thể hối hận sau khi tôi nói với bạn"
"And you may wish to restore me to life"
"Và bạn có thể muốn hồi sinh tôi"

"I will tell you how to reverse the spell"

"Tôi sẽ cho bạn biết cách đảo ngược câu thần chú"

"In a few months the princess will bear a child"

"Vài tháng nữa công chúa sẽ sinh con"

"Wait for the birth of the child"

"Chờ đợi đứa trẻ chào đời"

"Besmear my statue with the infant's blood"

"Hãy bôi máu của đứa trẻ lên bức tượng của ta"

"Only then will I be restored back to life"

"Chỉ khi đó tôi mới được sống lại"

The last word left his lips, and he turned to stone.

Từ cuối cùng thốt ra khỏi môi anh, và anh biến thành đá.

The princess jumped out of bed.

Công chúa nhảy ra khỏi giường.

She opened the vessel for betel-leaves and spices.

Cô mở chiếc bình để đựng lá trầu và gia vị.

And she saw the pieces of a serpent.

Và cô ấy nhìn thấy những mảnh vỡ của một con rắn.

The prince and the princess were now convinced.

Hoàng tử và công chúa lúc này đã bị thuyết phục.

They saw the good faith of their departed friend.

Họ nhìn thấy thiện chí của người bạn đã khuất.

They saw the benevolence of his actions.

Họ thấy được lòng nhân từ trong hành động của ông.

They went to the marble statue.

Họ đi đến bức tượng đá cẩm thạch.

But the statue of their friend was lifeless.

Nhưng bức tượng người bạn của họ đã chết.

They let out a loud cry of lamentation.

Họ cùng kêu lên một tiếng than khóc lớn.

But their cries were to no purpose.

Nhưng tiếng kêu của họ đều vô ích.

Because the statue was not moved by tears.

Bởi vì bức tượng không hề rung động trước nước mắt.

The prince and princess knew what they had to do.

Hoàng tử và công chúa biết họ phải làm gì.

They concealed the marble figure in a safe place.

Họ giấu bức tượng đá cẩm thạch ở một nơi an toàn.
And they waited for the birth of their child.
Và họ chờ đợi đứa con của mình chào đời.
In process of time the hour came.
Theo thời gian, giờ phút đó đã đến.
The princess's travail had arrived.
Cuộc chuyển dạ của công chúa đã đến.
The princess bore a beautiful boy.
Công chúa sinh ra một bé trai xinh đẹp.
The child was the perfect image of his mother.
Đứa trẻ là hình ảnh hoàn hảo của mẹ mình.
The beauty of their child was striking.
Vẻ đẹp của đứa con họ thật nổi bật.
And they were in awe of him.
Và họ vô cùng kính trọng ông.
They would have spared his life.
Họ đã có thể tha mạng cho anh ta.
But they remembered their best friend.
Nhưng họ vẫn nhớ người bạn thân nhất của mình.
They remembered all he had done for them.
Họ nhớ tất cả những gì anh đã làm cho họ.
But now he was a lifeless stone.
Nhưng giờ đây anh chỉ còn là một tảng đá vô hồn.
And they remembered the vows they had made.
Và họ nhớ lại những lời thề mà họ đã hứa.
And they cut the child into two.
Và họ chặt đứa trẻ thành hai mảnh.
They besmeared the statue with the child's blood.
Họ bôi máu của đứa trẻ lên bức tượng.
And their friend became animated back to life.
Và người bạn của họ đã sống lại.
They were glad to see him alive again.
Họ rất vui mừng khi thấy anh ấy còn sống.
But the prince's friend was overwhelmed with grief.
Nhưng người bạn của hoàng tử lại vô cùng đau buồn.
Because he saw the new-born in a pool of blood.
Bởi vì ông nhìn thấy đứa trẻ sơ sinh nằm trong vũng máu.

So he picked up the dead infant.

Vì vậy, anh ta đã nhặt đứa trẻ sơ sinh đã chết lên.

He carefully wrapped the child in a towel.

Anh cẩn thận quấn đứa trẻ trong một chiếc khăn.

And he resolved to get the child restored to life.

Và ông quyết tâm cứu sống đứa trẻ.

He consulted all the physicians of the country.

Ông đã tham khảo ý kiến của tất cả các bác sĩ trong nước.

They all told him the same thing.

Tất cả họ đều nói với anh ấy cùng một điều.

A cure can be found for any illness.

Có thể tìm ra cách chữa trị cho mọi căn bệnh.

But life requires the spark of life.

Nhưng cuộc sống cần có tia lửa sống.

When the spark is gone, it is beyond their jurisdiction.

Khi tia lửa tắt đi, mọi chuyện sẽ nằm ngoài thẩm quyền của họ.

And so they had to go on with their lives.

Và vì thế họ phải tiếp tục cuộc sống của mình.

Eventually the prince's friend returned to his wife.

Cuối cùng người bạn của hoàng tử đã trở về với vợ mình.

She was a devoted worshipper of the goddess kali.

Bà là người sùng bái nữ thần Kali.

She was the only one who could return life.

Cô là người duy nhất có thể mang lại sự sống.

His wife was living in a distant town.

Vợ ông đang sống ở một thị trấn xa xôi.

So he set out on a journey to the town.

Vì vậy, ông lên đường đến thị trấn.

His wife still lived in her father's house.

Vợ ông vẫn sống ở nhà bố mình.

Adjoining the house there was a garden.

Bên cạnh ngôi nhà có một khu vườn.

And in the garden there was a tree.

Và trong vườn có một cái cây.

The child had been stored in that tree.

Đứa trẻ đã được cất giữ trên cái cây đó.

His wife was overjoyed to see her husband.

Vợ ông vô cùng vui mừng khi nhìn thấy chồng mình.

She had not seen him for a long time.

Cô đã không gặp anh ấy trong một thời gian dài.

But she was surprised when she saw him.

Nhưng cô đã rất ngạc nhiên khi nhìn thấy anh.

Her husband was very melancholy that day.

Ngày hôm đó, chồng bà rất buồn.

He spoke very little to his wife.

Ông nói rất ít với vợ mình.

And his wife knew that he was not himself.

Và vợ anh biết rằng anh không còn là chính mình nữa.

He was brooding over something in his mind.

Anh ấy đang suy ngẫm về điều gì đó trong đầu.

She asked the reason for his melancholy.

Cô hỏi lý do khiến anh buồn bã.

But he kept quiet, and wouldn't tell her.

Nhưng anh vẫn im lặng và không nói cho cô biết.

One night they were lying together in bed.

Một đêm nọ, họ nằm cạnh nhau trên giường.

The wife got up and left the marital bed.

Người vợ đứng dậy và rời khỏi giường.

She opened the door and went into the garden.

Cô mở cửa và đi vào vườn.

Her husband had not been able to sleep well.

Chồng cô không thể ngủ ngon.

Therefore he awoke from the movement of his wife.

Vì thế, ông tỉnh giấc vì tiếng động của vợ mình.

He heard her leave in the dead of the night.

Anh nghe thấy cô ấy rời đi vào lúc nửa đêm.

And he was determined to follow her.

Và anh quyết tâm theo đuổi cô.

But he was also determined not to be noticed.

Nhưng anh cũng quyết tâm không để bị chú ý.

She went to a temple of the goddess kali.

Cô ấy đã đến đền thờ nữ thần Kali.

The temple was at no great distance from her house.
Ngôi đền không cách nhà cô ấy quá xa.
She worshipped the goddess with flowers.
Cô ấy tôn thờ nữ thần bằng hoa.
And she worshiped the goddess with sandal-wood perfume.
Và nàng tôn thờ nữ thần bằng nước hoa gỗ đàn hương.
"Oh mother kali! have mercy upon me"
"Ôi mẹ Kali! Xin thương xót con"
"Deliver me out of all my troubles"
"Xin giải thoát con khỏi mọi gian truân"
The goddess replied to the woman.
Nữ thần trả lời người phụ nữ.
"Why, what further grievance have you?
"Vậy thì anh còn có điều gì phàn nàn nữa không?"
"You long prayed for the return of your husband"
"Bà đã cầu nguyện rất lâu cho sự trở về của chồng bà"
"And your prayers have been answered"
"Và lời cầu nguyện của bạn đã được đáp lại"
"Your husband has returned to you"
"Chồng của bạn đã trở về với bạn"
"So then, what ails thee now?"
"Vậy thì, bây giờ ngươi bị sao vậy?"
The woman answered the goddess.
Người phụ nữ trả lời nữ thần.
"True, oh mother, my husband has come to me"
"Đúng vậy, mẹ ơi, chồng con đã đến với con"
"But he has come to me in a melancholy mood"
"Nhưng anh ấy đã đến với tôi trong tâm trạng buồn bã"
"He hardly speaks to me when I speak to him"
"Anh ấy hầu như không nói chuyện với tôi khi tôi nói chuyện
với anh ấy"
"He takes no delight in me when he is with me"
"Anh ấy không thích thú gì khi ở bên tôi"
"All he does is sit melancholy in a corner"
"Anh ấy chỉ ngồi buồn bã ở một góc"
The goddess replied to her devotee.
Nữ thần trả lời tín đồ của mình.

"Ask your husband why he feels melancholy"
"Hãy hỏi chồng bạn tại sao anh ấy cảm thấy buồn bã"
"When he tells you, let me know the reason"
"Khi anh ấy nói với bạn, hãy cho tôi biết lý do"
The minister's son overheard the conversation.
Con trai của vị mục sư đã nghe được cuộc trò chuyện.
But he stayed unnoticed by the goddess.
Nhưng chàng vẫn không bị nữ thần chú ý.
And his wife did not notice him either.
Và vợ anh cũng không để ý đến anh.
He quietly slunk away before his wife.
Anh ta lặng lẽ lẻn đi trước vợ mình.
And he returned back to bed before her.
Và anh quay lại giường trước cô.
The following day the wife asked her husband.
Ngày hôm sau, người vợ hỏi chồng.
"My dear husband, why are you in a melancholy mood?"
"Chồng yêu của em, sao anh lại buồn thế?"
Her husband retold the whole story.
Chồng cô kể lại toàn bộ câu chuyện.
He told her about the jewel serpent.
Anh ấy kể cho cô ấy nghe về con rắn ngọc.
He told her about the subterranean palace.
Anh kể cho cô nghe về cung điện ngầm.
He told her about the princess being captured.
Anh ấy kể cho cô ấy nghe về việc công chúa bị bắt.
He told her how he freed the princess.
Anh kể cho cô nghe về cách anh giải thoát công chúa.
And he told her about Bihangama and Bihangami.
Và anh ấy kể cho cô ấy nghe về Bihangama và Bihangami.
He told her how he had turned to stone.
Anh kể cho cô nghe về việc anh đã biến thành đá như thế nào.
And he told her how he was returned back to life.
Và ông kể cho bà nghe về cách ông sống lại.
So he told her also about the killing of the child.
Vì vậy, anh ta cũng kể với cô ấy về vụ giết đứa trẻ.
That night his wife left the bed again.

Đêm đó, vợ anh lại rời khỏi giường.

And she returned to the goddess kali's temple.

Và nàng trở về đền thờ nữ thần Kali.

And she told the goddess of her husband's melancholy.

Và nàng kể với nữ thần về nỗi buồn của chồng mình.

The goddess listened intently to what was said.

Nữ thần chăm chú lắng nghe những lời được nói.

"Bring the child here and I will restore it to life"

"Hãy mang đứa trẻ đến đây và ta sẽ làm cho nó sống lại"

The next night she left the marital bed again.

Đêm hôm sau, cô lại rời khỏi giường tân hôn.

She went to the tree in the garden.

Cô ấy đi đến cái cây trong vườn.

And she took the child from the tree.

Và cô ấy đã lấy đứa trẻ từ trên cây xuống.

And she took the child to the goddess kali.

Và nàng đem đứa trẻ đến gặp nữ thần Kali.

And the goddess kali returned the child back to life.

Và nữ thần Kali đã hồi sinh đứa trẻ.

The prince's friend was entranced with joy.

Người bạn của hoàng tử vô cùng vui mừng.

He picked up the reanimated child.

Anh ta bế đứa trẻ đã sống lại lên.

And he ran as fast as he could to his friend.

Và anh ấy chạy nhanh nhất có thể đến chỗ bạn mình.

And he gave him his child, alive and well.

Và ông đã trao lại đứa con của mình cho ông, đứa con vẫn còn sống và khỏe mạnh.

They all rejoiced with exceedingly great joy.

Mọi người đều vui mừng vô cùng.

And they lived together happily till the day of their death.

Và họ sống hạnh phúc bên nhau cho đến ngày qua đời.

The Indignant Brahman
Người Bà La Môn Phẫn Nộ

There was once a poor Brahman.
Ngày xưa có một người Bà La Môn nghèo khổ.
This poor Brahman had a wife.
Người Bà La Môn nghèo khổ này có vợ.
And he also had four children.
Và ông cũng có bốn người con.
He was a very poor man.
Ông ấy là một người đàn ông rất nghèo.
And he had no resources in the world.
Và ông không có bất kỳ nguồn lực nào trên thế giới.
He lived from the charity of others.
Ông sống nhờ vào lòng từ thiện của người khác.
During marriages he earned well.
Trong suốt cuộc hôn nhân, ông kiếm được nhiều tiền.
And he earned well during funerals.
Và ông kiếm được nhiều tiền từ đám tang.
But his parishioners did not marry daily.
Nhưng giáo dân của ông không kết hôn hàng ngày.
And they did not die every day either.
Và không phải ngày nào họ cũng chết.
It was difficult to make the two ends meet.
Thật khó để cân bằng được hai mục tiêu này.
His wife often rebuked him.
Vợ ông thường xuyên khiển trách ông.
"Why can you not support me?"
"Tại sao anh không thể ủng hộ em?"
"Our children run around naked"
"Con cái chúng ta chạy loanh quanh trần truồng"
"And they suffer from hunger"
"Và họ phải chịu đựng cơn đói"
Though poor, he was a good man.
Mặc dù nghèo nhưng ông là người tốt.
And he was diligent in his devotions.
Và ông rất siêng năng trong việc cầu nguyện.

Every day he said his prayers.

Mỗi ngày ông đều cầu nguyện.

He prayed at the same time each day.

Ông cầu nguyện vào cùng một thời điểm mỗi ngày.

His tutelary deity was the Goddess Durga.

Vị thần bảo hộ của ông là Nữ thần Durga.

She is the consort of Shiva.

Bà là vợ của thần Shiva.

She is the creative energy of the universe.

Cô ấy là nguồn năng lượng sáng tạo của vũ trụ.

Every day he wrote the name of Durga.

Mỗi ngày chàng đều viết tên Durga.

He wrote the name in red ink.

Anh ấy viết tên bằng mực đỏ.

At least one hundred and eight times.

Ít nhất một trăm lẻ tám lần.

He did not drink or eat till he did this.

Anh ta không uống hay ăn gì cho đến khi làm điều này.

throughout the day he uttered prayers.

suốt cả ngày ông đều cầu nguyện.

"O Durga! have mercy upon me"

"Hỡi Durga! Xin thương xót con"

He prayed whenever he felt anxious.

Ông cầu nguyện mỗi khi cảm thấy lo lắng.

And he often felt anxious.

Và ông thường cảm thấy lo lắng.

Because he lived in poverty.

Bởi vì ông sống trong cảnh nghèo đói.

He prayed when his worries were too much.

Ông cầu nguyện khi nỗi lo lắng của ông quá lớn.

And there were many things he worried about.

Và có rất nhiều điều khiến anh lo lắng.

He worried about his wife and children.

Ông lo lắng cho vợ và con mình.

And he worried about supporting them.

Và ông lo lắng về việc hỗ trợ họ.

One day he was very sad.

Một ngày nọ, anh ấy rất buồn.

On this day he went to a forest.

Vào ngày này, anh ấy đã đi vào một khu rừng.

The forest was far outside the village.

Khu rừng nằm rất xa bên ngoài ngôi làng.

He let out all his grief.

Anh ấy trút hết mọi nỗi đau buồn của mình.

And he wept bitter tears.

Và ông khóc những giọt nước mắt cay đắng.

"O Durga! O Mother Bhagavati!"

"Hỡi Durga! Ôi Mẹ Bhagavati!"

"Please put an end to my misery?"

"Xin hãy chấm dứt nỗi đau khổ của tôi?"

"I wish I were alone in the world"

"Ước gì tôi được một mình trên thế giới này"

"Then my poverty wouldn't worry me"

"Khi đó, sự nghèo khó của tôi sẽ không làm tôi lo lắng nữa"

"But thou hast given me a wife"

"Nhưng Ngài đã ban cho tôi một người vợ"

"And my wife has given me children"

"Và vợ tôi đã sinh cho tôi những đứa con"

"O Mother, I beg of you"

"Lạy Mẹ, con cầu xin Mẹ"

"Give me the means to support them"

"Hãy cho tôi phương tiện để hỗ trợ họ"

Shiva and his wife Durga happened to be there.

Tình cờ Shiva và vợ là Durga cũng có mặt ở đó.

They were taking their morning walk.

Họ đang đi dạo buổi sáng.

The Goddess Durga saw the Brahman at a distance.

Nữ thần Durga nhìn thấy Brahman từ xa.

"O Lord of Kailas, do you see that Brahman?"

"Hỡi Chúa tể Kailas, ngài có thấy vị Brahman đó không?"

"He is always taking my name on his lips"

"Anh ấy luôn nhắc đến tên tôi trên môi"

"He prays I deliver him from his troubles"

"Anh ấy cầu xin tôi giải thoát anh ấy khỏi những rắc rối"
"Can we not do something for the poor Brahman?"
"Chúng ta không thể làm gì đó cho người Bà-la-môn tội nghiệp này sao?"
"He is oppressed with many cares"
"Anh ấy bị áp bức bởi nhiều nỗi lo lắng"
"And he deeply cares for his growing family"
"Và anh ấy rất quan tâm đến gia đình đang ngày càng lớn mạnh của mình"
"We should make his life more comfortable"
"Chúng ta nên làm cho cuộc sống của anh ấy thoải mái hơn"
"Because the poor man never has enough to eat"
"Bởi vì người nghèo không bao giờ có đủ thức ăn"
"And his family doesn't have enough to eat either"
"Và gia đình anh ấy cũng không có đủ ăn"
"Let us give him a pot"
"Chúng ta hãy đưa cho anh ta một cái nồi"
"A pot with an infinite supply of murukku"
"Một chiếc bình chứa nguồn murukku vô tận"
The divine consort was right.
Vị phối ngẫu thần thánh đã đúng.
The Lord of Kailas agreed to the proposal.
Chúa tể Kailas đã đồng ý với đề xuất này.
On the spot he created a magical pot.
Ngay tại chỗ, ông đã tạo ra một chiếc bình ma thuật.
Durga went to the poor Brahman.
Durga đến gặp người Bà La Môn nghèo khổ.
"O Brahman! My loyal devotee"
"Hỡi Brahman! Người sùng đạo trung thành của ta"
"I have often thought of your pitiable case"
"Tôi thường nghĩ đến trường hợp đáng thương của bạn"
"Your repeated prayers have moved my compassion"
"Những lời cầu nguyện liên tục của bạn đã lay động lòng trắc ẩn của tôi"
"Here is a pot for you"
"Đây là một cái nồi dành cho bạn"
"You must turn the pot upside down"

"Bạn phải lật ngược cái nồi lại"
"And then you must shake the pot"
"Và sau đó bạn phải lắc cái nồi"
"The finest murukku will pour out"
"Murukku tuyệt hảo nhất sẽ tuôn ra"
"The murukku will keep pouring out forever"
"Murukku sẽ tiếp tục tuôn chảy mãi mãi"
"Until you put the pot upright again"
"Cho đến khi bạn dựng lại cái nồi"
"You can eat as much murukku as you like"
"Bạn có thể ăn bao nhiêu murukku tùy thích"
"Your wife and children will hunger no more"
"Vợ con anh sẽ không còn đói nữa"
"And you can sell the murukku if you like"
"Và bạn có thể bán murukku nếu bạn thích"
The Brahman was delighted beyond measure.
Người Bà La Môn vô cùng vui mừng.
He had received a truly valuable treasure.
Ông đã nhận được một kho báu thực sự có giá trị.
He made his deepest obeisance to the goddess.
Ông đã bày tỏ lòng thành kính sâu sắc nhất tới nữ thần.
And he expressed his eternal gratefulness.
Và ông bày tỏ lòng biết ơn vô hạn của mình.

The Brahman had started walking home.
Người Bà La Môn đã bắt đầu đi bộ về nhà.
But first he had to test his magical pot.
Nhưng trước tiên, anh phải thử chiếc bình ma thuật của mình.
He wanted to see if the pot really worked.
Ông muốn xem thử cái nồi có thực sự hoạt động được không.
He turned the pot upside down.
Anh ta lật ngược cái nồi lại.
And he shook the pot, as instructed.
Và anh ta lắc cái nồi theo như chỉ dẫn.
Lo and behold! The pot really did work.
Và kìa! Chiếc nồi thực sự hoạt động.
The finest murukku fell to the ground.

Murukku tốt nhất rơi xuống đất.

He tied the sweetmeat in his sheet.

Anh ta buộc kẹo vào tấm vải trải giường.

And he walked on, towards his village.

Và anh ta tiếp tục bước đi về phía ngôi làng của mình.

By noon the Brahman had gotten hungry.

Đến trưa, người Bà La Môn đã thấy đói.

But he could not eat without his ablutions.

Nhưng ông không thể ăn nếu không tắm rửa.

First, he had to say his prayers.

Đầu tiên, anh phải cầu nguyện.

There was an inn on his way.

Có một quán trọ trên đường đi.

Close to the inn there was a water tank.

Gần quán trọ có một bể nước.

So, he intended to halt there.

Vì vậy, anh ta định dừng lại ở đó.

In order to bathe and say his prayers.

Để tắm rửa và cầu nguyện.

After this he could eat all the murukku.

Sau đó anh ta có thể ăn hết murukku.

The Brahman sat at the innkeeper's shop.

Người Bà La Môn ngồi ở cửa hàng của chủ quán trọ.

The shopkeeper was smoking tobacco.

Người bán hàng đang hút thuốc lá.

He put the pot near the shopkeeper.

Anh ta đặt cái nồi gần người bán hàng.

And he asked him to look after the pot.

Và ông ấy yêu cầu anh ta trông coi cái nồi.

"Please take special care of this pot"

"Xin hãy chăm sóc chiếc nồi này thật cẩn thận"

"I must bathe and say my prayers"

"Tôi phải tắm rửa và cầu nguyện"

"Please look after this pot for me"

"Làm ơn trông chừng cái nồi này giúp tôi"

"Make sure nothing happens to this pot"

"Hãy chắc chắn rằng không có chuyện gì xảy ra với cái nồi này"

He thought it was a strange request.

Anh ấy nghĩ đó là một yêu cầu kỳ lạ.

But he agreed to look after the pot.

Nhưng anh ấy đồng ý trông coi cái nồi.

And the Brahman gave him the pot.

Và Bà La Môn đưa cho anh ta cái nồi.

He besmeared his body with mustard oil.

Ông bôi dầu mù tạt lên người.

And he went to do his ablutions.

Và ông đi làm lễ rửa tội.

The innkeeper grew curious about the pot.

Người chủ quán trọ tò mò về chiếc nồi.

"This pot must have something valuable in it"

"Cái bình này chắc hẳn có thứ gì đó có giá trị bên trong"

"Why else would he be so careful?"

"Nếu không thì tại sao anh ấy lại cẩn thận như vậy?"

His curiosity had been excited.

Sự tò mò của anh đã được khơi dậy.

So, he opened the pot.

Vì thế, anh ta mở cái nồi ra.

To his surprise the pot was empty.

Điều khiến anh ngạc nhiên là chiếc nồi đã trống rỗng.

"What can be the meaning of this?"

"Điều này có thể có ý nghĩa gì?"

"Why does he care so much for an empty pot?"

"Tại sao anh ấy lại quan tâm đến cái bình rỗng thế?"

He began to examine the pot more carefully.

Anh bắt đầu xem xét chiếc nồi kỹ hơn.

During his inspection he turned the pot upside down.

Trong lúc kiểm tra, ông đã lật ngược chiếc nồi lại.

And then the finest murukku fell out from the pot.

Và rồi viên murukku ngon nhất rơi ra khỏi nồi.

And the murukku didn't stop falling out.

Và murukku vẫn không ngừng rơi ra.

The innkeeper called his wife and children.

Người chủ quán trọ gọi vợ và các con lại.

He wanted them to witness what had happened.

Ông muốn họ chứng kiến những gì đã xảy ra.

An unexpected stroke of good fortune!

Một sự may mắn bất ngờ!

The pot gave copious showers of sugared paddy.

Chiếc nồi đổ ra rất nhiều gạo nếp tẩm đường.

He filled all his pots and jars.

Ông đã đổ đầy tất cả các bình và lọ của mình.

He knew he had to have this pot.

Anh biết mình phải có chiếc nồi này.

So, he replaced the pot with another one.

Vì vậy, ông đã thay thế chiếc nồi này bằng một chiếc nồi khác.

He had a pot of the same size and color.

Ông ấy có một chiếc nồi có cùng kích thước và màu sắc.

The Brahman had finished his ablutions.

Người Bà La Môn đã hoàn tất việc tắm rửa.

He had performed all of his devotions.

Ông đã thực hiện tất cả các nghi lễ của mình.

He came back to the shop in wet clothes.

Anh ta quay lại cửa hàng trong bộ quần áo ướt.

He was still reciting holy texts of the Vedas.

Ông vẫn đang đọc kinh Vệ Đà.

He put back on his dry clothes.

Anh mặc lại quần áo khô.

In red ink he wrote the name of Durga.

Ông viết tên Durga bằng mực đỏ.

He wrote her name one hundred and eight times.

Anh ấy đã viết tên cô ấy một trăm lẻ tám lần.

After doing this he broke his fast.

Sau khi làm xong việc này, ông đã phá vỡ sự kiêng ăn của mình.

And he ate the murukku he had in his sheet.

Và anh ta ăn miếng murukku anh ta có trong tờ giấy.

He was refreshed from the meal.

Anh ấy cảm thấy sảng khoái sau bữa ăn.

Now he could resume his journey home.
Bây giờ anh có thể tiếp tục hành trình trở về nhà.
So he called to the innkeeper.
Vì vậy, anh ta gọi người chủ quán trọ.
"Please could I get my pot back"
"Làm ơn cho tôi lấy lại cái nồi của tôi được không"
The innkeeper gave him back his pot.
Người chủ quán trọ trả lại cho anh ta chiếc nồi.
"There, sir, here is your pot"
"Thưa ngài, đây là nồi của ngài"
"The pot is exactly where you had put it"
"Cái nồi ở đúng vị trí bạn đã đặt nó"
"Your pot is just as you left it"
"Cái nồi của anh vẫn y nguyên như lúc anh để lại"
"I made sure no one has touched your pot"
"Tôi đã đảm bảo không ai chạm vào nồi của bạn"
The Brahman didn't suspect a thing.
Người Bà La Môn không hề nghi ngờ điều gì.
He picked up the pot.
Anh ta nhặt cái nồi lên.
And he proceeded on his journey home.
Và anh tiếp tục cuộc hành trình trở về nhà.

On his journey he had to think.
Trên đường đi, anh phải suy nghĩ.
He congratulated his good fortune.
Ông chúc mừng sự may mắn của mình.
"My wife will be most pleasantly surprised!"
"Vợ tôi chắc chắn sẽ rất ngạc nhiên!"
"The children will devour the murukku!"
"Lũ trẻ sẽ ăn hết murukku!"
"I shall soon become rich"
"Tôi sẽ sớm trở nên giàu có"
"I will be able to lift my head up high"
"Tôi sẽ có thể ngẩng cao đầu"
The pains of travelling had been reduced.
Những đau đớn khi đi lại đã giảm bớt.

Now his problems were much more pleasant.

Bây giờ vấn đề của anh dễ chịu hơn nhiều.

Only anticipation made the journey difficult.

Chỉ có sự dự đoán mới làm cho cuộc hành trình trở nên khó khăn.

He finally reached his home again.

Cuối cùng anh cũng về đến nhà.

He called to his wife and children.

Ông gọi vợ và các con của mình.

"Look at what I have brought"

"Hãy nhìn xem tôi đã mang gì đến đây"

"This pot is an unfailing source of wealth".

"Cái nồi này là nguồn của cải vô tận".

"We will never have to struggle again"

"Chúng ta sẽ không bao giờ phải đấu tranh nữa"

"I will turn the pot upside down"

"Tôi sẽ lật ngược cái nồi lại"

"And then you will see something.

"Và sau đó bạn sẽ thấy một điều gì đó.

"Something you've never seen before"

"Một thứ bạn chưa từng thấy trước đây"

"A stream of the finest murukku will flow"

"Một dòng murukku tuyệt vời nhất sẽ chảy"

You can imagine what his wife was thinking.

Bạn có thể tưởng tượng được vợ anh ấy đang nghĩ gì.

"My husband has gone mad," she thought.

"Chồng tôi phát điên rồi", bà nghĩ.

She was soon confirmed in her opinion.

Bà đã sớm khẳng định được quan điểm của mình.

Nothing fell from the pot, as promised.

Không có gì rơi ra khỏi nồi như đã hứa.

He turned the pot upside down again and again.

Anh ta liên tục lật ngược chiếc nồi.

The Brahman was overwhelmed with grief.

Người Bà La Môn vô cùng đau buồn.

He realized that he had been tricked.

Anh nhận ra mình đã bị lừa.

The innkeeper must have swapped the pot.

Chủ quán trọ hẳn đã đổi cái nồi.

He must have stolen Durga's pot.

Anh ta hẳn đã ăn trộm chiếc nồi của Durga.

And he must have replaced the pot with a normal one.

Và anh ta hẳn đã thay thế cái nồi bằng một cái nồi bình thường.

He went back to the innkeeper the next day.

Ngày hôm sau, anh ta quay lại gặp chủ quán trọ.

And he accused him of having changed his pot.

Và anh ta cáo buộc anh ta đã thay đổi cái nồi.

At first the innkeeper acted surprised.

Lúc đầu, chủ quán trọ tỏ ra ngạc nhiên.

Then he pretended to be angry at the accusation.

Sau đó, anh ta giả vờ tức giận vì lời buộc tội đó.

Finally, he chased him out of his shop.

Cuối cùng, anh ta đuổi anh ta ra khỏi cửa hàng.

He had no way of getting the pot back.

Anh ta không có cách nào lấy lại được chiếc nồi.

The Brahman knew what he had to do.

Người Bà La Môn biết mình phải làm gì.

He went to see the goddess Durga again.

Ông lại đi gặp nữ thần Durga lần nữa.

Siva and Durga honored him with their presence.

Siva và Durga đã tôn vinh ông bằng sự hiện diện của họ.

Durga spoke to the poor Brahman.

Durga nói chuyện với người Bà La Môn tội nghiệp.

"So, you have lost the pot I gave you"

"Vậy là anh đã làm mất cái nồi tôi đưa cho anh rồi"

"I take pity on your situation"

"Tôi thương hại hoàn cảnh của bạn"

"Here is another magical pot"

"Đây là một chiếc bình ma thuật khác"

"Take this pot, and make good use of it"

"Hãy cầm lấy chiếc bình này và sử dụng nó thật tốt"

The Brahman was elated with joy.

Người Bà La Môn vô cùng vui mừng.

He made obeisance to the divine couple.

Ông cúi chào cặp đôi thần thánh.

And he took the pot with him.

Và anh ta mang cái nồi theo.

Again he had to see if the pot worked.

Một lần nữa anh phải kiểm tra xem cái nồi có hoạt động không.

He turned the pot upside down.

Anh ta lật ngược cái nồi lại.

And he shook the pot as before.

Và anh ta lắc cái nồi như trước.

And he waited for the murukku to fall out.

Và anh ta chờ cho murukku rơi ra.

But no, horror of horrors!

Nhưng không, thật kinh hoàng!

Murukku did not fall from the pot.

Murukku không rơi khỏi nồi.

Instead of murukku, demons jumped out.

Thay vì murukku, lũ quỷ lại nhảy ra.

They began to beat the astonished Brahman.

Họ bắt đầu đánh đập vị Bà La Môn đang kinh ngạc.

The Brahman received punches and kicks.

Người Brahman bị đấm và đá.

But he kept his presence of mind.

Nhưng ông vẫn giữ được sự bình tĩnh.

He turned the pot the right way up.

Anh ta lật ngược cái nồi lại.

And he covered the pot up again.

Và anh ta lại đậy nắp nồi lại.

Fortunately his quick thinking worked.

May mắn thay, suy nghĩ nhanh nhạy của anh đã có hiệu quả.

The demons disappeared as soon as he did this.

Lũ quỷ biến mất ngay khi anh làm điều này.

The Brahman tried to understand what this meant.

Người Bà La Môn cố gắng hiểu điều này có nghĩa là gì.

It must be to punish the innkeeper!

Chắc chắn là để trừng phạt chủ quán trọ!
So he went to the innkeeper again.
Vì vậy, anh ta lại đến gặp chủ quán trọ.
He gave him the new pot.
Ông đưa cho anh ta cái nồi mới.
He begged of him to look after the pot.
Anh ta cầu xin anh ta trông coi cái nồi.
Just like he had done before.
Giống như anh ấy đã từng làm trước đây.
He went for his ablutions and prayers.
Ông đi rửa tội và cầu nguyện.
The innkeeper was delighted.
Người chủ quán trọ rất vui mừng.
He had been given a second godsend.
Ông đã được ban cho một món quà trời cho thứ hai.
He agreed to take the greatest care of the pot.
Anh ấy đồng ý sẽ chăm sóc chiếc nồi thật cẩn thận.
He waited for the Brahman to go.
Ông chờ cho vị Bà La Môn đi.
And he called his wife and children.
Và ông gọi vợ và các con mình lại.
"This is another pot from the Brahman"
"Đây là một chiếc bình khác của Brahman"
"This time I hope it is not murukku"
"Lần này tôi hy vọng không phải là murukku"
"I hope this pot is full of sandesa"
"Tôi hy vọng cái nồi này đầy sandesa"
"Come, be ready with the baskets"
"Hãy đến, chuẩn bị sẵn những chiếc giỏ"
"I will turn the pot upside down"
"Tôi sẽ lật ngược cái nồi lại"
"And then I will shake the pot"
"Và sau đó tôi sẽ lắc cái nồi"
And he did what he said he would do.
Và ông đã làm những gì ông nói ông sẽ làm.
But the room did not fill with food.
Nhưng căn phòng không có thức ăn.

This time the room filled with demons.

Lần này căn phòng đầy quỷ dữ.

The demons caught hold of the innkeeper.

Lũ quỷ bắt giữ chủ quán trọ.

And the demons also caught his family.

Và lũ quỷ cũng bắt được gia đình ông.

And the demons beat them mercilessly.

Và bọn quỷ đánh đập họ không thương tiếc.

They would have completely destroyed the shop.

Họ có thể đã phá hủy hoàn toàn cửa hàng.

But the victims ran to the Brahman.

Nhưng các nạn nhân đã chạy đến chỗ Brahman.

The Brahman had returned from his ablutions.

Người Bà La Môn đã trở về sau khi tắm rửa.

The Brahman showed mercy to them.

Người Bà La Môn đã tỏ lòng thương xót với họ.

And he accepted their request.

Và ông đã chấp nhận yêu cầu của họ.

But there was one condition to his help.

Nhưng có một điều kiện để anh giúp đỡ.

"I will only help if I get my pot back"

"Tôi chỉ giúp nếu tôi lấy lại được nồi của mình"

The innkeeper didn't have much choice.

Người chủ quán trọ không có nhiều lựa chọn.

He had to accept the Brahman's conditions.

Ông phải chấp nhận những điều kiện của Brahman.

The Brahman put the pot upright again.

Người Bà La Môn lại đặt chiếc bình thẳng đứng.

And he put the lid on the pot.

Và anh ta đậy nắp nồi lại.

He took his pot back from the innkeeper.

Anh ta lấy lại chiếc nồi từ chủ quán trọ.

And he returned back to his village.

Và anh ta trở về làng của mình.

Now the Brahman had two magical pots.

Bấy giờ, Bà La Môn có hai chiếc bình ma thuật.

The Brahman shut the door of his house.

Người Bà La Môn đóng cửa nhà lại.
And he called his family again.
Và anh ấy lại gọi điện cho gia đình mình.
He turned the murukku-pot upside down.
Ông lật ngược chiếc bình Murukku.
And he shook the murukku-pot as before.
Và ông lắc chiếc bình Murukku như trước.
This time the magic pot worked.
Lần này chiếc nồi thần kỳ đã có tác dụng.
An endless stream of the finest murukku.
Một dòng chảy bất tận của những bài murukku tuyệt vời nhất.
The family devoured the sweetmeat.
Cả gia đình đã ăn hết món kẹo đó.
They ate to their hearts' content.
Họ ăn uống thỏa thích.
All the pots and pans were filled.
Tất cả các nồi và chảo đều đã đầy.

The next day the Brahman became confectioner.
Ngày hôm sau, người Bà La Môn trở thành người làm bánh kẹo.
He opened a shop in his house.
Ông mở một cửa hàng tại nhà mình.
And he sold the best murukku.
Và ông đã bán được món murukku ngon nhất.
The whole village came to the Brahman's house.
Cả làng đều đến nhà Bà La Môn.
They all wanted to buy the wonderful murukku.
Tất cả mọi người đều muốn mua con murukku tuyệt vời đó.
They had never seen such murukku in their life.
Họ chưa bao giờ thấy cảnh murukku như thế trong đời.
It was the most delicious murukku they ever had.
Đó là món murukku ngon nhất mà họ từng ăn.
No one had ever made anything like this dessert.
Chưa có ai từng làm món tráng miệng nào giống như thế này.
The reputation of the Brahman's murukku spread.
Danh tiếng của murukku của Brahman lan rộng.

Soon people from outside the city came.

Chẳng bao lâu sau, người dân từ bên ngoài thành phố đã kéo đến.

Cartloads of the sweetmeat were sold every day.

Mỗi ngày, người ta bán ra rất nhiều xe kẹo.

The Brahman quickly became very rich.

Người Bà La Môn nhanh chóng trở nên rất giàu có.

He built a large brick house.

Ông đã xây một ngôi nhà gạch lớn.

And he lived like a nobleman of the land.

Và ông sống như một quý tộc của vùng đất này.

Once, however, his luck almost changed.

Tuy nhiên, có một lần vận may của ông gần như đã thay đổi.

His children had taken the wrong pot.

Con của ông đã lấy nhầm cái nồi.

A large number of demons came out.

Một số lượng lớn quỷ dữ xuất hiện.

And they caught hold of the Brahman's wife.

Và họ bắt giữ vợ của người Bà La Môn.

And they also caught his children.

Và họ cũng bắt cả con của ông ta nữa.

They were striking them mercilessly.

Họ đánh họ không thương tiếc.

Fortunately the Brahman came back into the house.

May mắn thay, người Bà La Môn đã quay trở lại ngôi nhà.

He turned the pot back to its proper position.

Anh ta xoay cái nồi trở lại vị trí ban đầu.

He wanted to prevent a similar catastrophe.

Ông muốn ngăn chặn một thảm họa tương tự.

So the Brahman had a private room built.

Vì vậy, Bà La Môn đã xây dựng một căn phòng riêng.

And he put the pot in a secret place.

Và anh ta cất cái nồi vào một nơi bí mật.

Mortals, however, do not have the luck of Gods.

Tuy nhiên, con người không có được may mắn như các vị thần.

Uninterrupted prosperity is not their fortune.

Sự thịnh vượng liên tục không phải là may mắn của họ.
The demon-pot had been put out of the way.
Chiếc bình quỷ đã được đưa ra khỏi chỗ.
But why might accident not befall the murukku pot?
Nhưng tại sao tai nạn lại không xảy ra với nồi murukku?
One day the Brahman and his wife were absent.
Một ngày nọ, người Bà La Môn và vợ ông ta đi vắng.
The children decided to shake the pot.
Những đứa trẻ quyết định lắc chiếc nồi.
Each of them wanted to do the honors.
Mỗi người đều muốn thực hiện vinh dự đó.
So there was a fight to get the pot.
Thế là có một cuộc chiến để giành được giải thưởng.
In the struggle the pot fell to the ground.
Trong lúc giằng co, chiếc nồi rơi xuống đất.
Like any other earthen pot, it broke.
Giống như bất kỳ chiếc bình đất nào khác, nó cũng vỡ.
Eventually the Braham came back home again.
Cuối cùng Braham đã trở về nhà.
You can imagine how the news grieved him.
Bạn có thể tưởng tượng được tin tức đó khiến ông đau buồn như thế nào.
Of course the children were well cudgeled.
Tất nhiên là bọn trẻ đã bị đánh đòn.
But anger could not replace the pot.
Nhưng sự tức giận không thể thay thế được chiếc nồi.
After some days he went to the forest again.
Sau vài ngày, anh ta lại vào rừng.
He offered many a prayer for Durga's favor.
Ông đã cầu nguyện rất nhiều để xin ơn của Durga.
At last Siva and Durga appeared to him.
Cuối cùng Siva và Durga xuất hiện trước mặt chàng.
They listened to how the pot had been broken.
Họ lắng nghe tiếng chiếc nồi bị vỡ.
Durga decided to give him another pot.
Durga quyết định đưa cho anh ta một chiếc bình khác.
But this pot was accompanied with a caution.

Nhưng chiếc nồi này lại đi kèm với một lời cảnh báo.
"Brahman, take care of this pot"
"Brahman, hãy chăm sóc cái bình này"
"Do not break or lose this pot again"
"Đừng làm vỡ hay làm mất chiếc bình này nữa"
"Next time I will not give you another pot"
"Lần sau tôi sẽ không đưa cho anh một cái nồi nào nữa đâu"
The Brahman made obeisance to the Gods.
Người Bà La Môn cúi đầu trước các vị thần.
And he went straight back to his house.
Và anh ta đi thẳng về nhà mình.
This time he did not halt at the innkeeper's.
Lần này anh ta không dừng lại ở nhà chủ quán trọ.
He shut the door of his house.
Anh ấy đóng cửa nhà lại.
He called his family to him.
Ông gọi gia đình mình lại.
And he turned the pot upside down.
Và anh ta lật ngược cái nồi lại.
And then he began to shake the pot.
Và rồi anh ta bắt đầu lắc cái nồi.
They were only expecting murukku.
Họ chỉ mong đợi murukku.
But this time it was not murukku.
Nhưng lần này không phải là murukku.
A stream of beautiful sandesa poured out.
Một dòng sandesa tuyệt đẹp tuôn trào.
It was the finest sandesa you can imagine.
Đó là loại sandesa ngon nhất mà bạn có thể tưởng tượng.
It truly was the food of Gods.
Đó thực sự là thức ăn của các vị thần.
The Brahman set up another shop.
Người Bà La Môn mở thêm một cửa hàng nữa.
Now he was selling sandesa.
Bây giờ anh ấy đang bán sandesa.
The fame of his shop soon drew large crowds.

Danh tiếng của cửa hàng ông nhanh chóng thu hút được đông đảo khách hàng.

People came from all over the country.

Mọi người đến từ khắp mọi nơi trên đất nước.

At all festivals and marriage feasts.

Trong tất cả các lễ hội và tiệc cưới.

And at all funeral celebrations in the area.

Và tại tất cả các lễ tang trong khu vực.

No one bought any other sandesa.

Không ai mua bất kỳ loại sandesa nào khác.

All day long the pot produced sandesa.

Suốt cả ngày, chiếc nồi này sản xuất ra sandesa.

Gigantic jars were filled with sweet.

Những chiếc lọ khổng lồ chứa đầy đồ ngọt.

And the jars were sent all over the country.

Và những chiếc lọ này được gửi đi khắp cả nước.

The Brahman's wealth made the Zemindar jealous.

Sự giàu có của người Bà La Môn khiến Zemindar ghen tị.

In these days all villages had a Zemindar.

Ngày nay, tất cả các làng đều có Zemindar.

He had heard strange things about the sandesa.

Ông đã nghe những điều kỳ lạ về sandesa.

He heard the dessert came from a magic pot.

Anh ấy nghe nói món tráng miệng này đến từ một chiếc nồi ma thuật.

So he devised a plan to get this pot.

Vì vậy, anh ta đã nghĩ ra một kế hoạch để lấy được chiếc bình này.

His son was going to get married.

Con trai ông sắp kết hôn.

To celebrate there was a great feast.

Để ăn mừng, người ta đã tổ chức một bữa tiệc lớn.

Many hundreds of people were invited.

Hàng trăm người đã được mời.

Mountain-loads of sandesa were required.

Cần phải có rất nhiều sandesa.

The Zemindar made a proposal to the Brahman.
Zemindar đưa ra một đề xuất cho Brahman.
"Bring the magical pot to my house"
"Mang chiếc bình ma thuật đến nhà tôi"
At first the Brahman refused to bring the pot.
Lúc đầu, người Bà La Môn từ chối mang cái nồi đến.
But the Zemindar insisted.
Nhưng Zemindar vẫn khăng khăng.
"I will have hundreds of guests"
"Tôi sẽ có hàng trăm khách"
"I will need mountains of sandesa"
"Tôi sẽ cần những ngọn núi sandesa"
"More sandesa than you can carry"
"Nhiều sandesa hơn bạn có thể mang"
"Bring the vessel to my house"
"Mang con tàu đến nhà tôi"
"It will be easier for you and me"
"Sẽ dễ dàng hơn cho bạn và tôi"
Eventually the Brahman agreed.
Cuối cùng, người Bà La Môn đã đồng ý.
Himalayas of sandesa were shaken out.
Dãy Himalaya của Sandesa đã bị rung chuyển.
But the Zemindar got hold of the pot.
Nhưng Zemindar đã lấy được chiếc nồi.
The Zemindar insulted the Brahman.
Zemindar đã xúc phạm đến Brahman.
And he chased him out of his house.
Và anh ta đuổi anh ta ra khỏi nhà.
The Brahman didn't give vent to anger.
Người Bà La Môn không để cơn giận bùng phát.
Instead, he quietly went back to his house.
Thay vào đó, anh lặng lẽ quay trở về nhà.
He went to the private room.
Anh ấy đi vào phòng riêng.
And he took out the demon-pot.
Và ông lấy ra chiếc bình quỷ.
He came back to the Zemindar's house.

Anh ấy trở về nhà Zemindar.
And he went to the door of the Zemindar.
Và anh ta đi đến cửa Zemindar.
He turned the pot upside down.
Anh ta lật ngược cái nồi lại.
And then shook the magical pot.
Và sau đó lắc chiếc bình ma thuật.
A hundred demons fell out of the pot.
Một trăm con quỷ rơi ra khỏi nồi.
The chaos was impossible to describe.
Sự hỗn loạn không thể diễn tả được.
The unearthly visitors flooded the party.
Những vị khách siêu nhiên tràn ngập bữa tiệc.
They caught hundreds of the guests.
Họ đã bắt được hàng trăm vị khách.
And the demons beat them mercilessly.
Và bọn quỷ đánh đập họ không thương tiếc.
The women were dragged by their hair.
Những người phụ nữ bị kéo tóc.
The Zemindar was chased from room to room.
Zemindar bị đuổi từ phòng này sang phòng khác.
The demons' mischief was getting out of hand.
Trò nghịch ngợm của lũ quỷ đang trở nên mất kiểm soát.
Someone had to put an end to their mischief.
Ai đó phải chấm dứt trò nghịch ngợm của họ.
Else all the men would have been killed.
Nếu không thì tất cả đàn ông đều đã bị giết.
And the house would have been torn to the ground.
Và ngôi nhà sẽ bị phá hủy hoàn toàn.
The Zemindar fell at the feet of the Brahman.
Zemindar ngã xuống dưới chân Brahman.
And he begged to be shown mercy.
Và ông cầu xin được thương xót.
The Brahman showed him great mercy.
Người Bà La Môn đã tỏ lòng thương xót lớn lao với ông.
And he put the demons back in the pot.
Và ông ta bỏ lũ quỷ trở lại nồi.

The Zemindar never disturbed the Brahman again.
Zemindar không bao giờ làm phiền Brahman nữa.
Nor was he disturbed by anyone else.
Và anh ấy cũng không bị ai làm phiền.
And he lived for many happy years.
Và ông đã sống nhiều năm hạnh phúc.

The Story of the Rakshasas
Câu chuyện về Rakshasas

There was once a poor dimwitted Brahman.

Ngày xưa có một người Bà La Môn nghèo khổ và ngốc nghếch.

This dimwitted man had a wife, but no children.

Người đàn ông ngu ngốc này có vợ nhưng không có con.

But him not having children was probably for the best.

Nhưng việc anh ấy không có con có lẽ là điều tốt nhất.

Because he was barely able to meet his own needs.

Bởi vì anh ta hầu như không thể đáp ứng được nhu cầu của chính mình.

And he could hardly supply enough for his wife.

Và anh ta khó có thể cung cấp đủ cho vợ mình.

But his dimwittedness was not even his biggest problem.

Nhưng sự ngu ngốc của ông thậm chí còn không phải là vấn đề lớn nhất.

This dimwitted man was also a rather lazy man!

Người đàn ông ngốc nghếch này cũng là một người khá lười biếng!

He was averse to making any long journeys.

Ông không thích thực hiện bất kỳ chuyến đi dài nào.

Had he travelled further he might have had enough.

Nếu anh ta đi xa hơn nữa thì có lẽ đã đủ rồi.

He could have got presents from rich men.

Anh ấy có thể nhận được quà từ những người đàn ông giàu có.

This would have enabled them to live comfortably.

Điều này sẽ giúp họ có thể sống thoải mái.

There was a great king in a neighbouring country.

Có một vị vua vĩ đại ở một nước láng giềng.

The mother of the great king had just died.

Mẹ của vị vua vĩ đại vừa mới qua đời.

So this king was celebrating the funeral obsequies.

Vì vậy, vị vua này đang cử hành lễ tang.

And the funeral was celebrated with great pomp.

Và lễ tang được tổ chức rất long trọng.
Brahmans and beggars were coming from faraway lands.
Những người Bà La Môn và người ăn xin đến từ những vùng đất xa xôi.
They all came expecting to receive rich presents.
Tất cả mọi người đều đến đây với mong đợi nhận được những món quà giá trị.
The Brahman's wife requested him to also go.
Vợ của người Bà La Môn cũng yêu cầu ông đi theo.
"Seize this opportunity and get us a little money"
"Hãy nắm bắt cơ hội này và kiếm cho chúng tôi một ít tiền"
But his constitutional indolence stood in the way.
Nhưng sự lười biếng theo hiến pháp của ông đã cản trở điều đó.
The woman, however, gave her husband no rest.
Tuy nhiên, người phụ nữ không cho chồng mình nghỉ ngơi.
Finally she extorted from him the promise.
Cuối cùng cô đã tống tiền anh ta bằng lời hứa.
He promised his wife that he would go.
Anh ấy đã hứa với vợ mình rằng anh ấy sẽ đi.
The good woman, accordingly, cut down a plantain tree.
Vì vậy, người phụ nữ tốt bụng đã chặt một cây chuối.
And she burnt the plantain tree to ashes.
Và cô ấy đốt cây chuối thành tro.
With the ashes she cleaned the clothes of her husband.
Bà dùng tro cốt để giặt sạch quần áo của chồng.
And she made his clothes as white as any cleaner could.
Và cô đã làm cho quần áo của anh trắng hơn bất kỳ chất tẩy rửa nào có thể làm được.
Her husband was going to the palace of a great king.
Chồng bà sắp tới cung điện của một vị vua vĩ đại.
The king could not be approached by men in rags.
Không một người đàn ông ăn mặc rách rưới nào có thể đến gần nhà vua.
Besides, Brahman are bound to appear neat and clean.
Ngoài ra, Brahman luôn phải xuất hiện gọn gàng và sạch sẽ.
At last, one morning the Brahman left his house.

Cuối cùng, vào một buổi sáng, người Bà La Môn rời khỏi nhà.

And he made his way to the palace of the great king.

Và ông đi đến cung điện của vị vua vĩ đại.

I have already mentioned he was a dimwitted man.

Tôi đã nói rồi, ông ta là một người ngu ngốc.

He did not inquire which road he should take.

Ông không hỏi nên đi đường nào.

Instead, he walked on and on without directions.

Thay vào đó, anh ta cứ đi mãi mà không có chỉ dẫn.

And he followed wherever his nose pointed him.

Và anh ta đi theo bất cứ nơi nào mũi anh ta chỉ dẫn.

I don't need to say he was not on the right road.

Tôi không cần phải nói rằng anh ấy đã không đi đúng đường.

The regions he wandered became less and less inhabited.

Những vùng ông đi qua ngày càng ít người sinh sống.

Soon he met no human being for many miles.

Chẳng bao lâu sau, anh không gặp một bóng người nào trong nhiều dặm.

But there were many other things he saw there.

Nhưng anh còn nhìn thấy nhiều thứ khác ở đó.

Things he had never seen in all his life.

Những thứ mà anh chưa từng thấy trong suốt cuộc đời mình.

He saw hillocks of cowries on the roadside.

Ông nhìn thấy những đồi ốc xà cừ bên vệ đường.

Cowries were shells used as money in those times.

Vỏ ốc là loại vỏ sò được dùng làm tiền vào thời đó.

He kept going and saw hillocks of jewels.

Ông tiếp tục đi và nhìn thấy những ngọn đồi đầy châu báu.

Next, he saw hillocks of four-anna pieces.

Tiếp theo, anh nhìn thấy những gò đất có bốn đồng xu.

Further along were hillocks of eight-anna pieces.

Xa hơn nữa là những ngọn đồi có tám đồng tiền.

And further yet were hillocks of rupees.

Và xa hơn nữa là những gò đất rupee.

But the Brahman's surprise did not end there.

Nhưng sự ngạc nhiên của người Bà La Môn không dừng lại ở đó.

Next there was a hill of burnished gold-mohurs.

Tiếp theo là một ngọn đồi gỗ vàng óng ánh.

The burnished gold-mohurs were shining brightly.

Những tấm gỗ dát vàng sáng bóng đang tỏa sáng rực rỡ.

Because the gold-mohurs had been freshly minted.

Bởi vì đồng tiền vàng mới được đúc.

Close to the hill of gold-mohurs was a large house.

Gần ngọn đồi Gold-Mohurs có một ngôi nhà lớn.

The house looked like the palace of a powerful king.

Ngôi nhà trông giống như cung điện của một vị vua quyền lực.

At the door stood a lady of exquisite beauty.

Một người phụ nữ có vẻ đẹp tuyệt trần đang đứng ở cửa.

The lady, seeing the Brahman, said;

Người phụ nữ nhìn thấy Bà-la-môn và nói:

"Come to me, my beloved husband"

"Hãy đến với em, người chồng yêu dấu của em"

"You married me when I was young"

"Anh đã cưới em khi em còn trẻ"

"But you never came back after our marriage"

"Nhưng anh không bao giờ quay lại sau khi chúng ta kết hôn"

"Though I have been daily expecting you"

"Mặc dù tôi đã mong đợi bạn hàng ngày"

"Blessed be this day," said the lady.

"Hôm nay thật là may mắn," người phụ nữ nói.

"On this day I see the face of my husband"

"Hôm nay tôi nhìn thấy khuôn mặt của chồng tôi"

"Come, my sweet, come in," she asked of him.

"Lại đây nào, anh yêu, vào đi," cô ấy gọi anh.

"You must be fatigued from your long journey"

"Bạn hẳn đã mệt mỏi sau chuyến đi dài"

"Wash your feet and rest, and eat and drink"

"Hãy rửa chân và nghỉ ngơi, ăn uống"

"And after that we shall make ourselves merry"

"Và sau đó chúng ta sẽ vui vẻ"

The Brahman was astonished beyond measure.

Người Bà La Môn vô cùng kinh ngạc.

He had no recollection marrying twice.

Ông không nhớ mình đã kết hôn hai lần.

He remembered marrying the wife he left at home.

Ông nhớ lại việc kết hôn với người vợ mà ông bỏ lại ở nhà.

But he did not remember marrying this lady.

Nhưng ông không nhớ mình đã kết hôn với người phụ nữ này.

But he remembered that he was a Kulin Brahman.

Nhưng ông nhớ rằng mình là một người Kulin Brahman.

Perhaps his father got him married as a child.

Có lẽ cha ông đã gả ông cho một người vợ khi ông còn nhỏ.

But what he thought did not matter much.

Nhưng những gì anh nghĩ không quan trọng lắm.

The woman was certain he was her husband.

Người phụ nữ chắc chắn anh ta là chồng mình.

And he had no reason to say he was not her husband.

Và anh không có lý do gì để nói rằng anh không phải là chồng cô.

Because her beauty was more than he could fathom.

Bởi vì vẻ đẹp của cô ấy vượt quá sức tưởng tượng của anh.

As beautiful as the Goddesses of Indra's heaven.

Đẹp như các nữ thần trên thiên đường Indra.

And he was sure that she was wealthy too.

Và anh chắc chắn rằng cô ấy cũng giàu có.

These thoughts went through the Brahman's mind.

Những suy nghĩ này hiện lên trong tâm trí của Brahman.

But the lady interrupted his flow of thought.

Nhưng người phụ nữ đã cắt ngang dòng suy nghĩ của anh.

"Are you doubting whether I am your wife?"

"Anh đang nghi ngờ em có phải là vợ anh không?"

"Have you lost all memories of that happy event?

"Bạn đã mất hết ký ức về sự kiện vui vẻ đó rồi sao?

"All the pomp and circumstance of our nuptials"

"Tất cả sự long trọng và nghi lễ của lễ cưới của chúng tôi"

"Come in, beloved; this is your house"

"Hãy vào đây, người yêu dấu; đây là nhà của bạn"

"Because whatever is mine is thine also"

"Vì bất cứ điều gì của tôi cũng là của bạn"

The fair lady easily persuaded the Brahman.

Người phụ nữ xinh đẹp dễ dàng thuyết phục được vị Bà la môn.

And he succumbed to her loving entreaties.

Và anh đã khuất phục trước lời cầu xin đầy yêu thương của cô.

And he went into the house of the lady.

Và anh ta đi vào nhà của người phụ nữ.

The house was not an ordinary one.

Ngôi nhà đó không phải là một ngôi nhà bình thường.

The house was in fact a magnificent palace.

Ngôi nhà thực chất là một cung điện nguy nga tráng lệ.

All the apartments were large and lofty.

Tất cả các căn hộ đều rộng rãi và cao ráo.

Every room in the palace was richly furnished.

Mỗi phòng trong cung điện đều được trang bị nội thất sang trọng.

But one thing surprised the Brahman very much.

Nhưng có một điều khiến người Bà La Môn rất ngạc nhiên.

There was no other person in all the house.

Không có ai khác trong nhà.

The only one there was the lady herself.

Người duy nhất ở đó chính là người phụ nữ đó.

He could not account for the strange phenomenon.

Ông không thể giải thích được hiện tượng kỳ lạ này.

They meet anyone on their walks either.

Họ cũng gặp bất kỳ ai trên đường đi bộ.

The fact was that the lady was not a human being.

Sự thật là người phụ nữ đó không phải là con người.

What the lady really was was a Rakshasi.

Người phụ nữ đó thực chất là một Rakshasi.

She had eaten up the king and queen.

Cô ta đã ăn thịt cả vua và hoàng hậu.

And she had eaten all the members of the royal family.

Và bà ta đã ăn thịt tất cả các thành viên của gia đình hoàng gia.

And gradually she had eaten their servants too.

Và dần dần cô ta cũng ăn thịt cả người hầu của họ nữa.

This was why there were no humans far and wide.

Đây chính là lý do tại sao không có con người ở khắp mọi nơi.

The Rakshasi and the Brahman now lived together.

Lúc này Rakshasi và Brahman sống chung với nhau.

After a week the former said to the latter;

Một tuần sau, người trước nói với người sau;

"I am very anxious to see my sister"

"Tôi rất nóng lòng muốn gặp em gái tôi"

"As you know, my sister is your other wife"

"Như anh biết đấy, em gái tôi là vợ khác của anh "

"You must go and fetch my sister; your other wife"

"Anh phải đi tìm em gái tôi; người vợ kia của anh"

"Then we shall all live together happily"

"Sau đó chúng ta sẽ sống hạnh phúc bên nhau"

"You must go to get her early tomorrow"

"Ngày mai anh phải đến đón cô ấy sớm nhé"

"I will give you clothes and jewels for her"

"Tôi sẽ tặng cô ấy quần áo và đồ trang sức"

Next morning the Brahman set out for his home.

Sáng hôm sau, người Bà La Môn lên đường về nhà.

He was furnished with fine clothes.

Ông được trang bị quần áo đẹp.

And he wore around his wrists costly ornaments.

Và ông đeo quanh cổ tay mình những đồ trang sức đắt tiền.

The poor woman was in great distress.

Người phụ nữ tội nghiệp đang vô cùng đau khổ.

The funeral ceremony of the king's mother was over.

Lễ tang của mẹ vua đã kết thúc.

All the Brahmans and Pandits had returned.

Tất cả các Bà la môn và học giả đều đã trở về.

And they were loaded with donations.

Và chúng chứa đầy tiền quyên góp.

But her husband had not returned.

Nhưng chồng cô vẫn chưa trở về.

No one could give any news of him.

Không ai có thể cung cấp tin tức gì về anh ta.

Because no one had seen him there.

Bởi vì không ai nhìn thấy anh ấy ở đó.

The woman therefore could only come to one conclusion.

Do đó, người phụ nữ chỉ có thể đi đến một kết luận duy nhất.

He must have been murdered on the road by highwaymen.

Có lẽ anh ta đã bị bọn cướp đường giết chết trên đường.

She was in this terrible suspense.

Cô ấy đang trong trạng thái hồi hộp khủng khiếp.

But then one day she heard some rumors.

Nhưng rồi một ngày cô nghe được một số tin đồn.

People in her village were talking about her husband.

Mọi người trong làng đang bàn tán về chồng cô.

They said they saw him coming back.

Họ nói rằng họ thấy anh ấy quay trở lại.

And they said he was dressed in fine clothes.

Và họ nói rằng ông ấy mặc quần áo đẹp.

And they said he had fine jewels for his wife.

Và họ nói rằng ông có đồ trang sức đẹp dành cho vợ mình.

And sure enough the Brahman soon appeared.

Và quả nhiên Brahman đã sớm xuất hiện.

And he was carrying fine jewels for his wife.

Và ông mang theo những món đồ trang sức đẹp cho vợ mình.

On seeing his wife the Brahman thus accosted her;

Khi nhìn thấy vợ mình, người Bà-la-môn đã đến gần bà như sau;

"Come with me, my dearest wife"

"Hãy đến với anh, người vợ yêu dấu của anh"

"I have found my first wife"

"Tôi đã tìm thấy người vợ đầu tiên của mình"

"She lives in a stately palace"

"Cô ấy sống trong một cung điện nguy nga"

"Near her palace are hillocks of rupees"

"Gần cung điện của bà có những gò rupee"

"And there is a large hill of gold-mohurs"

"Và có một ngọn đồi lớn của cây vàng mohur"

"Why should you pine away in wretchedness?"
"Tại sao bạn phải héo mòn trong đau khổ?"
"Why would you stay in this horrible place?"
"Tại sao anh lại ở lại nơi kinh khủng này?"
"Come with me to the house of my first wife"
"Hãy đi cùng tôi đến nhà người vợ đầu tiên của tôi"
"There we shall all live together happily"
"Ở đó chúng ta sẽ sống hạnh phúc bên nhau"
At first, she thought her half-witted man had gone mad.
Lúc đầu, cô nghĩ rằng người đàn ông ngốc nghếch của mình
đã phát điên.
She could not imagine the hillocks of rupees.
Cô không thể tưởng tượng được những đống tiền rupee.
And she could not imagine a hill of gold-mohurs.
Và cô không thể tưởng tượng ra một ngọn đồi đầy cây vàng
mohur.
But then she saw how he was beautifully dressed.
Nhưng rồi cô thấy anh ăn mặc rất đẹp.
Beautiful clothes of exquisite silks and satins.
Quần áo đẹp làm từ lụa và sa tanh tinh xảo.
Ornaments set with diamonds and precious stones.
Bộ trang sức đính kim cương và đá quý.
Clothes fit for the queen of the land.
Quần áo phù hợp với nữ hoàng của vùng đất này.
Clothes only princesses were in the habit of putting on.
Những bộ quần áo chỉ có công chúa mới có thói quen mặc.
She concluded in her mind that something was amiss:
Cô kết luận trong đầu rằng có điều gì đó không ổn:
Her stupid husband must have been tricked.
Người chồng ngu ngốc của cô chắc hẳn đã bị lừa.
He must have fallen into the meshes of a Rakshasi.
Anh ta hẳn đã rơi vào lưới của một Rakshasi.
The Brahman, however, insisted his wife went with him.
Tuy nhiên, người Bà La Môn vẫn khăng khăng đòi vợ mình đi
cùng.
"Feel free to stay here and pine away in poverty"

"Cứ thoải mái ở lại đây và chết dần chết mòn trong cảnh
nghèo đói"
"As for me, I will return to the palace of my first wife"
"Về phần ta, ta sẽ trở về cung điện của người vợ đầu tiên của
ta"
The good woman did her best to stop her husband.
Người phụ nữ tốt bụng đã cố gắng hết sức để ngăn cản chồng
mình.
But in the end she resolved to go with him.
Nhưng cuối cùng cô quyết định đi cùng anh.
Perhaps she could judge the matter better at the palace.
Có lẽ bà có thể phán đoán vấn đề tốt hơn ở cung điện.

They set out accordingly the next morning.
Họ lên đường vào sáng hôm sau.
They went the same road the Brahman had travelled.
Họ đi theo con đường mà người Bà La Môn đã đi.
The woman was not a little surprised by what she saw.
Người phụ nữ không hề ngạc nhiên trước những gì mình nhìn
thấy.
She saw the hillocks of cowries and of jewels.
Cô nhìn thấy những đồi tiền vỏ sò và đồ trang sức.
And she saw hillocks of eight-anna pieces.
Và cô ấy nhìn thấy những gò đất có tám đồng xu.
And she saw the hillocks of rupees too.
Và cô ấy cũng nhìn thấy những đống tiền rupee.
And last of all she saw a lofty hill of gold-mohurs.
Và cuối cùng cô nhìn thấy một ngọn đồi cao đầy cây vàng
mohur.
She saw also an exceedingly beautiful lady.
Cô cũng nhìn thấy một người phụ nữ vô cùng xinh đẹp.
The lady of the palace was hastening towards her.
Người phụ nữ trong cung điện đang vội vã đi về phía cô.
The lady fell on the neck of the Brahman woman.
Người phụ nữ ngã vào cổ người phụ nữ Bà La Môn.
And she wept tears of joy, and said:
Và nàng khóc những giọt nước mắt vui mừng, và nói:

"Welcome, beloved sister!"

"Chào mừng, chị yêu quý!"

"This is the happiest day of my life!"

"Đây là ngày hạnh phúc nhất trong đời tôi!"

"I see the face of my dearest sister again!"

"Tôi lại được nhìn thấy khuôn mặt của người chị gái thân yêu nhất của tôi!"

The husband and his two wives entered the palace.

Người chồng và hai người vợ bước vào cung điện.

Now he was lodged in a stately mansion.

Bây giờ ông đang ở trong một dinh thự nguy nga.

The most delectable food appeared, as if by enchantment.

Những món ăn ngon nhất xuất hiện như thể do phép thuật.

He was caressed and endeared by his two wives.

Ông được hai người vợ của mình cưng chiều và yêu mến.

Both wives did their best to make him happy.

Cả hai người vợ đều cố gắng hết sức để làm ông vui.

Both wives did their best to make him comfortable.

Cả hai người vợ đều cố gắng hết sức để làm cho ông thoải mái.

His two wives were competing for his love.

Hai người vợ của ông đang cạnh tranh để giành được tình yêu của ông.

The Brahman had a jolly time of it.

Người Bà La Môn đã có một khoảng thời gian vui vẻ.

He was steeped in an ocean of enjoyment.

Anh ấy đắm chìm trong biển niềm vui.

The Brahman lived in this state of Elysian pleasure.

Người Bà La Môn sống trong trạng thái hưởng lạc tuyệt đỉnh này.

Some fifteen or sixteen years he spent this way.

Ông đã sống như thế này khoảng mười lăm hay mười sáu năm.

During this time his two wives presented him with two sons.

Trong thời gian này, hai người vợ của ông đã sinh cho ông hai người con trai.

The Rakshasi's son was the elder.
Con trai của Rakshasi là người lớn tuổi nhất.
He looked more like a god than a human being.
Ông ấy trông giống một vị thần hơn là một con người.
He was named Sahasra-Dal.
Ông được đặt tên là Sahasra-Dal.
His name meant the thousand-branched.
Tên của ông có nghĩa là ngàn nhánh.
The son of the Brahman woman was a year younger.
Con trai của người phụ nữ Bà La Môn kém cô một tuổi.
He was named Champa-Dal
Ông được đặt tên là Champa-Dal
His name meant the branch of a champaka tree.
Tên của ông có nghĩa là nhánh cây champaka.
The two brothers loved each other dearly.
Hai anh em rất yêu thương nhau.
They were both sent to the same school.
Cả hai đều được gửi đến cùng một trường.
The school was several miles distant from the palace.
Ngôi trường cách cung điện vài dặm.
Every day they rode their two little ponies to school.
Mỗi ngày, họ đều cưỡi hai chú ngựa nhỏ của mình đến trường.
The Brahman woman had always been suspicious.
Người phụ nữ Bà La Môn luôn nghi ngờ.
A thousand little circumstances gave her clues.
Hàng ngàn tình huống nhỏ đã cho cô manh mối.
She knew her sister-in-law was not a human being.
Cô biết chị dâu mình không phải là con người.
She was sure her sister-in-law was a Rakshasi.
Bà chắc chắn chị dâu của mình là một Rakshasi.
But her suspicion had not yet ripened into certainty.
Nhưng sự nghi ngờ của cô vẫn chưa trở thành sự chắc chắn.
Because the Rakshasi exercised great self-restraint.
Bởi vì Rakshasi đã thực hiện sự tự kiềm chế rất lớn.
She never did anything which human beings did not do.
Bà không bao giờ làm bất cứ điều gì mà con người không làm.

But she couldn't hide her demonic nature forever.
Nhưng cô không thể che giấu bản chất quỷ dữ của mình mãi được.
Her demonic nature was eventually going to reveal itself.
Bản chất ma quỷ của cô cuối cùng cũng sẽ lộ diện.

The Brahman had little to keep him busy.
Người Bà La Môn chẳng có việc gì để làm.
In order to pass his time he went hunting.
Để giết thời gian, ông đi săn.
The first day he returned with an antelope.
Ngày đầu tiên anh ta trở về với một con linh dương.
The antelope was laid in the courtyard of the palace.
Linh dương được đặt ở sân trong của cung điện.
The Rakshasi saw the antelope with great interest.
Rakshasi nhìn thấy con linh dương với sự thích thú lớn.
At the sight of the raw meat her mouth began to water.
Khi nhìn thấy miếng thịt sống, miệng cô bắt đầu chảy nước.
The antelope was never taken to the kitchen.
Con linh dương không bao giờ được đưa vào bếp.
Instead, the Rakshasi took the antelope to another room.
Thay vào đó, Rakshasi đưa con linh dương đến một căn phòng khác.
In this room she began devouring the antelope.
Trong căn phòng này, cô bắt đầu ăn thịt con linh dương.
The Brahman woman saw everything from a secret room.
Người phụ nữ Bà La Môn đã nhìn thấy mọi thứ từ một căn phòng bí mật.
Her Rakshasi sister tore a leg off the antelope.
Chị gái Rakshasi của cô đã xé toạc một chân của con linh dương.
She saw how she opened her tremendous jaw.
Cô ấy thấy cô ấy mở cái hàm khổng lồ của mình ra.
And in one mouthful she swallowed up the leg.
Và cô ấy nuốt trọn cái chân chỉ trong một miếng.
The other limbs were devoured in the same manner.
Các chi còn lại cũng bị ăn thịt theo cách tương tự.

And opening her jaw even further, she swallowed the body.
Và mở rộng hàm hơn nữa, cô nuốt chửng cơ thể.
Only a little bit of the meat was kept for the kitchen.
Chỉ giữ lại một ít thịt để dùng trong bếp.
On the second day the Brahman caught another antelope.
Ngày thứ hai, người Bà La Môn lại bắt được một con linh dương khác.
On the third day the Brahman caught another antelope.
Đến ngày thứ ba, người Bà La Môn lại bắt được một con linh dương khác.
The Rakshasi was unable to restrain her appetite.
Rakshasi không thể kiềm chế được cơn thèm ăn của mình.
The raw flesh brought out her demonic nature.
Thịt sống đã bộc lộ bản chất ma quỷ của cô.
And she devoured each antelope like the last.
Và cô ấy ăn ngấu nghiến từng con linh dương như con trước.
On the third day the Brahman woman expressed her surprise.
Đến ngày thứ ba, người phụ nữ Bà La Môn tỏ ra ngạc nhiên.
"Nearly three whole antelopes have disappeared"
"Gần ba con linh dương đã biến mất"
"All that is left is a little bit of meat"
"Tất cả những gì còn lại chỉ là một chút thịt"
The Rakshasi did not appreciate the accusation.
Rakshasi không đánh giá cao lời buộc tội này.
"Do I eat raw flesh?" she asked fiercely.
"Tôi có ăn thịt sống không?" cô hỏi một cách dữ dội.
"Perhaps you do eat raw flesh," replied the Brahman woman.
"Có lẽ cô ăn thịt sống," người phụ nữ Bà La Môn trả lời.
"I have nothing to prove the contrary"
"Tôi không có gì để chứng minh điều ngược lại"
The Rakshasi knew she had been discovered.
Rakshasi biết rằng cô đã bị phát hiện.
Her eyes became even fiercer than before.
Ánh mắt cô ấy thậm chí còn dữ tợn hơn trước.
And she vowed to get her revenge.

Và cô ấy thề sẽ trả thù.

The Brahman woman concluded her fate was sealed.

Người phụ nữ Bà La Môn kết luận rằng số phận của mình đã được định đoạt.

She thought her husband would meet the same fate.

Bà nghĩ chồng mình cũng sẽ gặp chung số phận.

She did not expect her son to be spared either.

Bà cũng không mong đợi con trai mình được tha mạng.

That night she hardly slept at all.

Đêm đó cô gần như không ngủ được chút nào.

The Rakshasi had prevented her from seeing her husband.

Rakshasi đã ngăn cản cô gặp chồng mình.

Early next morning Champa-Dal went to school.

Sáng sớm hôm sau, Champa-Dal đã đến trường.

Before he went to school she gave her son a golden bottle.

Trước khi con trai đến trường, bà đã tặng cho con trai mình một chiếc bình vàng.

In the golden bottle was her own breast milk.

Trong chiếc bình vàng đó là sữa mẹ của cô.

"Carefully watch the colour of the milk"

"Hãy chú ý cẩn thận đến màu sắc của sữa"

"If the milk turns red, your father has been killed"

"Nếu sữa chuyển sang màu đỏ, cha của bạn đã bị giết"

"If the milk turns redder, then I have been killed"

"Nếu sữa chuyển sang màu đỏ hơn thì tôi đã chết"

"If the milk turns red you must gallop away"

"Nếu sữa chuyển sang màu đỏ, bạn phải phi nước đại đi"

"Gallop as fast as your horse can carry you"

"Phi nước đại nhanh nhất có thể theo sức ngựa của bạn"

"If you do not run away, you will be devoured"

"Nếu bạn không chạy trốn, bạn sẽ bị nuốt chửng"

That morning the Rakshasi made a suggestion to her husband.

Sáng hôm đó, Rakshasi đã đưa ra một gợi ý cho chồng mình.

"Let us bathe in the river this morning"

"Sáng nay chúng ta hãy tắm sông"

She would not take no for an answer.

Cô ấy sẽ không chấp nhận câu trả lời là không.

The river was some distance from the palace.

Con sông cách cung điện khá xa.

The Brahman followed her as meekly as a lamb.

Người Bà La Môn ngoan ngoãn đi theo nàng như một chú cừu non.

The Brahman woman saw that her doom was near.

Người phụ nữ Bà La Môn thấy rằng số phận của mình đã gần kề.

But it was beyond her power to avert the catastrophe.

Nhưng cô không thể ngăn chặn được thảm họa này.

The Brahman and the Rakshasi did indeed reach the river.

Brahman và Rakshasi thực sự đã đến được bờ sông.

Soon after the Rakshasi changed into her real dimensions.

Ngay sau đó Rakshasi đã biến đổi thành chiều không gian thực sự của mình.

She tore the Brahman limb from limb.

Cô ấy xé nát từng chi của Brahman.

She devoured him like she had devoured the antelope.

Cô nuốt chửng anh như thể cô đã nuốt chửng con linh dương.

Then she ran back to her palace.

Sau đó nàng chạy về cung điện của mình.

The wife's fate was the same as the Brahman's.

Số phận của người vợ cũng giống như số phận của người Bà La Môn.

Young Champ Dal had done as his mother instructed.

Chàng trai trẻ Champ Dal đã làm theo lời mẹ chỉ dẫn.

He was diligently observing the golden bottle.

Anh ta đang chăm chú quan sát chiếc lọ vàng.

He paid special attention to the colour of the milk.

Ông đặc biệt chú ý đến màu sắc của sữa.

He was horror-struck to find the milk redden a little.

Anh ta kinh hãi khi thấy sữa hơi đỏ.

"My father has been killed," he cried.

"Cha tôi đã bị giết rồi," anh ta kêu lên.

Soon after the milk completely reddened.

Ngay sau đó, sữa chuyển sang màu đỏ hoàn toàn.
"Now my mother has been killed too," he cried.
"Giờ thì mẹ tôi cũng đã bị giết rồi," anh ta kêu lên.
Quickly he rushed to mount his pony.
Anh ta nhanh chóng chạy tới cưỡi ngựa.
His half-brother, Sahasra-Dal, was surprised.
Người anh cùng cha khác mẹ của ông, Sahasra-Dal, đã rất
ngạc nhiên.
"Where are you going, Champa?"
"Chiêm Pa, ngươi đi đâu vậy?"
"Why are you crying, brother?"
"Sao anh lại khóc thế, anh bạn?"
"Let me accompany you to wherever you are going"
"Hãy để tôi đi cùng bạn đến bất cứ nơi nào bạn muốn"
But Champa-Dal now feared his brother.
Nhưng Champa-Dal lúc này lại sợ anh trai mình.
"Oh! do not come to me," he objected.
"Ôi! Đừng đến chỗ tôi," anh phản đối.
"Your mother has devoured my father and mother"
"Mẹ ngươi đã nuốt chửng cha mẹ ta"
"Don't you come and devour me"
"Đừng đến và nuốt chửng tôi"
"I will not devour you," he promised his brother.
"Anh sẽ không nuốt chửng em đâu," anh hứa với anh trai
mình.
"I'll save you," he promised his brother.
"Anh sẽ cứu em," anh hứa với em trai mình.
And he galloped after his brother, Champa-Dal.
Và ông phi nước đại theo anh trai mình, Champa-Dal.
Soon his mother, the Rakshasi, appeared at a distance.
Chẳng bao lâu sau, mẹ của ngài, Rakshasi, xuất hiện từ xa.
She demanded Champa-Dal to come to her.
Bà yêu cầu Champa-Dal đến gặp bà.
But Champa-Dal knew better than to go to the Rakshasi.
Nhưng Champa-Dal biết rõ hơn là không nên đến Rakshasi.
"Champa-Dal will not come to you, but I will"
"Champa-Dal sẽ không đến với bạn, nhưng tôi sẽ đến"

And instead, Sahasra-Dal went to his mother.

Và thay vào đó, Sahasra-Dal đã đến gặp mẹ mình.

The young prince always carried a sword with him.

Hoàng tử trẻ luôn mang theo bên mình một thanh kiếm.

With his sword he cut off his mother's head.

Anh ta dùng kiếm chém đứt đầu mẹ mình.

Champa-Dal had not stayed to witness this.

Champa-Dal đã không ở lại để chứng kiến sự việc này.

He had galloped off as far as his pony could carry him.

Anh ta đã phi nước đại đi xa nhất có thể mà con ngựa của anh ta có thể mang được.

Because he was running for his life.

Bởi vì anh ấy đang chạy trốn để bảo toàn mạng sống.

But Sahasra-Dal soon caught up with his brother.

Nhưng Sahasra-Dal đã sớm đuổi kịp anh trai mình.

And he told him that his mother was no more.

Và ông nói với anh rằng mẹ anh không còn nữa.

This was small consolation to Champa-Dal.

Đây là niềm an ủi nhỏ nhoi cho Champa-Dal.

The Rakshasi had already devoured both his parents.

Rakshasi đã ăn thịt cả cha mẹ anh ta.

But he could still not trust Sahasra-Dal's friendship.

Nhưng anh vẫn không thể tin tưởng vào tình bạn của Sahasra-Dal.

They both rode as fast as their horses could carry them.

Cả hai đều phi ngựa nhanh nhất có thể.

And their horses could carry them very far.

Và ngựa của họ có thể đưa họ đi rất xa.

Because their horses were Pakshirajes horses.

Bởi vì ngựa của họ là ngựa Pakshirajes.

Pakshirajes horses are the kings of birds.

Ngựa Pakshirajes là vua của các loài chim.

On their horses they travelled over hundreds of miles.

Họ cưỡi ngựa đi hàng trăm dặm.

An hour or two before sundown they reached a village.

Khoảng một hoặc hai giờ trước khi mặt trời lặn, họ đã tới một ngôi làng.

Here they became the guests of a respectable family.

Ở đây, họ trở thành khách của một gia đình đáng kính.

But the two brothers saw the family was in gloom.

Nhưng hai anh em thấy gia đình đang trong tình trạng u ám.

Something was agitating the family very much.

Có điều gì đó khiến gia đình rất lo lắng.

Some of the family held private consultations.

Một số gia đình đã tổ chức buổi tư vấn riêng.

And others in the family were weeping.

Và những người khác trong gia đình cũng khóc.

The mother was the eldest lady in the house.

Mẹ là người phụ nữ lớn tuổi nhất trong nhà.

"I will go, as I am the eldest," she said.

"Tôi sẽ đi vì tôi là chị cả", cô nói.

"I have lived long enough"

"Tôi đã sống đủ lâu rồi"

"At most my life would be cut short by a year or two"

"Nhiều nhất thì cuộc đời tôi cũng chỉ ngắn lại một hoặc hai năm"

The youngest member of the house was a little girl.

Thành viên trẻ nhất trong nhà là một bé gái.

"I will go, as I am young," she said.

"Tôi sẽ đi, vì tôi còn trẻ," cô nói.

"I am useless to the family"

"Tôi vô dụng với gia đình"

"If I die, I shall not be missed"

"Nếu tôi chết, tôi sẽ không được nhớ đến"

The head of the house was the son of the old lady.

Người đứng đầu gia đình là con trai của bà lão.

"I am the representative of the family," he said.

"Tôi là người đại diện cho gia đình," ông nói.

"It is but reasonable that I should give up my life"

"Thật hợp lý khi tôi phải từ bỏ cuộc sống của mình"

He also had a younger brother.

Ông còn có một người em trai.

"You are the pillar of the family," he said.

"Em là trụ cột của gia đình", anh nói.

"If you go the whole family is ruined"

"Nếu anh đi thì cả gia đình sẽ tan nát"

"It is not reasonable that you should go"

"Thật không hợp lý khi bạn phải đi"

"I will go, as I shall not be much missed"

"Tôi sẽ đi, vì tôi sẽ không bị nhớ nhung nhiều"

The two strangers listened to all this conversation.

Hai người lạ đã lắng nghe toàn bộ cuộc trò chuyện này.

You can imagine their curiosity was not little.

Bạn có thể tưởng tượng được sự tò mò của họ không hề nhỏ.

They wondered what the discussion could be about.

Họ tự hỏi cuộc thảo luận sẽ xoay quanh chủ đề gì.

Sahasra-Dal took the risk of being thought meddlesome.

Sahasra-Dal đã chấp nhận rủi ro bị coi là kẻ thích xen vào chuyện người khác.

"What is the subject of your consultations?"

"Chủ đề tư vấn của bạn là gì?"

"What is the reason for your deep miserable?"

"Nguyên nhân nào khiến anh đau khổ đến thế?"

"Why are your words full of countenances?"

"Sao lời nói của ngươi lại đầy vẻ mặt thế?"

The head of the house gave the following answer.

Người đứng đầu ngôi nhà đã đưa ra câu trả lời như sau.

"There is something you must know, me worthy guests"

"Có một điều các vị khách đáng kính của tôi phải biết"

"These lands are infested by a terrible Rakshasi"

"Những vùng đất này đang bị một Rakshasi khủng khiếp xâm chiếm"

"This Rakshasi has depopulated all the regions here"

"Lễ Rakshasi này đã làm giảm dân số ở tất cả các vùng ở đây"

"This town, too, would have been depopulated"

"Thị trấn này cũng sẽ bị bỏ hoang"

"But that our king became suppliant to the Rakshasi"

"Nhưng vua của chúng ta đã cầu xin Rakshasi"

"He begged her to show mercy to us his people"

"Ông ấy cầu xin bà ấy thương xót chúng tôi, dân tộc của ông ấy"

The Rakshasi replied to the king.
Rakshasi trả lời nhà vua.
"I will consent to show mercy to your subjects"
"Ta sẽ đồng ý tỏ lòng thương xót với thần dân của ngươi"
"But there is one condition for my mercy"
"Nhưng có một điều kiện cho lòng thương xót của ta"
"Every night I demand one human being"
"Mỗi đêm tôi đòi hỏi một con người"
"I don't mind if it is a male or a female"
"Tôi không quan tâm đó là nam hay nữ"
"Put the human being in a temple for me to feast"
"Hãy đưa con người vào đền thờ để ta ăn tiệc"
"If I get a human being every night, I will rest satisfied"
"Nếu tôi có một người mỗi đêm, tôi sẽ được nghỉ ngơi thỏa mãn"
"Promise me this and I will commit no further depredations"
"Hứa với tôi điều này và tôi sẽ không thực hiện thêm bất kỳ hành vi cướp bóc nào nữa"
"Your subjects will be spared from my ravenous hunger"
"Thần dân của ngươi sẽ được cứu khỏi cơn đói khủng khiếp của ta"
"Our king had no other alternative than to agree"
"Vua của chúng tôi không còn cách nào khác ngoài việc đồng ý"
"What human can ever hope to contend against a Rakshasi?"
"Con người nào có thể hy vọng chiến đấu với một Rakshasi?"
"From that day the king made a new law"
"Từ ngày đó, nhà vua ban hành một luật mới"
"Every family has to send one member to the temple"
"Mỗi gia đình phải cử một thành viên đến chùa"
"To appease the wrath of the terrible Rakshasi"
"Để xoa dịu cơn thịnh nộ của Rakshasi khủng khiếp"
"To satisfy the endless hunger of the Rakshasi"
"Để thỏa mãn cơn đói vô tận của Rakshasi"
"All the families in this neighbourhood have had their turn"
"Tất cả các gia đình trong khu phố này đều đã có lượt của họ"

"This night it is the turn of our family"

"Đêm nay đến lượt gia đình chúng ta"

"One of us is to devote ourself to destruction"

"Một trong chúng ta phải cống hiến hết mình cho sự hủy diệt"

"We are therefore discussing who should go to the Rakshasi"

"Vì vậy, chúng ta đang thảo luận xem ai sẽ tham dự Rakshasi"

"You can now perceive the cause of our distress"

"Bây giờ bạn có thể nhận ra nguyên nhân gây ra sự đau khổ của chúng tôi"

The two friends consulted together for a few minutes.

Hai người bạn cùng nhau tham khảo ý kiến trong vài phút.

After this time they concluded their consultation.

Sau thời gian này, họ kết thúc buổi tham vấn.

Sahasra-Dal was the spokesman for the brothers.

Sahasra-Dal là người phát ngôn cho các anh em.

"Most worthy host, do not any longer be sad"

"Chủ nhân đáng kính, đừng buồn nữa"

"You have been very kind to us"

"Bạn đã rất tử tế với chúng tôi"

"We have resolved to requite your hospitality"

"Chúng tôi quyết định đền đáp lòng hiếu khách của bạn"

"We will go to the temple instead of you"

"Chúng tôi sẽ đi đến đền thờ thay cho anh"

"We shall go as your representatives"

"Chúng tôi sẽ đi với tư cách là đại diện của bạn"

"We will become the food of the Rakshasi"

"Chúng ta sẽ trở thành thức ăn của Rakshasi"

The whole family protested against the proposal.

Cả gia đình phản đối đề xuất này.

They declared that guests were like gods.

Họ tuyên bố rằng khách giống như thần thánh.

"The host must ensure the comfort of the guests"

"Chủ nhà phải đảm bảo sự thoải mái cho khách"

"The guests must not suffer for the host"

"Khách không được làm khổ chủ nhà"

But the two strangers could not be persuaded.

Nhưng hai người lạ mặt đó không thể bị thuyết phục.
"We will stand as proxies for your family"
"Chúng tôi sẽ đứng ra đại diện cho gia đình bạn"
There was a great deal of objection to the proposal.
Có rất nhiều sự phản đối đối với đề xuất này.
But eventually the guests persuaded their hosts.
Nhưng cuối cùng các vị khách đã thuyết phục được chủ nhà.
Finally the hosts consented to the arrangement.
Cuối cùng chủ nhà đã đồng ý với thỏa thuận này.

Sahasra-Dal and Champa-Dal rode off on their horses.
Sahasra-Dal và Champa-Dal cưỡi ngựa bỏ đi.
Immediately after candle light they reached the temple.
Ngay sau khi thắp nến, họ đã tới được đền thờ.
They went into the temple, and shut the door.
Họ vào đền thờ và đóng cửa lại.
Sahasra told his brother to go to sleep.
Sahasra bảo anh trai mình đi ngủ.
"I will guard over your sleep"
"Tôi sẽ canh chừng giấc ngủ của bạn"
"I will watch out for the terrible Rakshasi"
"Tôi sẽ coi chừng Rakshasi khủng khiếp"
Champa was soon in a fine sleep.
Champa nhanh chóng chìm vào giấc ngủ ngon.
Sahasra lay awake, waiting for the Rakshasi.
Sahasra nằm thao thức chờ Rakshasi.
Nothing happened during the early hours of the night.
Không có chuyện gì xảy ra vào sáng sớm.
But then the gong of the king's bell sounded.
Nhưng rồi tiếng chuông nhà vua vang lên.
It was midnight, the dead hour of the night.
Lúc đó là nửa đêm, giờ chết của đêm.
Sahasra heard the sound as of a rushing tempest.
Sahasra nghe thấy âm thanh như tiếng một cơn bão dữ dội.
He used the knowledge he had of Rakshasas.
Ông đã sử dụng kiến thức mình có về Rakshasas.
He concluded the Rakshasi was nigh.

Ông kết luận rằng Rakshasi đã gần kề.

A thundering knock was heard at the door.

Có tiếng gõ cửa như sấm.

The following words accompanied the knock at the door:

Những lời sau đây đi kèm với tiếng gõ cửa:

"How, mow, khow! A human being I smell"

"Sao, mow, khow! Ta ngửi thấy mùi người."

"Who keeps guard inside this temple?"

"Ai là người canh gác bên trong ngôi đền này?"

To this question Sahasra-Dal made the following reply:

Đối với câu hỏi này, Sahasra-Dal đã trả lời như sau:

"Sahasra-Dal keeps guard inside this temple"

"Sahasra-Dal canh giữ bên trong ngôi đền này"

"Champa-Dal keeps guard inside this temple"

"Champa-Dal canh gác bên trong ngôi đền này"

"Two winged horses keep guard inside this temple"

"Hai con ngựa có cánh canh gác bên trong ngôi đền này"

Rakshasa blood flowed through Sahasra-Dal's veins.

Dòng máu Rakshasa chảy trong huyết quản của Sahasra-Dal.

The Rakshasi knew Sahasra-Dal was not human.

Rakshasi biết Sahasra-Dal không phải là con người.

And so the Rakshasi turned away with a groan.

Và thế là Rakshasi quay đi với tiếng rên rỉ.

After an hour the Rakshasi returned to the temple.

Sau một giờ, Rakshasi trở về đền.

The Rakshasi thundered at the door again.

Rakshasi lại đập cửa ầm ầm lần nữa.

"How, mow, khow! A human being I smell"

"Sao, mow, khow! Ta ngửi thấy mùi người."

"Who keeps guard inside this temple?"

"Ai là người canh gác bên trong ngôi đền này?"

To this question Sahasra-Dal again replied:

Sahasra-Dal lại trả lời câu hỏi này:

"Sahasra-Dal keeps guard inside this temple"

"Sahasra-Dal canh giữ bên trong ngôi đền này"

"Champa-Dal keeps guard inside this temple"

"Champa-Dal canh gác bên trong ngôi đền này"

"Two winged horses keep guard inside this temple"
"Hai con ngựa có cánh canh gác bên trong ngôi đền này "
The Rakshasi again groaned and went away.
Rakshasi lại rên rỉ rồi bỏ đi.
At two o'clock the Rakshasi appeared once more.
Đến hai giờ, Rakshasi lại xuất hiện một lần nữa.
And at three o'clock the Rakshasi came again.
Và đến ba giờ, Rakshasi lại đến.
Each time the Rakshasi made the same inquiry.
Mỗi lần Rakshasi đều đưa ra cùng một câu hỏi.
And each time the Rakshasi left with a groan.
Và mỗi lần Rakshasi đều rên rỉ bỏ đi.
After three o'clock, however, Sahasra-Dal felt very sleepy.
Tuy nhiên, sau ba giờ, Sahasra-Dal cảm thấy rất buồn ngủ.
He could not any longer keep awake.
Anh không thể tỉnh táo được nữa.
He therefore roused Champa.
Vì thế ông đã đánh thức Champa.
And he told him to keep guard over the temple.
Và ông bảo ông hãy canh giữ đền thờ.
"The Rakshasi will come again in an hour"
"Rakshasi sẽ trở lại sau một giờ nữa"
"The Rakshasi will ask who keeps guard here"
"Rakshasi sẽ hỏi ai canh gác ở đây"
"You must mention Sahasra's name first"
"Trước tiên, bạn phải nhắc đến tên Sahasra"
Having given these instructions he went to sleep.
Sau khi đưa ra những chỉ dẫn này, ông đi ngủ.
At four o'clock the Rakshasi again made her appearance.
Đến bốn giờ, Rakshasi lại xuất hiện.
The Rakshasi thundered at the door, and said:
Rakshasi đập cửa và nói:
"How, mow, khow! A human being I smell"
"Sao, mow, khow! Ta ngửi thấy mùi người."
"Who keeps guard inside this temple?"
"Ai là người canh gác bên trong ngôi đền này?"
Champa-Dal was in a terrible fright.

Champa-Dal vô cùng sợ hãi.

He had forgotten the instructions of his brother.

Anh đã quên mất lời chỉ dẫn của anh trai mình.

"Champa-Dal keeps guard inside this temple"

"Champa-Dal canh giữ bên trong ngôi đền này"

"Sahasra-Dal keeps guard inside this temple"

"Sahasra-Dal canh giữ bên trong ngôi đền này"

"Two winged horses keep guard inside this temple"

"Hai con ngựa có cánh canh gác bên trong ngôi đền này"

The Rakshasi uttered a shout of exultation.

Rakshasi hét lên một tiếng vui mừng.

And the Rakshasi laughed how only demons can laugh.

Và Rakshasi cười rằng chỉ có quỷ dữ mới có thể cười.

With a dreadful noise the door broke open.

Cánh cửa bật mở với một tiếng động khủng khiếp.

The noise roused Sahasra from his sleep.

Tiếng động đánh thức Sahasra khỏi giấc ngủ.

Within a moment he sprung to his feet.

Chỉ trong chốc lát, anh ta đã bật dậy.

He had his sword with him not only by day.

Ông ấy không chỉ mang theo thanh kiếm bên mình vào ban ngày.

He had his sword with him by night too.

Anh ấy cũng mang theo thanh kiếm bên mình vào ban đêm.

His sword was as supple as a palm-leaf.

Thanh kiếm của anh ta mềm dẻo như lá cọ.

And he cut off the head of the Rakshasi.

Và ông ta chặt đầu Rakshasi.

The huge mountain of a body fell to the ground.

Một khối thân hình khổng lồ rơi xuống đất.

The body made a great noise when it fell.

Cơ thể phát ra tiếng động lớn khi rơi xuống.

And the body covered many surrounding acres.

Và xác chết đã bao phủ nhiều mẫu đất xung quanh.

Sahasra-Dal kept the severed head of the Rakshasi.

Sahasra-Dal giữ chiếc đầu bị chặt của Rakshasi.

And he slept again with the head near him.

Và anh lại ngủ với cái đầu gần bên mình.

Early in the morning some wood-cutters came.
Vào sáng sớm, một số người đốn củi đã đến.
The wood-cutters were passing near the temple.
Những người đốn củi đang đi ngang qua gần ngôi đền.
The wood-cutters saw the huge body on the ground.
Những người tiều phu nhìn thấy cơ thể to lớn nằm trên mặt đất.
So they walked towards the temple.
Vì vậy, họ đi về phía ngôi đền.
Soon they saw that it was a carcass.
Chẳng mấy chốc họ nhận ra đó là một cái xác.
The carcass of the terrible Rakshasi.
Xác chết của Rakshasi khủng khiếp.
The Rakshasi that had nearly depopulated the land.
Rakshasi đã gần như làm cho dân số trên đất này giảm đi.
There had been a bounty for this Rakshasi.
Có một khoản tiền thưởng cho Rakshasi này.
The king offered the hand of his daughter.
Nhà vua đưa tay con gái mình ra.
And the king had offered half the kingdom.
Và nhà vua đã dâng một nửa vương quốc.
He would trade it all for the head of the Rakshasi.
Ông ta sẽ đổi tất cả để lấy đầu của Rakshasi.
The wood-cutters saw no claimant at hand.
Những người đốn củi không thấy có người đòi nợ nào ở gần.
So they went to get the reward.
Vì thế họ đã đi để nhận phần thưởng.
Each wood-cutter cut off a limb from the Rakshasi.
Mỗi người đốn củi chặt một cành cây của Rakshasi.
And each wood-cutter went to the king.
Và mỗi người đốn củi đều đến gặp nhà vua.
And each wood-cutter tried to claim the reward.
Và mỗi người đốn củi đều cố gắng giành lấy phần thưởng.
"I am the destroyer of the great man eater"
"Ta là kẻ hủy diệt kẻ ăn thịt người vĩ đại"

"I have come to claim my reward"
"Ta đến để nhận phần thưởng của ta"
The king knew there could only be one hero.
Nhà vua biết rằng chỉ có thể có một anh hùng.
So he made an inquiry with his minister.
Vì vậy, ông đã hỏi ý kiến bộ trưởng của mình.
"What family's turn was it last night?"
"Tối qua đến lượt gia đình nào?"
"And who is the head of that family?"
"Và ai là người đứng đầu gia đình đó?"
The king's minister set out to find the family.
Vị quan cận thần của nhà vua lên đường tìm kiếm gia đình đó.
He brought the head of the family to the king.
Ông đã đưa người đứng đầu gia đình đến gặp nhà vua.
And the head of the family told of his guests.
Và người chủ gia đình kể về những vị khách của mình.
"Last night two youthful travelers came to me"
"Đêm qua có hai du khách trẻ tuổi đến gặp tôi"
"We offered to be their hosts for the night"
"Chúng tôi đề nghị làm chủ nhà cho họ qua đêm"
"Soon they discovered the problem we had"
"Họ sớm phát hiện ra vấn đề của chúng tôi"
"And they volunteered to take our place"
"Và họ đã tình nguyện thay thế chúng tôi"
"They went to the temple, instead of one of us"
"Họ đã đến đền thờ, thay vì một trong số chúng tôi"
The king took his men to the temple.
Nhà vua dẫn quân lính của mình đến đền thờ.
The door of the temple was broken open.
Cánh cửa của ngôi đền đã bị phá vỡ.
They found the two brothers sleeping.
Họ thấy hai anh em đang ngủ.
And the horses were safe in the temple too.
Và những con ngựa cũng được an toàn trong đền thờ.
And the head of the Rakshasi was there too.
Và người đứng đầu của Rakshasi cũng ở đó.
There was no doubt about who had killed the monster.

Không còn nghi ngờ gì nữa về việc ai đã giết con quái vật.

The real hero had been discovered.

Người anh hùng thực sự đã được phát hiện.

And the king kept true to his word.

Và nhà vua đã giữ đúng lời hứa của mình.

He gave the hand of his daughter to Sahasra-Dal.

Ông trao tay con gái mình cho Sahasra-Dal.

And he gave him half his kingdom too.

Và ông cũng trao cho ông ta một nửa vương quốc của mình.

Champa-Dal remained with his friend.

Champa-Dal ở lại với người bạn của mình.

And he rejoiced in Sahasra-Dal's prosperity.

Và ông vui mừng trước sự thịnh vượng của Sahasra-Dal.

And they lived together happily for some time.

Và họ đã sống hạnh phúc bên nhau một thời gian.

But one day a misunderstanding arose between them.

Nhưng một ngày nọ, giữa họ nảy sinh sự hiểu lầm.

The queen-mother had a certain maid-servant.

Thái hậu có một người hầu gái.

This maid-servant was the most useful domestic.

Người hầu gái này là người giúp việc hữu ích nhất.

She could turn her hand to any task.

Cô ấy có thể làm bất cứ công việc gì.

And she had uncommon strength for a woman.

Và bà có sức mạnh phi thường so với bất kỳ người phụ nữ nào.

Her intelligence was not lacking either.

Cô ấy cũng không hề thiếu trí thông minh.

And she had a remarkable amount of energy.

Và cô ấy có một nguồn năng lượng đáng kinh ngạc.

She would have been quickly missed in the palace.

Cô ấy sẽ nhanh chóng bị bỏ quên trong cung điện.

The zenana was completely dependent on her.

Zenana hoàn toàn phụ thuộc vào cô.

Hence her services were highly valued.

Do đó, dịch vụ của bà được đánh giá rất cao.

The queen-mother appreciated her very much.

Thái hậu rất trân trọng bà.

And the ladies of the palace valued her too.

Và các cung nữ trong cung cũng rất coi trọng bà.

But this valuable woman was not a woman.

Nhưng người phụ nữ quý giá này không phải là phụ nữ.

What this woman was was a Rakshasi.

Người phụ nữ này chính là một Rakshasi.

She had put on the appearance of a woman.

Cô ấy đã mang vẻ ngoài của một người phụ nữ.

She had her own nefarious reasons for doing this.

Cô ta có lý do đen tối riêng để làm điều này.

And then she took service in the royal household.

Và sau đó bà đã phục vụ trong gia đình hoàng gia.

At night she used to assume her own real form.

Vào ban đêm, cô ấy thường trở lại hình dạng thật của mình.

When everyone in the palace was asleep.

Khi mọi người trong cung điện đã ngủ.

And then she went about in search of food.

Và sau đó cô ấy đi tìm kiếm thức ăn.

Because her hunger was not satisfied at the palace.

Bởi vì cơn đói của cô không được thỏa mãn ở cung điện.

A Rakshasi needs much more food than a man or woman.

Một Rakshasi cần nhiều thức ăn hơn một người đàn ông hoặc phụ nữ.

At this time Champa-Dal had no wife.

Vào thời điểm này, Champa-Dal không có vợ.

So he often slept outside the zenana.

Vì vậy, ông thường ngủ bên ngoài zenana.

He was not far from the outer gate of the palace.

Anh ta không ở xa cổng ngoài của cung điện.

And from there he could observe her.

Và từ đó anh có thể quan sát cô.

He saw her devouring sundry goats and sheep.

Anh ta nhìn thấy cô đang ăn thịt dê và cừu.

And he saw her devouring horses and elephants.

Và ông thấy cô ta đang ăn thịt ngựa và voi.

This of course was not good for the maid-servant.

Tất nhiên điều này không tốt cho người hầu gái.

Champa-Dal was in the way of her supper.

Champa-Dal đang cản trở bữa tối của cô.

So she was determined to get rid of him.

Vì vậy, cô quyết tâm loại bỏ anh ta.

One day she went to the queen-mother.

Một ngày nọ, nàng đến gặp thái hậu.

"Queen-mother," she said to her.

"Nữ hoàng," bà nói với bà.

"I can no longer work in the palace"

"Tôi không thể tiếp tục làm việc trong cung điện nữa"

"Why?" asked the queen-mother.

"Tại sao?", thái hậu hỏi.

"What is the matter, Dasi" she wanted to know.

"Có chuyện gì vậy, Dasi?" cô muốn biết.

"How can I go on without you?"

"Làm sao em có thể sống tiếp nếu không có anh?"

"Tell me your reasons for leaving"

"Hãy cho tôi biết lý do bạn rời đi"

The maid-servant explained her situation.

Người hầu gái giải thích tình hình của mình.

"I am but a poor woman in this palace"

"Tôi chỉ là một người phụ nữ nghèo khổ trong cung điện này"

"A woman like me can't preserve her honor here"

"Một người phụ nữ như tôi không thể giữ được danh dự của mình ở đây"

"Your son-in-law has a friend, Champa-Dal"

"Con rể của ngài có một người bạn tên là Champa-Dal"

"He always cracks indecent jokes with me"

"Anh ấy luôn kể những câu chuyện cười khiếm nhã với tôi"

"I would rather beg for my rice than to lose my honor"

"Tôi thà đi xin gạo còn hơn mất danh dự"

"If Champa-Dal remains in the palace I must go away"

"Nếu Champa-Dal vẫn còn trong cung điện thì tôi phải đi"

The maid-servant was irreplicable in the palace.

Người hầu gái là người không thể thay thế trong cung điện.

The queen-mother knew what sacrifice to make.

Thái hậu biết mình phải hy sinh điều gì.

Champa-Dal was going to have to leave the palace.

Champa-Dal sắp phải rời khỏi cung điện.

And she told Sahasra-Dal all her reasons.

Và cô ấy đã kể cho Sahasra-Dal nghe mọi lý do của mình.

"Champa-Dal is a bad man"

"Champa-Dal là một người đàn ông xấu"

"His character and morals are loose"

"Tính cách và đạo đức của anh ta thật là đồi trụy"

"He must leave this palace at once"

"Anh ta phải rời khỏi cung điện này ngay lập tức"

Sahasra-Dal did his best to persuade her otherwise.

Sahasra-Dal đã cố gắng hết sức để thuyết phục cô ấy thay đổi suy nghĩ.

He earnestly pleaded on behalf of his friend.

Anh ấy tha thiết cầu xin thay mặt cho người bạn của mình.

But his efforts were in vain.

Nhưng mọi nỗ lực của ông đều vô ích.

The queen-mother had made up her mind.

Thái hậu đã quyết định.

He had to be driven out of the palace.

Ông ta phải bị đuổi ra khỏi cung điện.

Sahasra-Dal had not the courage to tell his friend.

Sahasra-Dal không đủ can đảm để nói với bạn mình.

He therefore wrote a letter to him.

Vì thế, ông đã viết một lá thư cho anh ta.

In the letter he was vague about the reason.

Trong thư, ông không nêu rõ lý do.

But either way, he was going to have to leave.

Nhưng dù thế nào đi nữa, anh cũng phải rời đi.

Champa-Dal went to have a bath.

Champa-Dal đi tắm.

And the letter was put in his room.

Và lá thư được đặt trong phòng của ông.

Champa-Dal was grieved upon reading the letter.

Champa-Dal rất đau buồn khi đọc bức thư.

He mounted his fleet of horses.
Ông ta cưỡi đoàn ngựa của mình.
And on his horses, he left the palace.
Và trên lưng ngựa, ông rời khỏi cung điện.

Champa's horses were uncommonly fleet.
Ngựa của Champa có tốc độ cực nhanh.
Soon he had traversed thousands of miles.
Chẳng mấy chốc ông đã đi được hàng ngàn dặm.
And eventually he reached a new city.
Và cuối cùng anh ấy đã đến một thành phố mới.
He stood at the gateway of a magnificent palace.
Anh ta đứng ở cổng của một cung điện nguy nga tráng lệ.
He dismounted from his horse.
Anh ta xuống ngựa.
And he entered the palace.
Và ông bước vào cung điện.
But in the palace he met not a single creature.
Nhưng trong cung điện chàng không gặp một sinh vật nào.
He went from apartment to apartment.
Anh ấy đi từ căn hộ này sang căn hộ khác.
All the rooms were richly furnished.
Tất cả các phòng đều được trang bị nội thất đầy đủ.
But none of the rooms were lived in.
Nhưng không có phòng nào có người ở.
But in the end he came to a different room.
Nhưng cuối cùng anh ta lại đến một căn phòng khác.
In this room there was a young lady.
Trong phòng này có một cô gái trẻ.
The young lady was of heavenly beauty.
Cô gái trẻ có vẻ đẹp tuyệt trần.
And she was lying down on a splendid bedstead.
Và nàng đang nằm trên một chiếc giường tuyệt đẹp.
The beautiful young lady was asleep.
Cô gái trẻ xinh đẹp đang ngủ.
Champa-Dal looked upon the sleeping beauty.
Champa-Dal ngắm nhìn người đẹp đang ngủ.

He was captivated by what he was seeing.

Anh ấy bị cuốn hút bởi những gì mình đang thấy.

He had not seen any woman so beautiful.

Anh chưa từng thấy người phụ nữ nào đẹp đến thế.

Upon the bed there were two sticks.

Trên giường có hai cây gậy.

The two sticks were near the woman's head.

Hai cây gậy nằm gần đầu người phụ nữ.

One of the sticks was made of silver.

Một trong những chiếc gậy được làm bằng bạc.

And the other stick was made of gold.

Và cây gậy còn lại được làm bằng vàng.

Champa took the silver stick into his hand.

Champa cầm lấy cây gậy bạc vào tay.

And with the stick he touched the body of the lady.

Và anh ta dùng cây gậy chạm vào cơ thể của người phụ nữ.

But no change was perceptible to her sleep.

Nhưng giấc ngủ của cô không có sự thay đổi nào đáng kể.

He then took up the gold stick.

Sau đó, ông cầm lấy cây gậy vàng.

And with the stick he touched the body of the lady.

Và anh ta dùng cây gậy chạm vào cơ thể của người phụ nữ.

This time the young lady did awake.

Lần này cô gái trẻ đã tỉnh dậy.

Eyeing the stranger, she inquired who he was.

Nhìn người lạ, cô hỏi anh ta là ai.

"I am Champa-Dal," he told her.

"Tôi là Champa-Dal," anh nói với cô.

"There was once a poor dimwitted Brahman"

"Ngày xưa có một vị Bà-la-môn nghèo khổ và ngốc nghếch"

"This dimwitted man had a wife, but no children"

"Người đàn ông ngu ngốc này có vợ nhưng không có con"

"But him not having children was probably for the best"

"Nhưng việc anh ấy không có con có lẽ là điều tốt nhất"

"Because he was barely able to meet his own needs"

"Bởi vì anh ấy hầu như không thể đáp ứng được nhu cầu của chính mình"

"And he could hardly supply enough for his wife"
"Và anh ta khó có thể cung cấp đủ cho vợ mình"
"But his dimwittedness was not even his biggest problem"
"Nhưng sự ngu ngốc của anh ta thậm chí không phải là vấn đề lớn nhất của anh ta"
And he continued the story as we have followed it.
Và ông tiếp tục câu chuyện theo như chúng ta đã theo dõi.
"My mother concluded her fate was sealed"
"Mẹ tôi kết luận rằng số phận của bà đã được định đoạt"
"And she thought my father would meet the same fate"
"Và bà ấy nghĩ rằng cha tôi cũng sẽ gặp phải số phận tương tự"
"And she did not expect me to be spared either"
"Và cô ấy cũng không mong đợi tôi được tha thứ"
"That night she hardly slept at all"
"Đêm đó cô ấy hầu như không ngủ chút nào"
"The Rakshasi had prevented her from seeing my father"
"Rakshasi đã ngăn cản cô ấy gặp cha tôi"
"Early next morning I went to school"
"Sáng sớm hôm sau tôi đã đến trường"
"Before I went to school she gave me a golden bottle"
"Trước khi tôi đi học, bà đã tặng tôi một chiếc bình vàng"
"In the golden bottle was her own breast milk"
"Trong chiếc bình vàng là sữa mẹ của chính cô ấy"
"I was told to carefully watch the colour of the milk"
"Tôi được bảo là phải cẩn thận quan sát màu sắc của sữa"
And he continued the story as we have followed it.
Và ông tiếp tục câu chuyện theo như chúng ta đã theo dõi.
"We will stand as proxies for your family"
"Chúng tôi sẽ đứng ra đại diện cho gia đình bạn"
"There was a great deal of objection to our proposal"
"Đã có rất nhiều sự phản đối đối với đề xuất của chúng tôi"
"But eventually we persuaded our hosts"
"Nhưng cuối cùng chúng tôi đã thuyết phục được chủ nhà"
"Finally the hosts consented to the arrangement"
"Cuối cùng chủ nhà đã đồng ý với thỏa thuận"
And he continued the story as we have followed it.

Và ông tiếp tục câu chuyện theo như chúng ta đã theo dõi.

"So I often slept outside the zenana"

"Vì vậy, tôi thường ngủ ngoài zenana"

"I was not far from the outer gate of the palace"

"Tôi không còn xa cổng ngoài của cung điện nữa"

"And from there I could observe her"

"Và từ đó tôi có thể quan sát cô ấy"

"I saw her devouring sundry goats and sheep"

"Tôi thấy cô ấy đang ăn thịt dê và cừu "

"And I saw her devouring horses and elephants"

"Và tôi thấy cô ấy đang ăn thịt ngựa và voi"

And he continued the story as we have followed it.

Và ông tiếp tục câu chuyện theo như chúng ta đã theo dõi.

"One day a letter was put in my room"

"Một ngày nọ, một lá thư được đặt trong phòng tôi"

"I was grieved upon reading the letter"

"Tôi đã rất đau buồn khi đọc lá thư"

"I mounted my fleet of horses"

"Tôi đã cưỡi đoàn ngựa của mình"

"And on my horses he left the palace"

"Và trên lưng ngựa của tôi, anh ấy rời khỏi cung điện"

"My horse are uncommonly fleet"

"Ngựa của tôi chạy rất nhanh"

"Soon I had traversed thousands of miles"

"Chẳng mấy chốc tôi đã đi qua hàng ngàn dặm"

"And eventually I reached a new city"

"Và cuối cùng tôi đã đến một thành phố mới"

And he continued the story as we have followed it.

Và ông tiếp tục câu chuyện theo như chúng ta đã theo dõi.

"I took the silver stick into his hand"

"Tôi cầm lấy cây gậy bạc vào tay anh ấy"

"And with the stick I touched your body"

"Và bằng cây gậy tôi đã chạm vào cơ thể bạn"

"But no change was perceptible to your sleep"

"Nhưng giấc ngủ của bạn không có thay đổi nào đáng kể"

"I then took up the gold stick"

"Sau đó tôi cầm lấy cây gậy vàng"

And with the stick he touched your body.
Và anh ta dùng cây gậy chạm vào cơ thể bạn.
"This time you did awake from your sleep"
"Lần này anh đã tỉnh giấc rồi"
The young lady had listened to Champa-Dal's story.
Cô gái trẻ đã lắng nghe câu chuyện của Champa-Dal.
The young lady was in fact a princess.
Cô gái trẻ thực chất là một công chúa.
"Unhappy man! why have you come here?"
"Người đàn ông bất hạnh! Tại sao anh lại đến đây?"
"This is the country of Rakshasas"
"Đây là đất nước của Rakshasas"
"No less than seven hundred Rakshasas live here"
"Không dưới bảy trăm Rakshasas sống ở đây"
"Every morning the Rakshasas leave"
"Mỗi buổi sáng, Rakshasas đều rời đi"
"They go to the other side of the ocean"
"Họ đi sang phía bên kia đại dương"
"And they search for provisions there"
"Và họ tìm kiếm lương thực ở đó"
"And before dusk they return again"
"Và trước khi hoàng hôn họ lại quay trở lại"
"My father was king in these regions"
"Cha tôi là vua ở những vùng này"
"His kingdom had millions of subjects"
"Vương quốc của ông có hàng triệu thần dân"
"They lived in flourishing towns and cities"
"Họ sống ở những thị trấn và thành phố thịnh vượng"
"But some years ago the Rakshasas invaded"
"Nhưng một vài năm trước, Rakshasas đã xâm lược"
"And they devoured all the subjects of the kingdom"
"Và họ đã nuốt chửng tất cả thần dân của vương quốc"
"The Rakshasas devoured my father and my mother"
"Bọn Rakshasas đã ăn thịt cha và mẹ tôi"
"The Rakshasas devoured my brothers and sisters"
"Bọn Rakshasas đã ăn thịt anh chị em tôi"
"And they devoured all the cattle of the country"

"Và họ đã ăn hết gia súc trong xứ"
"There is no living human being in these regions"
"Không có con người nào còn sống ở những vùng này"
"I am the last human living left"
"Tôi là con người cuối cùng còn sống"
"I too would have been devoured long ago"
"Tôi cũng đã bị nuốt chửng từ lâu rồi"
"But an old Rakshasi took a liking to me"
"Nhưng một Rakshasi già đã thích tôi"
"She prevents the other Rakshasas from eating me"
"Cô ấy ngăn cản những Rakshasas khác ăn thịt tôi"
"Do you see those sticks of silver and gold?"
"Bạn có thấy những thanh bạc và vàng kia không?"
"Every morning she kills me with the silver stick"
"Mỗi sáng cô ấy giết tôi bằng cây gậy bạc"
"Every evening she re-animates me with the gold stick"
"Mỗi buổi tối, cô ấy làm tôi sống lại bằng cây gậy vàng"
"I do not know how to advise you"
"Tôi không biết phải khuyên bạn thế nào"
"If the Rakshasas see you, you are a dead man"
"Nếu Rakshasas nhìn thấy ngươi, ngươi sẽ là người chết"
Then they talked in a very affectionate manner.
Sau đó họ nói chuyện rất trìu mến.
And they laid their heads together.
Và họ cùng gục đầu vào nhau.
And they thought to devise a means of escape.
Và họ nghĩ ra cách để trốn thoát.
Some way to get out of the hands of the Rakshasas.
Một cách nào đó để thoát khỏi tay Rakshasas.

The hour of the return of the Rakshasas was coming.
Giờ phút trở lại của Rakshasas đã đến.
The seven hundred flesh-eaters were soon returning.
Bảy trăm kẻ ăn thịt người sẽ sớm quay trở lại.
Keshavati called out to Champa-Dal.
Keshavati gọi Champa-Dal.
(Because that was the name of the princess)

(Vì đó là tên của công chúa)
"Hide yourself in the heaps of the sacred trefoil"
"Hãy ẩn mình trong đống cỏ ba lá thiêng liêng"
But first Champ Dal picked up the silver stick.
Nhưng trước tiên Champ Dal đã nhặt được cây gậy bạc.
He touched Keshavati with the silver stick.
Ông chạm vào Keshavati bằng cây gậy bạc.
And as soon as he touched her, she died.
Và ngay khi anh chạm vào cô, cô đã chết.
Then he went to the center of the temple of Siva.
Sau đó, ông đi đến trung tâm của ngôi đền thờ thần Siva.
And he hid beneath the heaps of sacred trefoil.
Và anh ta ẩn mình dưới đống cỏ ba lá thiêng liêng.
From his hiding place he heard the sound of wind rushing.
Từ nơi ẩn núp, anh nghe thấy tiếng gió rít.
Then he heard terrible noises in the palace.
Sau đó, ông nghe thấy những tiếng động khủng khiếp trong cung điện.
The Rakshasas had come home from their hunt.
Những con Rakshasas đã trở về nhà sau chuyến đi săn.
They had filled their stomachs with meat.
Họ đã lấp đầy dạ dày bằng thịt.
Sundry goats, sheep, cows, horses, buffaloes.
Nhiều loại dê, cừu, bò, ngựa, trâu.
And they had devoured elephants too.
Và họ cũng đã ăn thịt cả voi nữa.
The old Rakshasi returned to the palace too.
Vị Rakshasi già cũng trở về cung điện.
She went to the room of the sleeping princess.
Cô ấy đi đến phòng của nàng công chúa đang ngủ.
And she woke her with the stick made of gold.
Và nàng đánh thức cô ấy bằng cây gậy làm bằng vàng.
"Hye, mye, khye! A human being I smell"
"Hye, mye, khye! Ta ngửi thấy mùi người."
"I am the only human being here," said the princess.
"Tôi là con người duy nhất ở đây," công chúa nói.
"Eat me if you like," added Keshavati.

"Cứ ăn tôi nếu anh thích," Keshavati nói thêm.

To this the Rakshasi replied:

Rakshasi trả lời:

"Let me eat up your enemies"

"Hãy để tôi ăn thịt kẻ thù của bạn"

"Why should I eat you?" she asked the princess.

"Tại sao ta phải ăn ngươi?" nàng hỏi công chúa.

She laid herself down on the ground.

Cô nằm xuống đất.

She was as long and high as the Vindhya Hills.

Cô ấy cao và dài như đồi Vindhya.

And in this position she fell asleep.

Và ở tư thế này, cô ấy đã ngủ thiếp đi.

The other Rakshasas and Rakshasis soon fell asleep too.

Những Rakshasas và Rakshasis khác cũng nhanh chóng chìm vào giấc ngủ.

Because they were tired from their gigantic labor.

Bởi vì họ mệt mỏi vì khối lượng công việc khổng lồ của mình.

Keshavati also composed herself to sleep.

Keshavati cũng chuẩn bị đi ngủ.

But Champa did not dare to come out from under the leaves.

Nhưng Champa không dám chui ra khỏi đám lá.

And he tried his best to pray to the god of repose.

Và ông đã cố gắng hết sức để cầu nguyện với thần linh.

At daybreak all seven hundred Rakshasas got up again.

Khi trời sáng, cả bảy trăm Rakshasas đều thức dậy.

They went on their usual predatory excursion.

Họ tiếp tục chuyến đi săn mồi thường lệ của mình.

And along with them went the old Rakshasi.

Và cùng với họ là Rakshasi già.

But first the old Rakshasi picked up the silver stick.

Nhưng trước tiên, Rakshasi già đã nhặt cây gậy bạc.

And she touched Keshavati with the silver stick.

Và nàng chạm vào Keshavati bằng cây gậy bạc.

Soon the coast was clear for Champa-Dal.

Chẳng bao lâu sau, bờ biển đã thông thoáng cho Champa-Dal.

And he dared to come out from under the pile of leaves.

Và anh ta dám bước ra khỏi đống lá.

He walked back into the room of the princess.

Anh ta quay trở lại phòng của công chúa.

And he touched her with the golden stick.

Và chàng chạm vào nàng bằng cây gậy vàng.

And the princess revived from her death again.

Và công chúa đã sống lại từ cõi chết.

They sauntered about in the gardens.

Họ đi dạo quanh các khu vườn.

They enjoyed the cool breeze of the morning.

Họ tận hưởng làn gió mát của buổi sáng.

They bathed in a lucid pool of water.

Họ tắm trong một hồ nước trong vắt.

And they ate and drank food in the palace.

Và họ ăn uống trong cung điện.

And they spent the day in sweet converse.

Và họ đã dành cả ngày để trò chuyện vui vẻ.

And they concocted a plan for their deliverance.

Và họ lập ra một kế hoạch để giải thoát mình.

Keshavaity was going to speak to the old Rakshasi.

Keshavaity sẽ nói chuyện với Rakshasi già.

She was going to ask on what a Rakshasa's life depended.

Cô ấy định hỏi rằng mạng sống của một Rakshasa phụ thuộc vào điều gì.

And with that secret they were going to act accordingly.

Và với bí mật đó, họ sẽ hành động theo.

The hour of the return of the Rakshasas was coming again.

Giờ phút trở lại của Rakshasas lại đến.

And events unfolded as they had the evening before.

Và sự việc diễn ra giống như đêm hôm trước.

The seven hundred flesh-eaters were returning to the palace.

Bảy trăm kẻ ăn thịt đang quay trở lại cung điện.

Champ Dal touched Keshavati with the silver stick.

Champ Dal chạm vào Keshavati bằng cây gậy bạc.

She died like the had died the night before.

Cô ấy chết như thể cô ấy đã chết vào đêm hôm trước.

Champa-Dal went to the center of the temple of Siva.

Champa-Dal đi đến trung tâm của ngôi đền thờ thần Siva.

He hid beneath the heaps of sacred trefoil again.

Anh ta lại trốn dưới đống cỏ ba lá thiêng liêng.

He heard the sound of wind rushing.

Anh nghe thấy tiếng gió rít.

And he heard terrible noises in the palace.

Và ông nghe thấy những tiếng động khủng khiếp trong cung điện.

The Rakshasas had come home from their hunt.

Những con Rakshasas đã trở về nhà sau chuyến đi săn.

They had filled their stomachs with meat.

Họ đã lấp đầy dạ dày bằng thịt.

Sundry goats, sheep, cows, horses, buffaloes.

Nhiều loại dê, cừu, bò, ngựa, trâu.

And they had devoured elephants too.

Và họ cũng đã ăn thịt cả voi nữa.

The old Rakshasi returned to the palace too.

Vị Rakshasi già cũng trở về cung điện.

She went to the room of the sleeping princess.

Cô ấy đi đến phòng của nàng công chúa đang ngủ.

And she woke her with the stick made of gold.

Và nàng đánh thức cô ấy bằng cây gậy làm bằng vàng.

"Hye, mye, khye! A human being I smell"

"Hye, mye, khye! Ta ngửi thấy mùi người."

"I am the only human being here," said the princess.

"Tôi là con người duy nhất ở đây," công chúa nói.

"Eat me if you like," added Keshavati.

"Cứ ăn tôi nếu anh thích," Keshavati nói thêm.

To this the Rakshasi replied:

Rakshasi trả lời:

"Let me eat up your enemies"

"Hãy để tôi ăn thịt kẻ thù của bạn"

"Why should I eat you?" she asked the princess.

"Tại sao ta phải ăn ngươi?" nàng hỏi công chúa.

She laid herself down on the ground.

Cô nằm xuống đất.

And she looked like a part of the Himalaya mountains.

Và cô ấy trông giống như một phần của dãy núi Himalaya.

Keshavati had a phial of heated mustard oil.

Keshavati có một lọ dầu mù tạt nóng.

And she approached the foot of the Rakshasi.

Và nàng tiến đến chân Rakshasi.

"Mother, your feet are sore from walking"

"Mẹ ơi, chân mẹ đau quá vì đi bộ"

"Let me rub your sore feet with oil"

"Để tôi xoa dầu vào đôi chân đau của bạn nhé"

And she began to rub with oil the Rakshasi's feet.

Và nàng bắt đầu xoa dầu vào chân Rakshasi.

Then a few tear-drops fell from the eyes of the princess.

Sau đó, một vài giọt nước mắt rơi xuống từ đôi mắt của công chúa.

And the tear-drops landed on the monster's legs.

Và những giọt nước mắt rơi xuống chân con quái vật.

The Rakshasi tasted the tear-drops with her lips.

Rakshasi nếm những giọt nước mắt bằng môi.

And she found the tear-drops tasted briny.

Và cô thấy những giọt nước mắt có vị mặn.

"Why are you weeping, darling?" asked the Rakshasi.

"Sao con lại khóc thế, cưng?" Rakshasi hỏi.

"What aileth thee?" she wanted to know.

"Ngươi bị làm sao vậy?" cô muốn biết.

The princess tried to stop herself from crying.

Công chúa cố gắng ngăn mình khóc.

"Mother, I am weeping because you are old"

"Mẹ ơi, con khóc vì mẹ già rồi"

"When you die one of the Rakshasas will devour me"

"Khi ngươi chết, một trong những Rakshasas sẽ nuốt chửng ta"

"When I die?! Don't be foolish, girl"

"Khi ta chết?! Đừng ngốc thế, cô gái"

"Don't you know that Rakshasas never die?"

"Ngươi không biết rằng Rakshasas không bao giờ chết sao?"

"We are not naturally immortal"

"Chúng ta không phải là bất tử bẩm sinh"

"There is a secret to our strength"

"Có một bí mật về sức mạnh của chúng ta"

"But no human can unravel this secret"

"Nhưng không con người nào có thể khám phá ra bí mật này"

"But let me tell you the secret"

"Nhưng để tôi nói cho bạn biết bí mật"

"So that you are comforted a little"

"Để anh em được an ủi đôi chút"

"Do you see the pool of water in the palace?"

"Ngươi có thấy hồ nước trong cung điện không?"

"In that pool of water is a Sphatikasthamba"

"Trong hồ nước đó có một Sphatikasthamba"

"The Sphatikasthamba is deep in the water"

"Sông Sphatikasthamba nằm sâu trong nước"

"And on the Sphatikasthamba are two bees"

"Và trên Sphatikasthamba có hai con ong"

"A human being would have to dive into the water"

"Một con người sẽ phải lặn xuống nước"

"The human being would have to bring the bees onto dry land"

"Con người sẽ phải đưa những con ong lên đất liền "

"Then the human being would have to kill the two bees"

"Vậy thì con người sẽ phải giết hai con ong"

"But not a drop of their blood must touch the ground"

"Nhưng không một giọt máu nào của họ được chạm đất"

"Only then can a human kill a Rakshasa"

"Chỉ khi đó con người mới có thể giết được Rakshasa"

"But if the blood touches the ground, a thousand Rakshasas will rise"

"Nhưng nếu máu chạm đất, một ngàn Rakshasas sẽ trỗi dậy"

"But what human will find out this secret?"

"Nhưng con người nào sẽ tìm ra bí mật này?"

"And what human can achieve this feat?"

"Và con người nào có thể đạt được kỳ tích này?"

"No human knows the secret to the life of a Rakshasa"

"Không con người nào biết được bí mật cuộc sống của một
Rakshasa"
"And no human can achieve such a feat"
"Và không có con người nào có thể đạt được kỳ tích như vậy"
"So there is no reason to be sad, my darling"
"Vì vậy, không có lý do gì để buồn cả, em yêu ạ"
"I am practically immortal," she confirmed.
"Tôi thực tế là bất tử", cô khẳng định.
Keshavati treasured the secret in her memory.
Keshavati trân trọng giữ bí mật này trong ký ức của mình.
And then she went back to sleep.
Và rồi cô ấy lại ngủ tiếp.

Next morning the Rakshasas, as usual, went away.
Sáng hôm sau, Rakshasas lại bỏ đi như thường lệ.
Champa came out of his hiding-place.
Champa bước ra khỏi nơi ẩn náu.
And he roused Keshavati from her sleep.
Và chàng đánh thức Keshavati dậy khỏi giấc ngủ.
The princess told him the secret she had learnt.
Công chúa kể cho chàng nghe bí mật mà nàng đã biết được.
Champa-Dal immediately started to prepare himself.
Champa-Dal ngay lập tức bắt đầu chuẩn bị.
He brought to the pool a knife.
Anh ta mang một con dao đến hồ bơi.
And he brought a quantity of ashes.
Và ông mang theo một lượng tro.
He took off his heavy clothes.
Anh cởi bỏ bộ quần áo nặng nề của mình.
He put a drop or two of mustard oil into each ear.
Ông nhỏ một hoặc hai giọt dầu mù tạt vào mỗi tai.
To prevent water from entering into his ears.
Để ngăn nước vào tai.
He swam out into the middle of the water.
Anh ta bơi ra giữa nước.
And from there he dove down into the pool.
Và từ đó anh ta lao xuống hồ bơi.

Soon he reached the top of the crystal pillar.

Chẳng mấy chốc anh đã lên tới đỉnh của cột pha lê.

And on Sphatikasthamba were the two bees.

Và trên Sphatikasthamba có hai con ong.

He caught hold of the two bees he found there.

Anh ta bắt được hai con ong mà anh ta tìm thấy ở đó.

And he swam up again in a singular breath.

Và anh ta lại bơi lên bằng một hơi thở duy nhất.

He took the knife he had left at the edge of the water.

Anh ta cầm lấy con dao mà anh ta để lại ở mép nước.

And over the ashes he cut up the bees.

Và trên đống tro tàn, ông cắt nhỏ những con ong.

A drop or two of the blood fell from the bees.

Một hoặc hai giọt máu của những con ong rơi xuống.

But their blood did not touch the ground.

Nhưng máu của họ không chạm đất.

Instead, their blood landed on the ashes.

Thay vào đó, máu của họ rơi xuống đống tro tàn.

A terrible scream was heard at a distance.

Một tiếng hét khủng khiếp vang lên từ xa.

The scream was the wailing of the Rakshasas.

Tiếng hét đó chính là tiếng than khóc của Rakshasas.

They were all running home as fast as they could.

Tất cả bọn họ đều chạy về nhà nhanh nhất có thể.

They wanted to prevent the bees from being killed.

Họ muốn ngăn chặn việc giết chết những con ong.

But they could not reach the palace in time.

Nhưng họ không thể tới cung điện kịp lúc.

Because the bees had already perished.

Bởi vì những con ong đã chết rồi.

The moment the bees were killed, all the Rakshasas died.

Ngay khi những con ong bị giết, tất cả Rakshasas đều chết.

Their carcasses fell on the very spot they were standing.

Xác của họ rơi xuống ngay tại chỗ họ đang đứng.

Their carcasses now blocked the gateway of the palace.

Xác của họ hiện đã chặn kín cổng cung điện.

In this manner the seven hundred Rakshasas were destroyed.

Bằng cách này, bảy trăm Rakshasas đã bị tiêu diệt.

Afterwards Champa-Dal and Keshavati got married.

Sau đó Champa-Dal và Keshavati kết hôn.

They made the traditional exchange of garlands of flowers.

Họ trao đổi vòng hoa theo truyền thống.

The princess had never been out of the house.

Công chúa chưa bao giờ ra khỏi nhà.

So she naturally expressed a desire to see the outer world.

Vì vậy, cô ấy tự nhiên bày tỏ mong muốn được nhìn thấy thế giới bên ngoài.

Every morning and evening they went on long walks.

Mỗi buổi sáng và buổi tối, họ đều đi bộ đường dài.

There was a large river Keshavati wished to bathe in.

Có một con sông lớn mà Keshavati muốn tắm.

As she bathed one of Keshavati's hairs came off.

Khi đang tắm, một sợi tóc của Keshavati rụng ra.

There was a special custom in those times.

Vào thời đó có một phong tục đặc biệt.

A woman never threw away a hair away by itself.

Một người phụ nữ không bao giờ vứt bỏ một sợi tóc.

A sea-shell was floating in the water.

Một chiếc vỏ sò đang trôi nổi trên mặt nước.

So Keshavati tied the strand of hair to the sea-shell.

Vì vậy, Keshavati buộc lọn tóc vào vỏ sò.

And then the couple returned to the palace.

Và sau đó cặp đôi trở về cung điện.

Meanwhile the sea-shell floated down the stream.

Trong khi đó, vỏ sò trôi theo dòng suối.

And in due time the sea-shell reached another bathing spot.

Và đúng lúc đó, vỏ sò đã đến được một nơi tắm khác.

This was the bathing spot Sahasra-Dal went to.

Đây là nơi tắm mà Sahasra-Dal đã tới.

Here Champa-Dal's brother performed his ablutions.

Tại đây, anh trai của Champa-Dal đã thực hiện nghi lễ thanh tẩy cho mình.

On this day Sahasra-Dal was in the water.
Ngày này Sahasra-Dal đang ở dưới nước.
He was bathing and swimming with his friends.
Anh ấy đang tắm và bơi cùng bạn bè.
And so the sea-shell floated past the men.
Và thế là vỏ sò trôi qua trước mặt những người đàn ông.
The men were in a playful mood that day.
Những người đàn ông hôm đó có tâm trạng vui tươi.
"Whoever gets to the sea-shell first wins"
"Ai đến được vỏ sò trước thì thắng"
And so they all swam towards the sea-shell.
Và thế là tất cả chúng cùng bơi về phía vỏ sò.
Sahasra-Dal was the strongest swimmer among his friends.
Sahasra-Dal là người bơi giỏi nhất trong số bạn bè của mình.
And so he was the first the reach the sea-shell.
Và thế là anh ấy là người đầu tiên chạm tới vỏ sò.
Examining the seashell, he found a hair tied to it.
Khi kiểm tra vỏ sò, anh ta tìm thấy một sợi tóc được buộc vào đó.
But it was a hair of extraordinary length.
Nhưng đó là một sợi tóc dài bất thường.
He had never seen such a long hair.
Anh chưa bao giờ nhìn thấy mái tóc dài như vậy.
The strand of hair was exactly seven cubits long.
Sợi tóc dài đúng bảy cubit.
"This strand of hair must belong to a woman"
"Sợi tóc này chắc chắn thuộc về một người phụ nữ"
"And this woman must be very remarkable"
"Và người phụ nữ này hẳn phải rất đáng chú ý"
"I must see who this remarkable woman is"
"Tôi phải xem người phụ nữ đáng chú ý này là ai"
Sahasra-Dal was determined to find the remarkable woman.
Sahasra-Dal quyết tâm tìm ra người phụ nữ phi thường đó.
He went home from the river in a pensive mood.
Anh ta trở về nhà từ bờ sông với tâm trạng trầm ngâm.

And he did not proceed to the zenana for breakfast.

Và ông không đến Zenana để ăn sáng.

Instead he remained in the outer part of the palace.

Thay vào đó, ông vẫn ở lại phần bên ngoài của cung điện.

The queen-mother heard about Sahasra-Dal's melancholy.

Thái hậu đã nghe về nỗi buồn của Sahasra-Dal.

And she heard he had not come to breakfast.

Và cô nghe nói anh ấy chưa đến ăn sáng.

So she went to him and asked the reason.

Vì vậy, cô đã đến gặp anh và hỏi lý do.

He showed her the strand of hair he had found.

Anh ấy cho cô xem sợi tóc anh tìm thấy.

"I must see the woman who's head this strand of hair adorned"

"Ta phải nhìn thấy người phụ nữ có mái tóc được trang trí bằng sợi tóc này"

The queen-mother was happy to help her son-in-law.

Thái hậu rất vui khi được giúp đỡ con rể.

"Very well," she said to him.

"Được thôi," cô nói với anh.

"You shall soon have that lady in the palace"

"Ngươi sẽ sớm đưa người phụ nữ đó vào cung điện"

"I promise you to bring her here"

"Tôi hứa sẽ đưa cô ấy đến đây"

The queen mother already had a plan.

Thái hậu đã có kế hoạch rồi.

Her favourite maid-servant would be good at the job.

Người hầu gái mà cô yêu thích nhất sẽ làm tốt công việc này.

Because this maid-servant was very resourceful.

Bởi vì người hầu gái này rất tháo vát.

Of course the queen-mother did not really know her maid.

Tất nhiên là thái hậu không thực sự biết người hầu gái của mình.

She did not know her favourite maid was a Rakshasi.

Cô không biết rằng người hầu gái yêu thích của cô lại là một Rakshasi.

"Please find the owner of this strand of hair," she asked.

"Hãy tìm chủ nhân của sợi tóc này", cô ấy yêu cầu.
And her maid-servant more than politely agreed.
Và người hầu gái của cô đã lịch sự đồng ý.
"It would my pleasure to find this woman"
"Tôi rất vui khi tìm được người phụ nữ này"
"I will soon bring her to the palace"
"Tôi sẽ sớm đưa cô ấy đến cung điện"
"I will need a boat build from Hajol wood"
"Tôi sẽ cần một chiếc thuyền được đóng từ gỗ Hajol"
"The oars of the boat must be made from Mon-Paban wood"
"Mái chèo của thuyền phải được làm bằng gỗ Mon-Paban"
The boat makers soon made the boat.
Những người đóng thuyền đã sớm hoàn thành chiếc thuyền.
And the boat was launched on the stream.
Và chiếc thuyền được hạ thủy trên dòng suối.
The maid-servant went on board of the boat.
Người hầu gái bước lên thuyền.
With her she took some baskets of wicker.
Cô mang theo một số giỏ mây.
The baskets of wicker were of curious workmanship.
Những chiếc giỏ đan bằng liễu gai được chế tác một cách tinh xảo.
She also took with her some sweetmeats.
Cô cũng mang theo một ít đồ ngọt.
Into the sweetmeats some poison had been mixed.
Người ta đã trộn một ít chất độc vào đồ ngọt.
She snapped her fingers thrice.
Cô ấy búng tay ba lần.
And then she uttered the following charm:
Và rồi cô ấy thốt ra câu thần chú sau:
"Boat of Hajol! Oars of Mon Paban!"
"Thuyền của Hajol! Mái chèo của Mon Paban!"
"Take me to the Ghat,"
"Đưa tôi đến Ghat,"
"The Ghat in which Keshavati bathes"
"Ghat nơi Keshavati tắm"
The boat heeded to her command.

Chiếc thuyền tuân theo mệnh lệnh của cô.
And the boat flew like lightning over the waters.
Và chiếc thuyền lướt nhanh như chớp trên mặt nước.
And the boat left many towns and cities behind.
Và con thuyền đã bỏ lại nhiều thị trấn và thành phố phía sau.
At last the boat stopped at a bathing-place.
Cuối cùng, thuyền dừng lại ở một bãi tắm.
The Rakshasi maid-servant had reached her goal.
Người hầu gái Rakshasi đã đạt được mục tiêu của mình.
She concluded it was the bathing ghat of Keshavati.
Bà kết luận đó chính là bến tắm Keshavati.
She landed with the sweetmeats in her hand.
Cô ấy đáp xuống với hộp kẹo trên tay.
She went to the gate of the palace, and cried aloud:
Nàng đi đến cổng cung điện và kêu lớn:
"Oh Keshavati! Keshavati! I am your aunt"
"Ôi Keshavati! Keshavati! Ta là dì của con đây."
"Oh Keshavati, I am your mother's sister"
"Ôi Keshavati, tôi là em gái của mẹ bạn"
"I have come to see you, my darling"
"Anh đến thăm em, em yêu"
"I have come after so many years"
"Tôi đã đến đây sau bao nhiêu năm"
"Are you home, Keshavati?" she asked.
"Keshavati, cô có ở nhà không?" cô hỏi.
The princess heard the words of the false-aunt.
Công chúa đã nghe được lời của bà dì giả dối.
She came out of her room and to the entrance of the palace.
Cô bước ra khỏi phòng và đi tới cửa cung điện.
She had no doubt that it was really her aunt.
Cô không nghi ngờ gì nữa rằng đó thực sự là dì của cô.
And she embraced and kissed her aunt.
Và cô bé ôm chầm lấy dì mình và hôn dì.
They both wept rivers of joy.
Cả hai đều khóc vì vui sướng.
Although you should know the Rakshasi wept first.
Mặc dù bạn nên biết rằng Rakshasi là người khóc đầu tiên.

Keshavati wept with her out of empathy.

Keshavati cũng khóc vì đồng cảm với cô.

Champa-Dal also believed the Rakshasi to be her aunt.

Champa-Dal cũng tin rằng Rakshasi là dì của mình.

They all ate and drank and enjoyed the happy occasion.

Mọi người đều ăn uống và tận hưởng sự kiện vui vẻ này.

And then they took rest in the middle of the day.

Và sau đó họ nghỉ ngơi vào giữa ngày.

And they celebrated again in the evening.

Và họ lại ăn mừng vào buổi tối.

The next day the celebrations continued at breakfast.

Ngày hôm sau, lễ kỷ niệm tiếp tục vào bữa sáng.

Champa-Dal had a habit of sleeping after breakfast.

Người Champa-Dal có thói quen ngủ sau khi ăn sáng.

Towards afternoon, the supposed aunt said to Keshavati:

Đến chiều, người dì được cho là đã nói với Keshavati:

"Let us both go to the river and wash ourselves:

"Chúng ta hãy cùng ra sông tắm rửa:

Keshavati replied, "How can we go now?"

Keshavati trả lời: "Bây giờ chúng ta có thể đi bằng cách nào?"

"My husband is sleeping," she explained.

"Chồng tôi đang ngủ", cô giải thích.

"Do not worry about your husband's sleep," said the aunt.

"Đừng lo lắng về giấc ngủ của chồng cháu", dì nói.

"Let him sleep as much as he likes"

"Cứ để anh ấy ngủ bao nhiêu tùy thích"

"Let me put these sweetmeats near his bedside"

"Để tôi đặt những món ngọt này gần giường anh ấy nhé"

"That way, when he awakes, he has something to eat"

"Như vậy, khi anh ấy thức dậy, anh ấy sẽ có thứ gì đó để ăn"

Then they then went to the river-side.

Sau đó họ đi đến bờ sông.

They went close to the spot where the boat was.

Họ tiến lại gần nơi chiếc thuyền đậu.

From a distance Keshavati saw the baskets of wicker-work.

Từ xa Keshavati nhìn thấy những chiếc giỏ đan bằng liễu gai.

"Aunt, what beautiful things are those!"
"Cô ơi, những thứ này đẹp quá!"
"I wish I could get some of those wicker baskets"
"Ước gì tôi có thể có được một số giỏ mây đó"
Her aunt happily obliged her.
Dì của cô vui vẻ chiều theo ý cô.
"Come, my child, and look at the wicker baskets"
"Hãy đến đây, con của ta, và nhìn vào những chiếc giỏ đan
bằng liễu gai"
"You can have as many baskets as you like"
"Bạn có thể có bao nhiêu giỏ tùy thích"
Keshavati at first refused to go into the boat.
Lúc đầu Keshavati từ chối lên thuyền.
But her aunt was very persuasive.
Nhưng dì của cô lại rất có sức thuyết phục.
And finally she went onto the boat.
Và cuối cùng cô ấy đã lên thuyền.
But once on the boat her aunt did a strange thing.
Nhưng khi lên thuyền, dì của cô đã làm một điều kỳ lạ.
The aunt snapped her fingers thrice and said:
Cô búng tay ba lần rồi nói:
"Boat of Hajol! Oars of Mon-Paban!"
"Thuyền của Hajol! Mái chèo của Mon-Paban!"
"Take me to the Ghat,"
"Đưa tôi đến Ghat,"
"The Ghat in which Sahasra-Dal bathes"
"Ghat nơi Sahasra-Dal tắm"
And the boat heeded to her command.
Và chiếc thuyền đã nghe theo lệnh của cô.
And the boat flew like an arrow over the waters.
Và chiếc thuyền bay như mũi tên trên mặt nước.
Keshavati was frightened and began to cry.
Keshavati sợ hãi và bắt đầu khóc.
But the boat went on despite her crying.
Nhưng con thuyền vẫn tiếp tục đi mặc cho cô ấy khóc.
And the boat left behind many towns and cities.
Và con thuyền đã bỏ lại phía sau nhiều thị trấn và thành phố.

In a trice the boat reached its destination.

Chỉ trong nháy mắt, chiếc thuyền đã tới đích.

The ghat where Sahasra-Dal was in the habit of bathing.

Bến nước nơi Sahasra-Dal thường tắm.

Keshavati was taken to the palace.

Keshavati được đưa tới cung điện.

Sahasra-Dal admired her beauty and the length of her hair.

Sahasra-Dal ngưỡng mộ vẻ đẹp và độ dài của mái tóc cô.

And the ladies of the palace tried their best to comfort her.

Và các cung nữ trong cung đã cố gắng hết sức để an ủi nàng.

But she set up a loud cry of protest.

Nhưng cô ấy đã lên tiếng phản đối rất lớn.

And she wanted to be taken back to her husband.

Và cô ấy muốn được đưa về với chồng mình.

Finally she saw that she had been taken captive.

Cuối cùng cô nhận ra mình đã bị bắt làm tù binh.

So she spoke to the ladies of the palace.

Vì vậy, bà đã nói chuyện với các cung nữ trong cung điện.

"Upon marriage I made a vow to my husband"

"Khi kết hôn, tôi đã thề với chồng tôi"

"I promised not to look upon the face of any other man"

"Tôi đã hứa sẽ không nhìn mặt bất kỳ người đàn ông nào khác"

"I promised to uphold this vow for six months"

"Tôi đã hứa sẽ giữ lời thề này trong sáu tháng"

She was then lodged away from the others in the palace.

Sau đó, bà được đưa vào ở riêng trong cung điện, tách biệt với những người khác.

And she was given a small house to live in.

Và cô được cấp một ngôi nhà nhỏ để sống.

The window of the house overlooked the road.

Cửa sổ ngôi nhà nhìn ra đường.

There she spent the livelong day.

Bà đã dành cả ngày ở đó.

And there she spent the livelong night.

Và bà đã trải qua một đêm dài ở đó.

Because she had very little sleep.

Bởi vì cô ấy ngủ rất ít.

Because her time was spent in sighing and weeping.
Bởi vì thời gian của cô ấy đã trôi qua trong tiếng thở dài và nước mắt.

In the meantime Champa-Dal awoke from his sleep.
Trong lúc đó, Champa-Dal tỉnh giấc.

He was distracted with the grief of not finding his wife.
Ông bị phân tâm bởi nỗi đau buồn vì không tìm thấy vợ mình.

His suspicions turned to the aunt of Keshavati.
Sự nghi ngờ của ông chuyển sang dì của Keshavati.

He knew she was a cheat and an impostor.
Anh biết cô là kẻ lừa đảo và mạo danh.

It must have been her who carried away Keshavati.
Có lẽ chính cô ấy là người đã mang Keshavati đi.

He did not eat the sweetmeats left for him.
Anh ta không ăn những món ngọt được để lại cho mình.

Because he suspected the sweets to have been poisoned.
Bởi vì ông nghi ngờ đồ ngọt đã bị bỏ độc.

He threw one of the sweets to a crow.
Anh ta ném một viên kẹo cho một con quạ.

The moment the crow ate the sweet, it dropped down dead.
Ngay khi con quạ ăn phải kẹo, nó ngã xuống chết.

This confirmed his suspicion of the pretend aunt.
Điều này khẳng định sự nghi ngờ của anh ta về người dì giả mạo.

Maddened with grief, he rushed out of the house.
Quá đau buồn, anh ta vội vã chạy ra khỏi nhà.

He was determined to go wherever his feet took him.
Anh quyết tâm đi đến bất cứ nơi nào đôi chân anh đưa anh đến.

Like a madman he blubbered, "Oh Keshavati! Oh Keshavati!"
Như một kẻ điên, ông khóc nức nở, "Ôi Keshavati! Ôi Keshavati!"

He travelled on foot day after day.
Ông đi bộ ngày này qua ngày khác.

And he followed whatever way his feet took him.

Và anh ta đi theo bất cứ con đường nào mà đôi chân anh ta dẫn dắt.

Six months he spent travelling in this wearisome manner.

Ông đã dành sáu tháng để đi du lịch theo cách mệt mỏi này.

After six month he reached the capital of Sahasra-Dal.

Sau sáu tháng, ông đến thủ đô Sahasra-Dal.

He passed by the gate of the palace.

Anh ta đi qua cổng cung điện.

And from the road he could see a small house.

Và từ con đường, anh có thể nhìn thấy một ngôi nhà nhỏ.

And from in the house he could hear sighs.

Và từ trong nhà, anh có thể nghe thấy tiếng thở dài.

Champa-Dal instantly recognized his wife.

Champa-Dal ngay lập tức nhận ra vợ mình.

And Keshavita instantly recognized her husband.

Và Keshavita ngay lập tức nhận ra chồng mình.

Keshavita told her husband everything that had happened.

Keshavita kể lại cho chồng mọi chuyện đã xảy ra.

"The woman asked to go bathing after breakfast"

"Người phụ nữ yêu cầu đi tắm sau bữa sáng"

"At the river there was a boat"

"Ở bờ sông có một chiếc thuyền"

"The woman persuaded me onto the boat"

"Người phụ nữ đã thuyết phục tôi lên thuyền"

"And then the boat took us to this place"

"Và rồi thuyền đưa chúng tôi đến nơi này"

"I realized that I had been made captive"

"Tôi nhận ra rằng tôi đã bị bắt làm tù binh"

"So I told them of my vows to you"

"Vì vậy, tôi đã nói với họ về lời thề của tôi với bạn"

"But tomorrow will be the end of six month"

"Nhưng ngày mai sẽ là ngày cuối cùng của sáu tháng"

There was a custom in those days.

Vào thời đó có một phong tục như vậy.

The fulfilments of vows were publicly recited.

Việc thực hiện lời thề được đọc lên trước công chúng.

This was normally fulfilled by a learned Brahman.

Điều này thường được thực hiện bởi một Brahman có học thức.

They planned for Champa-Dal to take on this role.

Họ đã lên kế hoạch để Champa-Dal đảm nhiệm vai trò này.

And so that evening the palace drum was beat.

Và thế là tối hôm đó tiếng trống cung điện vang lên.

The king wanted a learned Brahman to make a recitation.

Nhà vua muốn một vị Bà-la-môn uyên bác đến đọc kinh.

The story of Keshavati on the fulfilment of her vow.

Câu chuyện về Keshavati khi thực hiện lời nguyện của mình.

Champa-Dal touched the drum and volunteered.

Champa-Dal chạm vào trống và tình nguyện.

"I will make the recitation of Keshavita's vows"

"Tôi sẽ đọc lời nguyện của Keshavita"

The next morning all assembled in the courtyard.

Sáng hôm sau mọi người tập trung ở sân.

The old king and the queen mother.

Vua già và hoàng hậu.

Sahasra-Dal and his wife were there.

Sahasra-Dal và vợ ông cũng có mặt ở đó.

All the courtiers and the learned Brahmans of the country.

Tất cả các triều thần và các Bà-la-môn uyên bác của đất nước.

All royalty was under a huge canopy of silk.

Tất cả hoàng gia đều ở dưới một tán lụa khổng lồ.

Keshavati was also there, but behind a veil.

Keshavati cũng có mặt ở đó, nhưng ẩn sau tấm màn che.

So that she wouldn't be exposed to the rude gaze of people.

Để cô ấy không phải chịu ánh nhìn khiếm nhã của mọi người.

Champa-Dal, the reciter, sat on a dais.

Người đọc kinh là Champa-Dal, ngồi trên bục.

And he began to tell the story of Keshavati.

Và ông bắt đầu kể câu chuyện về Keshavati.

"There was once a poor dimwitted Brahman"

"Ngày xưa có một vị Bà-la-môn nghèo khổ và ngốc nghếch"

"This dimwitted man had a wife, but no children"

"Người đàn ông ngu ngốc này có vợ nhưng không có con"

"But him not having children was probably for the best"
"Nhưng việc anh ấy không có con có lẽ là điều tốt nhất"
"Because he was barely able to meet his own needs"
"Bởi vì anh ấy hầu như không thể đáp ứng được nhu cầu của chính mình"
"And he could hardly supply enough for his wife"
"Và anh ta khó có thể cung cấp đủ cho vợ mình"
"But his dimwittedness was not even his biggest problem"
"Nhưng sự ngu ngốc của anh ta thậm chí không phải là vấn đề lớn nhất của anh ta"
And he continued the story as we have followed it.
Và ông tiếp tục câu chuyện theo như chúng ta đã theo dõi.
And sometimes he turned around to Keshavati.
Và đôi khi ông quay lại Keshavati.
And he asked her if he was telling the story correctly.
Và anh ấy hỏi cô ấy xem anh ấy có kể câu chuyện đúng không.
And she told him he was telling the story correctly.
Và cô ấy nói với anh ấy rằng anh ấy đã kể câu chuyện một cách chính xác.
"The Brahman woman concluded her fate was sealed"
"Người phụ nữ Bà La Môn kết luận rằng số phận của cô đã được định đoạt"
"And she thought her husband would meet the same fate"
"Và cô ấy nghĩ rằng chồng mình cũng sẽ gặp phải số phận tương tự"
"And she did not expect her son to be spared either"
"Và bà cũng không mong đợi con trai mình được tha"
"That night she hardly slept at all"
"Đêm đó cô ấy hầu như không ngủ chút nào"
"The Rakshasi had prevented her from seeing her husband"
"Rakshasi đã ngăn cản cô ấy gặp chồng mình"
"Early next morning Champa-Dal went to school"
"Sáng sớm hôm sau Champa-Dal đã đến trường"
"Before he went to school, she gave her son a golden bottle"
"Trước khi con trai đi học, bà đã tặng con trai mình một chiếc bình vàng"
"In the golden bottle was her own breast milk"

"Trong chiếc bình vàng là sữa mẹ của chính cô ấy"
"Carefully watch the colour of the milk"
"Hãy chú ý cẩn thận đến màu sắc của sữa "
During the recitation the Rakshasi maid-servant grew pale.
Trong lúc tụng kinh, người hầu Rakshasi trở nên tái nhợt.
She perceived that her real character was going to be discovered.
Cô nhận ra rằng bản chất thực sự của mình sắp bị phát hiện.
And Sahasra-Dal was astonished at the knowledge of the reciter.
Và Sahasra-Dal đã rất kinh ngạc trước kiến thức của người đọc.
The reciter clearly told the history of the prince's life.
Người kể chuyện đã kể lại rõ ràng câu chuyện cuộc đời của hoàng tử.
"A drop or two of the blood fell from the bees"
"Một hoặc hai giọt máu rơi ra từ những con ong"
"But their blood did not touch the ground"
"Nhưng máu của họ không chạm đất"
"Instead, their blood landed on the ashes"
"Thay vào đó, máu của họ đã rơi xuống đống tro tàn"
"A terrible scream was heard at a distance"
"Một tiếng thét khủng khiếp vang lên từ xa"
"The scream was the wailing of the Rakshasas"
"Tiếng hét đó là tiếng than khóc của Rakshasas"
"They were all running home as fast as they could"
"Tất cả bọn họ đều chạy về nhà nhanh nhất có thể"
"They wanted to prevent the bees from being killed"
"Họ muốn ngăn chặn việc giết chết những con ong"
"But they could not reach the palace in time"
"Nhưng họ không thể đến cung điện kịp thời"
"Because the bees had already been killed"
"Bởi vì những con ong đã bị giết rồi"
"The moment the bees were killed, all the Rakshasas died"
"Ngay khi những con ong bị giết, tất cả Rakshasas đều chết"
"Their carcasses fell on the very spot they were standing"
"Xác của họ rơi xuống ngay tại chỗ họ đang đứng"

"Their carcasses now blocked the gateway of the palace"
"Xác chết của họ giờ đã chặn lối vào cung điện"
"In this manner the seven hundred Rakshasas were
destroyed"
"Bằng cách này, bảy trăm Rakshasas đã bị tiêu diệt"
All where enthralled by the story of the Rakshasas.
Tất cả đều bị cuốn hút bởi câu chuyện về Rakshasas.
Because the story was being told by a true storyteller.
Bởi vì câu chuyện được kể bởi một người kể chuyện có thật.
All enjoyed the story except for the maid-servant.
Mọi người đều thích câu chuyện này ngoại trừ cô hầu gái.
Because her real character was bound to be discovered.
Bởi vì tính cách thực sự của cô ấy chắc chắn sẽ bị phát hiện.
"Champa-Dal touched the drum and volunteered.
"Champa-Dal chạm vào trống và tình nguyện.
"I will make the recitation of Keshavita's vows"
"Tôi sẽ đọc lời nguyện của Keshavita"
"The next morning all assembled in the courtyard"
"Sáng hôm sau tất cả tập trung ở sân"
"The old king and the queen mother"
"Vua già và hoàng hậu"
"Sahasra-Dal and his wife were there"
"Sahasra-Dal và vợ ông đã ở đó"
"All the courtiers and the learned Brahmans of the country"
"Tất cả các triều thần và các Bà-la-môn uyên bác của đất
nước"
"All royalty was under a huge canopy of silk"
"Tất cả hoàng gia đều ở dưới một tán lụa khổng lồ"
"Keshavati was also there, but behind a veil"
"Keshavati cũng ở đó, nhưng đằng sau tấm màn che"
"So that she wouldn't be exposed to the rude gaze of people"
"Để cô ấy không phải chịu ánh nhìn khiếm nhã của mọi
người"
"Champa-Dal, the reciter, sat on a dais"
"Champa-Dal, người đọc kinh, ngồi trên một bục"
"And he began to tell the story of Keshavati"
"Và ông bắt đầu kể câu chuyện về Keshavati"

Sahasra-Dal jumped up from his seat.
Sahasra-Dal nhảy dựng lên khỏi chỗ ngồi.
And he embraced the reciter of the story.
Và anh ôm chầm lấy người kể chuyện.
"You can be none other than my brother Champa-Dal"
"Anh không thể là ai khác ngoài anh trai tôi Champa-Dal"
Then the prince was inflamed with rage.
Khi đó hoàng tử nổi cơn thịnh nộ.
He ordered the maid-servant to come into his presence.
Ông ra lệnh cho người hầu gái vào gặp ông.
A hole the height of a man was dug in the ground.
Người ta đào một cái hố cao bằng một người đàn ông trên mặt
đất.
And the maid-servant was put into the hole, standing.
Và người hầu gái được thả vào lỗ, đứng yên.
Prickly thorns were heaped around her.
Những chiếc gai nhọn chất đống xung quanh cô.
Up to the crown of her head she was covered in thorns.
Từ đỉnh đầu trở xuống, cô ấy bị gai bao phủ.
In this way the maid-servant was buried alive.
Bằng cách này, người hầu gái đã bị chôn sống.
After this all lived happily together for many years.
Sau đó, mọi người sống hạnh phúc bên nhau trong nhiều năm.
**Sahasra-Dal and his princess, and Champa-Dal and
Keshavati.**
Sahasra-Dal và công chúa của ông ta, Champa-Dal và
Keshavati.

The Story of Swet and Bachanta
Câu chuyện của Swet và Bachanta

There was once upon a time a rich merchant.
Ngày xửa ngày xưa, có một thương gia giàu có.
This rich merchant had only one son.
Người thương gia giàu có này chỉ có một người con trai.
And he loved his only son very much.
Và ông rất yêu thương đứa con trai duy nhất của mình.
He gave to his son whatever he wanted.
Ông cho con trai mình bất cứ thứ gì nó muốn.
Of course his son wanted a beautiful house.
Tất nhiên là con trai ông muốn có một ngôi nhà đẹp.
And he also wanted to have a large garden.
Và ông cũng muốn có một khu vườn lớn.
So a beautiful house was built for him.
Vì vậy, một ngôi nhà đẹp đã được xây cho ông.
And a fine garden was made for him too.
Và một khu vườn tuyệt đẹp cũng được tạo ra cho ông.
The merchant's son was pleased with the garden.
Con trai của thương gia rất hài lòng với khu vườn.
And he enjoyed walking in the garden.
Và ông thích đi dạo trong vườn.
One day a bird's nest caught his attention.
Một ngày nọ, một tổ chim đã thu hút sự chú ý của ông.
This bird happens to be called Toontooni.
Loài chim này có tên là Toontooni.
He put his hand into the small bird's nest.
Anh ta đưa tay vào tổ chim nhỏ.
And in the nest he found an egg.
Và trong tổ, anh ta tìm thấy một quả trứng.
He took the egg out of its nest.
Anh ta lấy quả trứng ra khỏi tổ.
There was an almirah in the wall of his house.
Có một chiếc tủ almirah trong tường nhà ông.
So he put the egg in the almirah.
Vì vậy, ông đặt quả trứng vào tủ almirah.

He closed the door of the almirah.
Anh ta đóng cửa tủ lại.
And then he thought no more of the egg.
Và rồi anh không còn nghĩ đến quả trứng nữa.
The merchant's son had a house of his own.
Con trai của thương gia có một ngôi nhà riêng.
But he had a house without a household.
Nhưng ông có một ngôi nhà mà không có hộ gia đình.
So in his house there was no cook.
Vì vậy, trong nhà ông không có người nấu ăn.
But he had no need for his own cook.
Nhưng ông không cần đầu bếp riêng.
Because his mother regularly sent him food.
Bởi vì mẹ anh thường xuyên gửi đồ ăn cho anh.
In the morning she sent him breakfast.
Buổi sáng cô gửi cho anh bữa sáng.
And every day she had dinner sent to him.
Và mỗi ngày cô đều gửi đồ ăn tối đến cho anh.
One day the egg in the almirah burst.
Một ngày nọ, quả trứng trong tủ bị vỡ.
But it was not a bird that came out of the egg.
Nhưng con chim chui ra từ quả trứng không phải là con chim.
Out of the egg came a beautiful infant.
Từ trong quả trứng, một đứa trẻ sơ sinh xinh đẹp ra đời.
The infant was not a bird, but a human girl.
Đứa trẻ sơ sinh đó không phải là một con chim mà là một bé gái.
But the merchant's son knew nothing of the event.
Nhưng con trai của thương gia không biết gì về sự việc này.
He had forgotten everything about the egg.
Anh ấy đã quên hết mọi thứ về quả trứng.
The door of the wall-almirah had been kept closed.
Cánh cửa của tủ tường vẫn đóng chặt.
However, the merchant's son did not lock the door.
Tuy nhiên, con trai của thương gia đã không khóa cửa.
The child grew up within the wall-almirah.
Đứa trẻ lớn lên trong bức tường almirah.

She had no knowledge of the merchant's son.
Cô không biết gì về con trai của thương gia.
Nor did she know of anyone else.
Cô cũng không biết ai khác nữa.
When the child could walk it grew curious.
Khi đứa trẻ có thể đi được, nó trở nên tò mò.
And out of curiosity she opened the door.
Và vì tò mò, cô mở cửa.
That day, too, the mother had sent breakfast.
Hôm đó mẹ cũng đã gửi đồ ăn sáng.
And the breakfast had been put on the floor.
Và bữa sáng đã được đặt trên sàn nhà.
The child saw the food that was on the floor.
Đứa trẻ nhìn thấy đồ ăn trên sàn nhà.
Of course the child ate from the food.
Tất nhiên là đứa trẻ đã ăn thức ăn đó.
And then the child returned into the wall.
Và rồi đứa trẻ quay trở lại bức tường.
The merchant's mother always made a lot of food.
Mẹ của người thương gia luôn nấu rất nhiều thức ăn.
It was more food than he could possibly eat.
Có quá nhiều thức ăn mà anh ta có thể ăn hết.
So he didn't notice that any food was missing.
Vì thế, ông không nhận thấy có bất kỳ thức ăn nào bị thiếu.
The girl of the wall-almirah came out every day.
Cô gái của bức tường almirah ngày nào cũng ra ngoài.
And every day she ate a part of the food.
Và mỗi ngày cô đều ăn một phần thức ăn đó.
After eating the food she returned to the almirah.
Sau khi ăn xong, cô trở về tủ đựng đồ.
But with time the girl got older and older.
Nhưng theo thời gian, cô gái ngày càng già đi.
And with age she got bigger and bigger.
Và theo tuổi tác, bà ngày càng to lớn hơn.
And the bigger she got the hungrier she got.
Và cô ấy càng lớn thì càng đói.
And she began to eat more of the food each day.

Và cô ấy bắt đầu ăn nhiều thức ăn hơn mỗi ngày.

Eventually the merchant's son noticed the missing food.

Cuối cùng con trai của người thương gia cũng nhận thấy thức ăn bị mất.

But he had no way of knowing where the food went.

Nhưng anh không có cách nào biết được thức ăn đã đi đâu.

The last thing he suspected was a girl from inside the almirah.

Điều cuối cùng anh nghi ngờ là một cô gái từ bên trong tủ.

And so he came to a very different conclusion.

Và vì thế ông đã đi đến một kết luận rất khác.

"Why is mother sending such a small quantity of food?".

"Tại sao mẹ lại gửi ít thức ăn thế?".

And he had a message sent to his mother.

Và anh ấy đã gửi một tin nhắn cho mẹ mình.

"Why am I being sent insufficient food?".

"Tại sao tôi lại không được cung cấp đủ thức ăn?".

"And why is the dish served so slovenly?".

"Và tại sao món ăn lại được phục vụ cẩu thả như vậy?".

Of course we know why the food was insufficient.

Tất nhiên chúng ta biết lý do tại sao thức ăn lại không đủ.

And we know why the food was presented slovenly.

Và chúng ta biết tại sao đồ ăn được trình bày cẩu thả.

The girl from in the wall ate from his food.

Cô gái trong tường đã ăn đồ ăn của anh ta.

And as she ate she fingered the rice and curry.

Và khi ăn, cô ấy dùng tay chạm vào cơm và cà ri.

And she always hurried back into her cell in the wall.

Và cô ấy luôn vội vã quay trở lại phòng giam của mình trong tường.

So that she would not be seen by anyone.

Để cô ấy không bị ai nhìn thấy.

She had no time to put the rice in proper order.

Cô ấy không có thời gian để sắp xếp cơm theo đúng thứ tự.

The mother was astonished at her son's complaint.

Người mẹ ngạc nhiên trước lời phàn nàn của con trai mình.

She gave him more than he could eat.

Cô ấy đã cho anh ấy nhiều hơn mức anh ấy có thể ăn.
The food was served up on a silver plate.
Thức ăn được phục vụ trên đĩa bạc.
And she neatly arranged the food herself.
Và cô ấy tự tay sắp xếp đồ ăn một cách gọn gàng.
But her son repeated the same complaint again.
Nhưng con trai bà lại tiếp tục phàn nàn như vậy.
Day after day he complained of the small portions.
Ngày này qua ngày khác, ông phàn nàn về khẩu phần ăn quá ít.
Day after day he complained of the messy food.
Ngày này qua ngày khác, anh ấy phàn nàn về đồ ăn bừa bộn.
And so his mother began to suspect foul play.
Và thế là mẹ anh bắt đầu nghi ngờ có chuyện gì đó không ổn.
She told her son to watch over the food.
Bà bảo con trai mình trông chừng đồ ăn.
"See if anyone is eating your food".
"Hãy xem có ai đang ăn đồ ăn của bạn không".
The next day a servant brought the food.
Ngày hôm sau, người hầu mang đồ ăn đến.
The servant laid the food in a clean place.
Người hầu đặt thức ăn ở nơi sạch sẽ.
Normally the merchant's son took a bath.
Thông thường, con trai của thương gia sẽ tắm.
But this day he did not go for a bath.
Nhưng hôm nay anh ấy không đi tắm.
Instead, on this day he hid himself nearby.
Thay vào đó, vào ngày này anh ta ẩn mình ở gần đó.
From his hiding place he could see the food.
Từ nơi ẩn náu, anh ta có thể nhìn thấy thức ăn.
The merchant's son did not have to wait for long.
Con trai của người thương gia không phải chờ đợi lâu.
Soon he saw the wall-almirah open.
Chẳng mấy chốc, ông thấy cánh cửa tường mở ra.
And he saw a beautiful damsel step out.
Và chàng nhìn thấy một thiếu nữ xinh đẹp bước ra.
She could not have been more than sixteen.

Cô ấy chắc không quá mười sáu tuổi.

She sat on the carpet by the breakfast.

Cô ngồi trên tấm thảm cạnh bàn ăn sáng.

And she began to eat from the food left on the floor.

Và cô ấy bắt đầu ăn những thức ăn còn sót lại trên sàn nhà.

The merchant's son came out of his hiding-place.

Con trai của người thương gia bước ra khỏi nơi ẩn náu.

And the damsel could not escape from him.

Và cô gái không thể thoát khỏi anh ta.

"Who are you, beautiful creature?".

"Ngươi là ai, sinh vật xinh đẹp?".

"You do not seem to be earth-born".

"Có vẻ như ngươi không phải người sinh ra trên đất".

"Are you one of the daughters of the gods?".

"Cô có phải là một trong những người con gái của các vị thần không?".

The girl replied, "I do not know who I am".

Cô gái trả lời: "Tôi không biết tôi là ai".

"But there is one thing I do know," the girl continued.

"Nhưng có một điều tôi biết," cô gái tiếp tục.

"One day I found myself in the almirah in the wall".

"Một ngày nọ, tôi thấy mình đang ở trong căn phòng nhỏ trên tường".

"And since then I have been living in the wall".

"Và kể từ đó tôi sống trong bức tường".

The merchant's son thought her story was strange.

Con trai của người thương gia nghĩ rằng câu chuyện của bà thật kỳ lạ.

But then he thought a bit more about the story.

Nhưng sau đó anh ấy suy nghĩ thêm một chút về câu chuyện.

And he remembered what happened sixteen years ago.

Và anh nhớ lại chuyện đã xảy ra cách đây mười sáu năm.

He remembered the nest of the toontoori bird.

Anh nhớ đến tổ chim toontoori.

And he remembered finding an egg in the nest.

Và anh nhớ đã tìm thấy một quả trứng trong tổ.

And he remembered putting the egg in the almirah.

Và anh nhớ đã đặt quả trứng vào tủ almirah.

The wall-almirah girl was of uncommon beauty.

Cô gái trong bức tường có vẻ đẹp khác thường.

And the merchant's son was struck by her beauty.

Và con trai của thương gia đã bị vẻ đẹp của nàng làm cho say đắm.

Her beauty made a deep impression on his mind.

Vẻ đẹp của cô đã để lại ấn tượng sâu sắc trong tâm trí anh.

And he resolved in his mind to marry her.

Và trong thâm tâm anh quyết định sẽ cưới cô.

From then on the girl didn't stay in the almirah.

Từ đó trở đi, cô gái không ở lại trong almirah nữa.

She was given a room in the merchant's son's house.

Cô được cấp một căn phòng trong nhà con trai của thương gia.

The next day the merchant's son wrote a message.

Ngày hôm sau, con trai của thương gia đã viết một tin nhắn.

And he had the message sent to his mother.

Và anh ấy đã gửi tin nhắn đó cho mẹ mình.

You can guess the general theme of the message.

Bạn có thể đoán được chủ đề chung của tin nhắn.

The merchant's son said he would like to get married.

Con trai của thương gia nói rằng anh ấy muốn kết hôn.

The mother of the merchant's son reproached herself.

Mẹ của con trai người thương gia tự trách mình.

She had not tried to find a wife for his son.

Bà không hề cố gắng tìm vợ cho con trai mình.

She felt she should have thought of his marriage.

Cô cảm thấy mình nên nghĩ đến chuyện kết hôn của anh.

And so she promptly replied to her son's message.

Và thế là bà nhanh chóng trả lời tin nhắn của con trai mình.

She and her father were going to send out ghataks.

Cô và cha cô sẽ gửi ghataks đi.

The ghataks were going to go to different countries.

Những người Ghataks sẽ đi đến nhiều quốc gia khác nhau.

There they were going to look for suitable brides.

Ở đó họ sẽ tìm kiếm những cô dâu phù hợp.

But the merchant's son said there would be no need.

Nhưng con trai của thương gia nói rằng điều đó không cần
thiết.
He had secured himself a lovely young lady.
Anh đã tìm được cho mình một cô gái trẻ xinh đẹp.
If they had no objection, he would introduce her to them.
Nếu họ không phản đối, anh sẽ giới thiệu cô với họ.
And so the young lady was taken to the merchant's house.
Và thế là cô gái trẻ được đưa đến nhà thương gia.
The merchant and his wife welcomed the stranger.
Người thương gia và vợ chào đón người lạ.
And they were also struck by her unmatched beauty.
Và họ cũng bị ấn tượng bởi vẻ đẹp không gì sánh bằng của cô.
The girl was of perfect loveliness and grace.
Cô gái có vẻ đẹp hoàn hảo và duyên dáng.
The parents made no questions to her birth.
Bố mẹ cô không thắc mắc gì về sự ra đời của cô.
And the nuptials were celebrated there and then.
Và lễ cưới được tổ chức ngay tại đó.

In the course of time the merchant's son had two sons.
Theo thời gian, con trai của thương gia có hai người con trai.
The elder of the sons he named Swet.
Người con trai lớn nhất được ông đặt tên là Swet.
And the younger son he named Basanta.
Và người con trai út được ông đặt tên là Basanta.
After the passing of more time the old merchant died.
Sau một thời gian, người thương gia già qua đời.
So the merchant's son now became the merchant.
Vì vậy, con trai của thương gia bây giờ đã trở thành thương
gia.
And after some time his mother died too.
Và sau một thời gian, mẹ ông cũng qua đời.
Swet and Basanta grew up to be fine lads.
Swet và Basanta lớn lên và trở thành những chàng trai tuyệt
vời.
And the elder son was in due time married.
Và người con trai cả đã kịp thời kết hôn.

Sometime after Swet's marriage his mother also died.
Một thời gian sau khi Swet kết hôn, mẹ ông cũng qua đời.
The girl from in the wall was no more.
Cô gái trong bức tường không còn nữa.
The widower lost no time in marrying again.
Người góa vợ không mất thời gian để kết hôn lần nữa.
And he had a new young and beautiful wife.
Và anh đã có một người vợ mới trẻ trung và xinh đẹp.
Swet's wife was older than his stepmother.
Vợ của Swet lớn tuổi hơn mẹ kế của anh.
So his wife became the mistress of the house.
Vì vậy, vợ ông trở thành bà chủ của ngôi nhà.
The stepmother was like all stepmothers are.
Người mẹ kế cũng giống như bao người mẹ kế khác.
She hated Swet and Basanta with a perfect hatred.
Cô ấy ghét Swet và Basanta một cách sâu sắc.
And the two ladies also couldn't stand each other.
Và hai người phụ nữ cũng không thể chịu đựng được nhau.
It so happened one day that a fisherman came.
Một ngày nọ, tình cờ có một người đánh cá đến.
The fisherman brought to the merchant a fish.
Người đánh cá mang đến cho người buôn bán một con cá.
This fish was of singular and remarkable beauty.
Loài cá này có vẻ đẹp độc đáo và đáng chú ý.
It was unlike any other fish that had been seen.
Nó không giống bất kỳ loài cá nào từng được nhìn thấy.
And the fish had other qualities too.
Và cá còn có những đặc tính khác nữa.
The fisherman explained the wonders of the fish.
Người đánh cá giải thích về sự kỳ diệu của loài cá.
"Two things will happen if you eat this fish".
"Hai điều sẽ xảy ra nếu bạn ăn con cá này".
"When you laugh maniks will drop from your mouth".
"Khi bạn cười, manik sẽ rơi ra từ miệng bạn".
"And when you weep pearls will drop from your eyes".
"Và khi bạn khóc, những viên ngọc trai sẽ rơi khỏi mắt bạn".
The merchant was astounded by what he had heard.

Người thương gia vô cùng kinh ngạc trước những điều mình nghe được.

And he wanted the wonderful properties of the fish.

Và ông muốn có được những đặc tính tuyệt vời của loài cá này.

And so he bought the fish at one thousand rupees.

Và thế là anh ta mua con cá với giá một nghìn rupee.

And he put the fish into the hands of Swet's wife.

Và anh ta đưa con cá vào tay vợ của Swet.

Because Swet's wife was the mistress of the house.

Bởi vì vợ của Swet là chủ nhân của ngôi nhà.

He strictly instructed her to cook the fish well.

Anh ấy nghiêm khắc hướng dẫn cô phải nấu cá thật chín.

And he told her to give the fish to him alone to eat.

Và anh bảo cô đưa cá cho riêng anh ăn.

The house-mother however knew the fish's secret.

Tuy nhiên, bà mẹ trong nhà lại biết được bí mật của con cá.

She had overheard what the fisherman had said.

Cô đã nghe lỏm được những gì người đánh cá nói.

Secretly she made a different plan in her mind.

Cô ấy âm thầm lập ra một kế hoạch khác trong đầu.

She was going to cook the fish for her husband.

Cô ấy định nấu cá cho chồng mình.

And she was going to share the fish with his brother.

Và cô ấy sẽ chia con cá với anh trai của anh ấy.

For her father-in-law she was going to prepare a frog.

Cô định làm món ếch đãi bố chồng.

Soon she had finished cooking the marvelous fish.

Chẳng mấy chốc cô đã nấu xong món cá tuyệt vời.

And she had finished cooking a frog too.

Và cô ấy cũng đã nấu xong một con ếch.

But from the kitchen she could hear a squabble.

Nhưng từ trong bếp, cô có thể nghe thấy tiếng cãi vã.

She could hear who it was that was arguing.

Cô ấy có thể nghe thấy ai đang tranh cãi.

Her stepmother-in-law and her husband's brother.

Mẹ kế của chồng và anh trai chồng cô.

And she understood the cause of the argument.
Và cô ấy hiểu được nguyên nhân của cuộc tranh cãi.
Basanta was still but a young lad.
Basanta vẫn còn là một chàng trai trẻ.
But he was passionately fond of his pigeons.
Nhưng ông lại vô cùng yêu thích loài chim bồ câu của mình.
And he tamed his pigeons very well.
Và ông đã thuần hóa chim bồ câu rất giỏi.
Nonetheless, one of his pigeons had escaped.
Tuy nhiên, một con chim bồ câu của ông đã trốn thoát.
And the pigeon flew into his stepmother's room.
Và con chim bồ câu bay vào phòng mẹ kế của anh ta.
His stepmother hid the pigeon in her clothes.
Mẹ kế của anh đã giấu con chim bồ câu trong quần áo của bà.
Basanta rushed after the pigeon into the room.
Basanta vội vã chạy theo con chim bồ câu vào phòng.
And he loudly demanded to have the pigeon back.
Và anh ta lớn tiếng yêu cầu lấy lại con chim bồ câu.
His stepmother denied having the pigeon.
Mẹ kế của anh phủ nhận việc nuôi chim bồ câu.
Swet, however, did know she had the pigeon.
Tuy nhiên, Swet biết cô ấy có con chim bồ câu.
And the older brother forcibly took the bird.
Và người anh trai đã dùng vũ lực bắt lấy con chim.
And he freed the pigeon from her clothes.
Và anh ta thả con chim bồ câu ra khỏi quần áo của nó.
And he gave the pigeon back to his brother.
Và anh ta trả lại con chim bồ câu cho em trai mình.
The stepmother cursed and swore, and added;
Mẹ kế chửi rủa và nói thêm:
"Wait until the head of the house comes home".
"Chờ cho đến khi chủ nhà về".
"He will get no water till he sheds your blood".
"Hắn sẽ không có nước cho đến khi hắn đổ máu của ngươi".
Swet's wife called her husband and said to him;
Vợ của Swet gọi chồng mình lại và nói với anh ta rằng;
"My dearest lord, that woman is a most wicked woman".

"Thưa ngài, người phụ nữ đó là một người phụ nữ vô cùng
độc ác".

"And she has boundless influence over my father-in-law".

"Và cô ấy có ảnh hưởng vô hạn đến bố vợ tôi".

"She will make him do what she has threatened".

"Cô ấy sẽ bắt anh ta làm những gì cô ấy đã đe dọa".

"All our lives are in imminent danger".

"Cuộc sống của tất cả chúng ta đang bị đe dọa nghiêm trọng".

"But let us first eat a little," she added.

"Nhưng trước tiên chúng ta hãy ăn một chút đã," cô ấy nói
thêm.

"And then let us all three run away from this place".

"Và sau đó cả ba chúng ta hãy chạy trốn khỏi nơi này".

Swet forthwith called Basanta to him.

Swet ngay lập tức gọi Basanta đến.

And he told him what he had heard from his wife.

Và ông kể lại những gì ông nghe được từ vợ mình.

They resolved to run away before nightfall.

Họ quyết định chạy trốn trước khi màn đêm buông xuống.

The woman placed before her husband the fish.

Người phụ nữ đặt con cá trước mặt chồng mình.

And her brother-in-law ate of the fish too.

Và anh rể của cô cũng ăn cá.

And they ate of the fish heartily.

Và họ ăn cá một cách ngon lành.

The woman packed up all her jewels in a box.

Người phụ nữ đóng gói tất cả đồ trang sức của mình vào một
chiếc hộp.

There was only one horse in the stables.

Chỉ có một con ngựa trong chuồng.

But the horse was of uncommon fleetness.

Nhưng con ngựa này có tốc độ nhanh không bình thường.

They could all sit on the horse together.

Họ có thể cùng ngồi trên lưng ngựa.

Swet held the reins of the horse.

Swet nắm dây cương của con ngựa.

The woman sat in the middle of the horse.

Người phụ nữ ngồi ở giữa con ngựa.

And she had the jewel-box in her lap.

Và cô ấy đang đặt hộp trang sức trên đùi.

And Basanta sat on the rear of the horse.

Và Basanta ngồi ở phía sau ngựa.

The horse galloped with the utmost swiftness.

Con ngựa phi nước đại với tốc độ cực nhanh.

They passed through many a plain and noted town.

Họ đi qua nhiều thị trấn đồng bằng và nổi tiếng.

After midnight they found themselves in a forest.

Sau nửa đêm, họ thấy mình đang ở trong một khu rừng.

And they were not far from the banks of a river.

Và họ không ở xa bờ sông.

Here the most untoward event took place.

Sự kiện bất hạnh nhất đã xảy ra ở đây.

Swet's wife began to feel the pains of child-birth.

Vợ của Swet bắt đầu cảm thấy đau đớn khi sinh con.

They dismounted from the horse without delay.

Họ xuống ngựa ngay lập tức.

And within an hour Swet's wife gave birth to a son.

Và trong vòng một giờ, vợ của Swet đã sinh một cậu con trai.

What were the two brothers to do in this forest?

Hai anh em phải làm gì trong khu rừng này?

They knew that a fire had to be kindled.

Họ biết rằng ngọn lửa cần phải được nhóm lên.

The mother and the new-born baby needed warmth.

Người mẹ và đứa con mới sinh cần được sưởi ấm.

But from where was there fire to be gotten?

Nhưng lấy lửa từ đâu?

There were no human habitations visible.

Không thấy có nơi cư trú của con người.

Nonetheless, a fire had to be procured.

Tuy nhiên, vẫn phải nhóm lửa.

And it was the winter month of December.

Và đó là tháng 12, tháng mùa đông.

The mother and the baby would certainly perish.

Người mẹ và đứa bé chắc chắn sẽ chết.

Swet told Basanta to sit beside his wife.
Swet bảo Basanta ngồi cạnh vợ mình.
And he set out in the darkness of the night.
Và anh ta lên đường trong bóng tối của màn đêm.
And he went in search of wood to make a fire.
Và anh ta đi tìm gỗ để nhóm lửa.
Swet walked many a mile through the darkness.
Swet đi bộ nhiều dặm trong bóng tối.
But despite the distance he saw no human habitations.
Nhưng dù ở xa, ông vẫn không nhìn thấy nơi ở của con người.
But eventually his eyes were given some help.
Nhưng cuối cùng mắt anh đã được cứu chữa.
The genial light of Sukra somewhat illumined his path.
Ánh sáng tuyệt vời của Sukra phần nào soi sáng con đường
của anh.
And he saw at a distance what seemed a large city.
Và ông nhìn thấy từ xa một thứ có vẻ như là một thành phố
lớn.
He was congratulating himself on his journey's end.
Anh ấy đang tự chúc mừng mình vì đã kết thúc chuyến đi.
And he congratulated himself for finding fire.
Và ông tự chúc mừng mình vì đã tìm thấy lửa.
The fire that was going to benefit his poor wife.
Ngọn lửa sẽ mang lại lợi ích cho người vợ tội nghiệp của ông.
His wife that was lying cold in the forest.
Vợ anh ta đang nằm lạnh cóng trong rừng.
The fire that was going to save his new-born child.
Ngọn lửa sẽ cứu đứa con mới sinh của anh.
The new-born baby born into the coldness.
Đứa trẻ mới sinh ra trong thời tiết giá lạnh.
Suddenly an elephant shot across his path.
Đột nhiên một con voi lao vút qua đường.
The elephant was gorgeously caparisoned.
Con voi được trang bị bộ đồ cưỡi rất đẹp.
And the elephant gently picked him with his trunk.
Và con voi nhẹ nhàng dùng vòi của mình nhấc anh ta lên.
He placed him on the rich howdah on its back.

Anh ta đặt anh ta nằm ngửa trên chiếc kiệu sang trọng.

The elephant then walked rapidly towards the city.

Sau đó, con voi bước nhanh về phía thành phố.

Swet was quite taken aback by the events.

Swet khá sửng sốt trước sự việc này.

He did not understand the elephant's actions.

Anh ta không hiểu hành động của con voi.

And he wondered what was in store for him.

Và anh tự hỏi điều gì đang chờ đợi mình.

A crown is that which was in store for him.

Vương miện là thứ đã được dành sẵn cho ngài.

He was being taken to the chief city of a kingdom.

Ông đang được đưa đến thành phố chính của một vương quốc.

In this kingdom every morning a king was elected.

Ở vương quốc này, mỗi buổi sáng đều có một vị vua được bầu chọn.

Because the kings of this city lasted but a day.

Bởi vì các vị vua của thành phố này chỉ trị vì được một ngày.

Every night the new king joined the queen in her room.

Mỗi đêm, vị vua mới đều vào phòng cùng hoàng hậu.

And every morning the previous king was found dead.

Và mỗi buổi sáng, người ta phát hiện vị vua trước đã chết.

No one knew what caused the deaths of the kings.

Không ai biết nguyên nhân gây ra cái chết của các vị vua.

Not even the queen knew what caused their death.

Ngay cả nữ hoàng cũng không biết nguyên nhân cái chết của họ.

So this kingdom had its own king-maker.

Vì vậy, vương quốc này có người lập ra vua riêng.

The elephant who suddenly took hold of Swet.

Con voi đột nhiên túm lấy Swet.

Early in the morning the elephant roamed about.

Vào sáng sớm, con voi đã đi lang thang khắp nơi.

Sometimes the elephant went to distant places.

Đôi khi con voi đi đến những nơi xa xôi.

And every evening the elephant returned with a man.

Và mỗi buổi tối con voi lại trở về cùng với một người đàn ông.

The man on the elephant's became their king.

Người đàn ông trên lưng voi trở thành vua của chúng.

The elephant majestically marched through the streets.

Con voi uy nghi diễu hành qua các con phố.

A crowd of people welcomed their new king.

Đám đông người dân chào đón vị vua mới của họ.

But Swet did not yet understand their cheers.

Nhưng Swet vẫn chưa hiểu được tiếng reo hò của họ.

The elephant entered the kingdom's palace.

Con voi tiến vào cung điện của vương quốc.

And the elephant placed Swet on the throne.

Và con voi đã đặt Swet lên ngai vàng.

Amid much rejoicing he was proclaimed king.

Trong niềm hân hoan, ông được tuyên bố là vua.

But there were lamentations in the crowd too.

Nhưng trong đám đông cũng có tiếng than khóc.

In the course of the day he heard of the curse.

Trong ngày, ông nghe được lời nguyền.

The nightly death of every newly elected king.

Cái chết hàng đêm của mỗi vị vua mới được bầu.

But Swet was possessed of great discretion.

Nhưng Swet lại rất thận trọng.

And he had the courage not to try an escape.

Và anh ta đã có đủ can đảm để không cố gắng trốn thoát.

He took every precaution that he could take.

Ông đã thực hiện mọi biện pháp phòng ngừa có thể.

But he did not know how to avert the catastrophe.

Nhưng ông không biết làm thế nào để ngăn chặn thảm họa.

And he knew not what expedients to adopt.

Và ông không biết nên áp dụng biện pháp nào.

Because he didn't know the nature of the danger.

Bởi vì anh ta không biết bản chất của mối nguy hiểm.

He resolved, however, upon two things;

Tuy nhiên, ông đã quyết định hai điều;

He was going to go armed into the bedchamber.

Anh ta định mang theo vũ khí đi vào phòng ngủ.

And he was going to stay awake the whole night.
Và anh ấy sẽ thức trắng đêm.
The queen was young and of exquisite beauty.
Nữ hoàng còn trẻ và có vẻ đẹp tuyệt trần.
Guileless and benevolent was the expression of her face.
Khuôn mặt của cô ấy toát lên vẻ ngây thơ và nhân từ.
It was impossible to attribute her any malice.
Không thể nào quy cho cô ấy bất kỳ ác ý nào.
No one believed she caused all the kings' deaths.
Không ai tin rằng bà là nguyên nhân gây ra cái chết của tất cả
các vị vua.
In the queen's chamber Swet spent an agreeable evening.
Trong phòng của hoàng hậu, Swet đã có một buổi tối vui vẻ.
As the night advanced the queen fell asleep.
Khi đêm xuống, nữ hoàng chìm vào giấc ngủ.
But Swet kept awake, and was on the alert.
Nhưng Swet vẫn tỉnh táo và cảnh giác.
He looked at every creek and corner of the room.
Anh nhìn khắp mọi ngóc ngách trong phòng.
And he expected every minute to be murdered.
Và anh ta mong đợi từng phút trôi qua đều bị giết chết.
But the queen did not rise to murder him.
Nhưng nữ hoàng không đứng lên giết ông.
And no one entered the room to murder him either.
Và cũng không có ai vào phòng để giết anh ta cả.
Nor did he feel anything other than sleepiness.
Anh ấy cũng không cảm thấy gì khác ngoài buồn ngủ.
But in the dead of night he perceived something.
Nhưng trong đêm khuya, anh nhận ra điều gì đó.
A thread was coming out the queen's nostril.
Một sợi chỉ thò ra từ lỗ mũi của nữ hoàng.
The thread was so thin that it was almost invisible.
Sợi chỉ mỏng đến mức gần như vô hình.
Slowly the thread reached several yards in length.
Sợi chỉ từ từ dài ra vài mét.
And eventually all the thread came out.
Và cuối cùng tất cả các sợi chỉ đều được tháo ra.

Only then did the thread begin to grow thicker.
Chỉ khi đó sợi chỉ mới bắt đầu dày hơn.
Soon the thread took on its real shape.
Chẳng bao lâu sau, sợi chỉ đã có hình dạng thực sự.
The thread was in fact a huge serpent.
Thực chất sợi chỉ là một con rắn khổng lồ.
Immediately Swet cut off the head of the serpent.
Ngay lập tức Swet chặt đầu con rắn.
The body of the serpent wriggled violently.
Cơ thể con rắn quằn quại dữ dội.
He sat quiet in the room, expecting other adventures.
Anh ngồi im lặng trong phòng, mong đợi những cuộc phiêu lưu khác.
But nothing else happened the rest of the night.
Nhưng không có chuyện gì khác xảy ra trong suốt đêm còn lại.
The queen slept longer than usual.
Nữ hoàng ngủ lâu hơn bình thường.
Because she had been relieved of the huge snake.
Bởi vì cô ấy đã được giải thoát khỏi con rắn khổng lồ.
Early next morning the ministers came.
Sáng sớm hôm sau, các vị bộ trưởng đã đến.
They were expecting to hear of the king's death.
Họ đang mong đợi nghe tin nhà vua qua đời.
The ladies of the bedchamber knocked at the door.
Những người hầu phòng gõ cửa.
But to their astonishment Swet come out.
Nhưng họ vô cùng ngạc nhiên khi Swet xuất hiện.
The folk learned the mystery of all the kings' deaths.
Dân chúng biết được bí ẩn về cái chết của tất cả các vị vua.
And now the country rejoiced their permanent king.
Và giờ đây đất nước hân hoan chào đón vị vua vĩnh cửu của mình.
There is a strange thing you probably noticed.
Có một điều kỳ lạ mà bạn có thể đã nhận thấy.
Swet did not remember his wife he left behind.
Swet không nhớ gì về người vợ mà anh đã bỏ lại.

It is a strange thing, nevertheless it is true.

Đây là một điều kỳ lạ nhưng lại là sự thật.

Nor did he remember the defenseless new-born babe.

Ông cũng không nhớ đến đứa bé mới sinh không có khả năng tự vệ.

And he did not remember his brother either.

Và anh cũng không nhớ anh trai mình nữa.

He had no time to remember when the elephant came.

Anh ta không có thời gian để nhớ con voi đã đến khi nào.

On the first night he had to worry for his own life.

Đêm đầu tiên, anh phải lo lắng cho mạng sống của mình.

And now the crown brought on his forgetfulness.

Và giờ đây chiếc vương miện khiến ông mất trí nhớ.

But he had entrusted his wife and child to Basanta.

Nhưng ông đã giao phó vợ con mình cho Basanta.

And his brother sat waiting for many weary hours.

Và anh trai của ông đã ngồi chờ đợi trong nhiều giờ mệt mỏi.

Every moment he expected to see Swet return with fire.

Mỗi khoảnh khắc anh đều mong đợi nhìn thấy Swet quay lại với ngọn lửa.

But the whole night passed away without his return.

Nhưng cả đêm trôi qua mà anh vẫn không trở về.

At sunrise he went to the bank of the river.

Khi mặt trời mọc, ông đi đến bờ sông.

There he anxiously looked about for his brother.

Ở đó, anh lo lắng nhìn quanh tìm anh trai mình.

But his waiting and searching were all in vain.

Nhưng sự chờ đợi và tìm kiếm của ông đều vô ích.

Distressed beyond measure, he wept at the riverside.

Quá đau khổ, ông ngồi khóc bên bờ sông.

As he was weeping a boat was passing by.

Khi ông đang khóc thì có một chiếc thuyền đi ngang qua.

In the boat a merchant was returning from business.

Trên thuyền có một thương gia đang trở về sau chuyến buôn.

The boat was not far from the shore.

Chiếc thuyền không còn xa bờ nữa.

So the merchant could see Basanta weeping.

Vì vậy, người thương gia có thể nhìn thấy Basanta đang khóc.
Something struck the attention of the merchant.
Có điều gì đó thu hút sự chú ý của người thương gia.
By the weeping man appeared to be a pile of pearls.
Bên cạnh người đàn ông đang khóc xuất hiện một đống ngọc trai.
The merchant requested the boatman to halt.
Người buôn bán yêu cầu người lái đò dừng lại.
And the merchant went to the weeping man.
Và người thương gia đến gặp người đàn ông đang khóc.
By the weeping man was in fact a pile of pearls.
Bên cạnh người đàn ông đang khóc thực ra là một đống ngọc trai.
And the pearls were of the highest quality.
Và những viên ngọc trai này có chất lượng cao nhất.
And another thing astonished the merchant.
Và còn một điều nữa làm người thương gia kinh ngạc.
The pile of pearls grew larger every second.
Đống ngọc trai ngày càng lớn hơn theo từng giây.
Because the man was crying, but not tears.
Bởi vì người đàn ông đó đang khóc, nhưng không phải là nước mắt.
Because his tears turned to pearls on the ground.
Bởi vì nước mắt của anh đã biến thành những viên ngọc trai rơi trên mặt đất.
The merchant stowed away the pearls into his boat.
Người thương gia cất giấu số ngọc trai vào trong thuyền của mình.
Then the merchant got his servants to help him.
Sau đó, người thương gia đã gọi người hầu đến giúp mình.
And together they captured the crying man.
Và cùng nhau họ đã bắt được người đàn ông đang khóc.
They put him on board of the vessel.
Họ đưa anh ta lên tàu.
And he tied him to one of the ship's masts.
Và anh ta trói anh ta vào một trong những cột buồm của con tàu.

Basanta, of course, tried his best to resist.

Tất nhiên, Basanta đã cố gắng hết sức để chống cự.

But what could he do against so many sailors?

Nhưng ông có thể làm gì để chống lại nhiều thủy thủ như vậy?

He thought of his brother who never returned.

Anh nghĩ đến người anh trai không bao giờ trở về.

He thought of his sister-in-law in the forest.

Anh nghĩ đến chị dâu của mình trong rừng.

And he thought of his newly born niece.

Và ông nghĩ đến đứa cháu gái mới sinh của mình.

And he cried even more bitterly than before.

Và anh ấy khóc thậm chí còn thảm thiết hơn trước.

His weeping mightily pleased the merchant.

Tiếng khóc của chàng làm người thương gia vô cùng vui mừng.

Because even more pearls were falling to the ground.

Bởi vì ngày càng có nhiều ngọc trai rơi xuống đất.

And the merchant became richer and richer.

Và người thương gia ngày càng giàu có hơn.

Eventually the merchant reached his native town.

Cuối cùng người thương gia cũng đến được quê hương của mình.

When they got there he confined Basanta in a room.

Khi họ đến nơi, anh ta nhốt Basanta vào một căn phòng.

At stated hours every day he had him whipped.

Vào những giờ cố định mỗi ngày, ông ta cho đánh roi anh ta.

In order to make him shed yet more tears.

Để khiến anh ấy phải rơi nhiều nước mắt hơn nữa.

And every tear converted into a bright pearl.

Và mỗi giọt nước mắt đều biến thành viên ngọc trai sáng ngời.

The merchant one day said to his servants;

Một ngày nọ, người thương gia nói với người hầu của mình rằng:

"The fellow is making me rich by his weeping".

"Anh chàng đó làm tôi giàu có bằng tiếng khóc của anh ta".

"Let us see what he gives me by laughing".

"Chúng ta hãy xem anh ấy cười mang lại cho tôi điều gì".
Accordingly, he began to tickle his captive.
Theo đó, anh ta bắt đầu cù người bị bắt.
Upon being tickled Basanta began to laugh.
Khi bị cù, Basanta bắt đầu cười.
Of course he was not laughing out of happiness.
Tất nhiên là anh ấy không cười vì vui mừng.
But none the less maniks dropped from his mouth.
Nhưng dù sao thì những viên kẹo vẫn rơi ra từ miệng anh ta.
After this Basanta was not just whipped anymore.
Sau đó Basanta không chỉ bị đánh đòn nữa.
Now he was alternately whipped and tickled.
Bây giờ anh ta vừa bị đánh đòn vừa bị cù lét.
All day and far into the night he was exploited.
Suốt ngày đêm, anh đều bị bóc lột.
The merchant's wealth increased day and night.
Sự giàu có của thương gia ngày càng tăng lên.
Soon he became the wealthiest man in the land.
Chẳng bao lâu sau, ông trở thành người giàu nhất đất nước.
But let us return to Basanta's subjugation later.
Nhưng chúng ta hãy quay lại với sự khuất phục của Basanta
sau.
Now let us turn our attention to Swet's wife.
Bây giờ chúng ta hãy chuyển sự chú ý sang vợ của Swet.

Swet's abandoned wife was still in the forest.
Người vợ bị bỏ rơi của Swet vẫn còn ở trong rừng.
She had just given birth to her child.
Cô ấy vừa mới sinh con.
But now she was alone in the forest.
Nhưng giờ đây cô chỉ còn lại một mình trong rừng.
First her husband had abandoned her.
Đầu tiên, chồng bà đã bỏ rơi bà.
And now her brother-in-law abandoned her too.
Và giờ đây anh rể của cô cũng bỏ rơi cô.
Imagine how overwhelmed with grief she felt.
Hãy tưởng tượng xem cô ấy cảm thấy đau buồn đến mức nào.

Alone, and in a forest, far from civilization.

Một mình trong rừng, xa rời nền văn minh.

Her case was indeed deserving of sympathy.

Trường hợp của cô thực sự đáng được thông cảm.

She wept rivers of sad and lonely tears.

Cô ấy khóc những dòng nước mắt buồn bã và cô đơn.

Excessive grief, however, brought her relief.

Tuy nhiên, nỗi đau buồn quá lớn lại mang lại cho cô sự nhẹ nhõm.

She fell asleep with the new-born in her arms.

Cô ấy ngủ thiếp đi khi ôm đứa trẻ sơ sinh trong tay.

While she was deep in sleep another tragedy took place.

Trong khi cô đang ngủ say thì một thảm kịch khác lại xảy ra.

It so happened that the Kotwal was passing by.

Đúng lúc đó Kotwal đi ngang qua.

He had recently suffered his own misfortune.

Gần đây ông đã phải chịu đựng bất hạnh của riêng mình.

But his misfortune was of a different nature.

Nhưng bất hạnh của ông lại mang bản chất khác.

The children his wife bore died shortly after birth.

Những đứa con mà vợ ông sinh ra đều chết ngay sau khi sinh.

And he was now going to bury the last infant.

Và bây giờ ông sắp chôn đứa trẻ sơ sinh cuối cùng.

He was heading to the banks of the river.

Anh ta đang đi về phía bờ sông.

The place where the other infants were buried.

Nơi chôn cất những đứa trẻ sơ sinh khác.

But then he saw the woman sleeping in the forest.

Nhưng sau đó anh nhìn thấy người phụ nữ đang ngủ trong rừng.

And in her arms he saw her holding a baby.

Và anh nhìn thấy cô đang bế một đứa bé trong vòng tay.

The infant was a lively and beautiful boy.

Đứa trẻ sơ sinh là một cậu bé hoạt bát và xinh đẹp.

His liveliness did not disturb his mother's sleep.

Sự hoạt bát của anh không làm phiền giấc ngủ của mẹ anh.

The Kotwal wanted the lovely infant very much.

Kotwal rất muốn có đứa trẻ sơ sinh đáng yêu này.

He quietly took the child from his mother.

Anh lặng lẽ đón đứa trẻ từ tay mẹ nó.

And in her arms he placed his own dead child.

Và anh đặt đứa con đã chết của mình vào vòng tay cô.

Of course this is not what he could tell his wife.

Tất nhiên đây không phải là điều anh có thể nói với vợ mình.

"We both thought that our son had died".

"Cả hai chúng tôi đều nghĩ rằng con trai mình đã chết".

"And I carried his body to the river bank".

"Và tôi mang xác anh ấy đến bờ sông".

"And that was when a miracle occurred".

"Và đó chính là lúc một phép màu xảy ra".

"Once more our son opened his young eyes".

"Một lần nữa con trai chúng tôi lại mở mắt ra".

"And now we have a beautiful and lively boy".

"Và bây giờ chúng tôi có một cậu con trai xinh đẹp và hoạt bát".

But Swet's wife did not know the true events.

Nhưng vợ của Swet không biết sự việc thực sự.

When she woke she held the dead child in her arms.

Khi tỉnh dậy, cô ôm đứa trẻ đã chết trong tay.

And she thought it was her child that had died.

Và bà nghĩ rằng đứa con của bà đã chết.

The distress of her mind may easily be imagined.

Có thể dễ dàng hình dung được nỗi đau khổ trong tâm trí cô ấy.

The whole world became dark to her.

Cả thế giới trở nên tối tăm với cô.

She was distracted by the loss of her child.

Cô ấy bị phân tâm bởi nỗi mất mát đứa con của mình.

And in her distraction she formed a resolution.

Và trong sự mất tập trung đó, cô đã đưa ra một quyết định.

She had resolved to take her own life.

Cô ấy đã quyết định tự tử.

The river was not far from where she had slept.

Con sông không xa nơi cô ngủ.

And she determined to drown herself in the river.
Và cô quyết định gieo mình xuống sông.
She took in her hand the bundle of jewels.
Cô ấy cầm trên tay bó đồ trang sức.
And then she proceeded to the river-side.
Và rồi cô ấy tiến tới bờ sông.
An old Brahman was at no great distance.
Một ông Bà La Môn già đang ở gần đó.
The Brahman was performing his morning ablutions.
Người Bà La Môn đang thực hiện nghi lễ rửa tội buổi sáng.
He noticed the woman going into the water.
Anh ta để ý thấy người phụ nữ đang đi xuống nước.
Naturally he thought that she was going to bathe.
Tất nhiên anh nghĩ rằng cô sắp đi tắm.
But then he saw her going into the deep waters.
Nhưng rồi anh nhìn thấy cô đi vào vùng nước sâu.
Something akin to suspicion arose in his mind.
Có điều gì đó giống như sự nghi ngờ nảy sinh trong tâm trí anh.
The Brahman discontinued his devotions.
Người Bà La Môn ngừng việc sùng đạo.
He too waded out towards the river's depth.
Anh ta cũng lội ra chỗ sâu của dòng sông.
And he ordered the woman to come to him.
Và ông ra lệnh cho người phụ nữ đến gặp mình.
Swet's wife heard the old man calling her.
Vợ của Swet nghe thấy ông già gọi mình.
So she retraced her steps to the old man.
Vì vậy, cô quay lại chỗ ông già.
"What were your intentions?" asked the Braham.
"Ý định của anh là gì?" Braham hỏi.
And the woman confirmed his suspicions.
Và người phụ nữ đã xác nhận nghi ngờ của anh.
"I was going to put an end to my life".
"Tôi đã định kết thúc cuộc đời mình".
And she thanked the Brahman for saving her.
Và cô cảm ơn vị Bà la môn đã cứu cô.

"Accept these jewels as a sign of appreciation".
"Hãy nhận những món đồ trang sức này như một dấu hiệu của sự biết ơn".
The Brahman accepted the sign of appreciation.
Người Bà La Môn chấp nhận dấu hiệu cảm ơn.
But he was more interested in her story.
Nhưng anh ấy quan tâm đến câu chuyện của cô hơn.
And at his request she related her story.
Và theo yêu cầu của anh, cô đã kể lại câu chuyện của mình.
She had escaped from her stepmother in law.
Cô đã trốn thoát khỏi mẹ kế của chồng.
In the forest she gave birth to a child.
Trong rừng, nàng đã sinh ra một đứa con.
First her husband went looking for fire.
Đầu tiên, chồng bà đi tìm lửa.
But her husband never came back to her.
Nhưng chồng bà không bao giờ quay trở lại.
Then her brother-in-law looked for her husband.
Sau đó, anh rể của cô đi tìm chồng cô.
But her brother-in-law did not return either.
Nhưng anh rể của cô cũng không quay trở lại.
Eventually she fell asleep with her child.
Cuối cùng cô ấy cũng ngủ thiếp đi cùng đứa con của mình.
But when she woke her child was dead.
Nhưng khi cô tỉnh dậy thì đứa con của cô đã chết.
And that's when she decided to drown herself.
Và đó là lúc cô quyết định tự tử.
She felt the relieve of telling her fate.
Cô cảm thấy nhẹ nhõm khi biết được số phận của mình.
The Brahman invited the woman to his house.
Người Bà La Môn mời người phụ nữ đến nhà mình.
And the woman was accepted into his family.
Và người phụ nữ đã được gia đình anh chấp nhận.
The Brahman's wife treated her like a daughter.
Vợ của người Bà La Môn đối xử với cô như con gái mình.
And she spent years with her new family.
Và cô đã dành nhiều năm sống cùng gia đình mới của mình.

Swet spend those years in his kingdom.

Swet đã dành những năm tháng đó ở vương quốc của mình.

Basanta spent those years being tortured.

Basanta đã phải chịu đựng những năm tháng bị tra tấn.

And the adopted son of the Kotwal grew up.

Và đứa con nuôi của Kotwal đã lớn lên.

The Brahman's house was not far from the Kotwal's.

Nhà của người Bà La Môn không xa nhà Kotwal.

So the Kotwal's son met the Brahman's adopted daughter.

Thế là con trai của Kotwal đã gặp con gái nuôi của Brahman.

And the lad thought he fell in love with her.

Và chàng trai nghĩ rằng mình đã yêu cô gái.

He spoke to his father about the woman.

Anh ấy đã nói chuyện với cha mình về người phụ nữ đó.

And the father spoke to the Brahman about the woman.

Và người cha nói với Bà-la-môn về người phụ nữ.

The Brahman's rage knew no bounds.

Cơn thịnh nộ của Brahman không có giới hạn.

"What is this insolence!" the Brahman protested.

"Đây là sự hỗn láo gì thế!" Người Bà La Môn phản đối.

"Your son is the son of an infidel".

"Con trai của ông là con của một kẻ ngoại đạo".

"How can he aspire to the hand of a Brahman's daughter!?".

"Làm sao chàng có thể khao khát được lấy con gái của một Bà la môn!?".

"A dwarf may as well aspire to catch hold of the moon!".

"Một người lùn cũng có thể khao khát nắm bắt được mặt trăng!".

But the Kotwal's son determined to have her by force.

Nhưng con trai của Kotwal quyết tâm chiếm đoạt nàng bằng vũ lực.

One day he scaled the wall of the Brahman's house.

Một ngày nọ, anh ta trèo qua tường nhà của người Bà La Môn.

He got upon the thatched roof of the cow-house.

Anh ta trèo lên mái tranh của chuồng bò.

And from that lofty position he reconnoitered.

Và từ vị trí cao đó, ông đã trinh sát.

And he saw two young calves below him.

Và ông nhìn thấy hai con bê non ở bên dưới mình.

And he overheard the conversation of two young calves.

Và anh ta nghe được cuộc trò chuyện của hai chú bê con.

"Men accuse us of brutish ignorance and immorality".

"Mọi người cáo buộc chúng tôi là ngu dốt và vô đạo đức một cách tàn bạo".

"But in my opinion men are fifty times worse".

"Nhưng theo tôi, đàn ông còn tệ hơn gấp năm mươi lần".

"What makes you say so, brother?" the calf asked.

"Sao anh lại nói vậy, anh bạn?" con bê hỏi.

"Have you witnessed instances of human depravity?".

"Bạn đã chứng kiến những trường hợp đồi trụy của con người chưa?".

"Who is a greater monster than the Kotwal's son?".

"Ai là con quái vật vĩ đại hơn con trai của Kotwal?".

"The same lad standing on the thatched roof".

"Chàng trai đó đứng trên mái tranh".

"The roof of this hut above our heads".

"Mái nhà của túp lều này trên đầu chúng ta".

"I thought he was just the son of our Kotwal".

"Tôi nghĩ anh ấy chỉ là con trai của Kotwal thôi".

"I never heard that he was exceptionally vicious".

"Tôi chưa bao giờ nghe nói anh ta là người cực kỳ độc ác".

"You may have never heard of his wickedness".

"Có thể bạn chưa bao giờ nghe nói về sự độc ác của hắn".

"But now you will hear of his wickedness from me".

"Nhưng bây giờ ngươi sẽ nghe ta kể lại sự gian ác của hắn".

"This wicked lad is now making immoral plans".

"Tên khốn nạn này đang thực hiện những kế hoạch vô đạo đức".

"He is trying get married to his own mother!".

"Anh ấy đang cố gắng kết hôn với chính mẹ của mình!".

The First Calf then related the whole story.

Sau đó, Con bê đầu tiên kể lại toàn bộ câu chuyện.

And the inquisitive Second Calf listened.

Và chú bê thứ hai tò mò đã lắng nghe.

And the calf told Swet's and Basanta's story.
Và con bê kể lại câu chuyện của Swet và Basanta.
"A merchant built a house for his son"
"Một thương gia xây nhà cho con trai mình"
"In the garden of the house was a Toontooni bird"
"Trong vườn nhà có một con chim Toontooni"
"In the nest of the Toontooni bird was an egg"
"Trong tổ của loài chim Toontooni có một quả trứng"
"The merchant's son put the egg in an almirah"
"Con trai của thương gia đặt quả trứng vào trong một chiếc tủ"
"Out of the egg came a beautiful girl"
"Từ trong quả trứng nở ra một cô gái xinh đẹp"
"Eventually the merchant's son married this beautiful girl"
"Cuối cùng con trai của thương gia đã cưới cô gái xinh đẹp này"
"Together they had two children; Swet and Basanta"
"Họ có với nhau hai đứa con; Swet và Basanta"
"Some time later the grandfather of the children died"
"Một thời gian sau, ông nội của những đứa trẻ qua đời"
"Some time later again their grandmother died too"
"Một thời gian sau, bà của họ lại qua đời"
"At the right time, the oldest son, Swet, got married"
"Đúng lúc, người con trai cả, Swet, đã kết hôn"
"His mother, the Toontooni woman, died sometime later"
"Mẹ của ông, người phụ nữ Toontooni, đã qua đời một thời gian sau đó"
"Soon after their father married a younger woman"
"Ngay sau khi cha họ kết hôn với một người phụ nữ trẻ hơn"
"But their new stepmother hated her stepsons"
"Nhưng mẹ kế mới của họ ghét những đứa con riêng của chồng mình"
"And she also hated her new stepdaughter-in-law"
"Và bà ấy cũng ghét con dâu mới của mình"
"One day a fisherman happened to visit the merchant"
"Một ngày nọ, có một người đánh cá tình cờ đến thăm người thương gia"

"The Fisherman had sold the merchant a magical fish"
"Người đánh cá đã bán cho thương gia một con cá ma thuật"
"Whoever ate the fish would laugh maniks"
"Ai ăn cá sẽ cười maniks"
"And whoever ate the fish would weep pearls"
"Và bất cứ ai ăn cá sẽ khóc ngọc trai"
"The same day there was an argument over some pigeons"
"Cùng ngày hôm đó có một cuộc tranh cãi về một số con chim bồ câu"
"The stepmother was terribly vengeful to her stepsons"
"Mẹ kế rất hận thù những đứa con riêng của chồng mình"
"And she swore revenge on her stepsons"
"Và cô ấy đã thề sẽ trả thù những đứa con riêng của chồng mình"
"That day Swet, his wife, and Basanta escaped"
"Ngày hôm đó Swet, vợ anh và Basanta đã trốn thoát"
"But before leaving they ate the magical fish"
"Nhưng trước khi rời đi họ đã ăn con cá ma thuật"
"On their journey Swet's wife gave birth to a baby boy"
"Trong chuyến đi, vợ của Swet đã sinh ra một bé trai"
"Swet went to look for wood to make a fire"
"Swet đi tìm củi để nhóm lửa"
"But he was carried away by an elephant"
"Nhưng anh ta đã bị một con voi mang đi"
"He was taken to a Queen haunted by a snake"
"Anh ấy được đưa đến gặp một Nữ hoàng bị một con rắn ám ảnh"
"But he succeeded in killing the serpent"
"Nhưng ông đã thành công trong việc giết chết con rắn"
"And so he became king of the land"
"Và thế là ông trở thành vua của vùng đất này"
"Basanta went looking for his brother"
"Basanta đi tìm anh trai mình"
"But he was captured by a merchant"
"Nhưng anh ta đã bị một thương gia bắt giữ"
"And now he's flogged and tickled daily"
"Và bây giờ anh ấy bị đánh đòn và cù lét hàng ngày"

"And he cries pearls and laughs maniks"
"Và anh ấy khóc những viên ngọc trai và cười maniks"
"The Kotwal's son had died that night"
"Con trai của Kotwal đã chết đêm đó"
"So the Kotwal exchanged the two babies"
"Vì vậy, Kotwal đã trao đổi hai đứa bé"
"The mother couldn't bear the loss of her child"
"Người mẹ không thể chịu đựng được nỗi mất mát đứa con của mình"
"So she made the decision to drown herself"
"Vì vậy, cô ấy đã quyết định tự tử"
"But there was a Brahman that saved her life"
"Nhưng có một Bà-la-môn đã cứu mạng cô ấy"
"And this Brahman took her into his home"
"Và vị Bà-la-môn này đã đưa cô ấy vào nhà mình"
"The Kotwal's son grew up a hardy boy"
"Con trai của Kotwal lớn lên là một cậu bé khỏe mạnh"
"And he fell in love with the woman"
"Và anh ấy đã yêu người phụ nữ đó"
"And now he stands on the roof"
"Và bây giờ anh ấy đứng trên mái nhà"
"And he's intent on having the woman"
"Và anh ấy có ý định chiếm hữu người phụ nữ đó"
All this the Kotwal's son heard.
Con trai của Kotwal đã nghe thấy tất cả những điều này.
And he was struck with horror.
Và anh ta vô cùng kinh hãi.
He forthwith got down from the thatch.
Anh ta ngay lập tức bước xuống khỏi mái tranh.
And he went home to his father.
Và anh ấy đã về nhà với cha mình.
And he said he must speak with the king.
Và ông nói rằng ông phải nói chuyện với nhà vua.
The father protested against the request.
Người cha phản đối yêu cầu này.
But he got an interview with the king.
Nhưng ông đã được phỏng vấn với nhà vua.

He told the king about the two calves.

Ông kể cho nhà vua nghe về hai con bê.

And he repeated the whole story.

Và anh ta kể lại toàn bộ câu chuyện.

The king now remembered his poor wife.

Lúc này nhà vua nhớ đến người vợ tội nghiệp của mình.

So a servant was sent to the Brahman.

Thế là một người hầu được cử đến gặp Bà-la-môn.

And the Brahman was richly rewarded.

Và Bà La Môn đã được ban thưởng rất hậu hĩnh.

And his wife was brought back to the palace.

Và vợ ông được đưa trở về cung điện.

His wife was put in her proper position.

Vợ ông đã được đưa vào đúng vị trí của mình.

And she became queen of the kingdom.

Và nàng trở thành nữ hoàng của vương quốc.

The reputed son of the Kotwal was readopted.

Người con trai được cho là của Kotwal đã được tái bổ nhiệm.

And he was proclaimed heir to the throne.

Và ông được tuyên bố là người thừa kế ngai vàng.

Basanta was brought out of the dungeon.

Basanta được đưa ra khỏi ngục tối.

And the wicked merchant was buried alive.

Và tên thương gia độc ác đã bị chôn sống.

And thorns were put in his burying-place.

Và người ta đã đặt gai vào nơi chôn cất ông.

And all lived together happily for many years.

Và tất cả đã sống hạnh phúc bên nhau trong nhiều năm.

Swet, his wife and son, and Basantas.

Swet, vợ, con trai và Basantas.

The Evil Eye of Sani
Con mắt độc ác của Sani

Once upon a time Sani and Lakshmi fell out with each other.

Ngày xửa ngày xưa, Sani và Lakshmi xảy ra mâu thuẫn với nhau.

Sani, also known as Saturn, is the God of bad luck.

Sani, còn được gọi là Saturn, là vị thần của sự xui xẻo.

And Lakshmi is the Goddess of good luck.

Và Lakshmi là Nữ thần may mắn.

And these two Gods fell out with each other in heaven.

Và hai vị thần này đã bất hòa với nhau trên thiên đàng.

Sani said he was higher in rank than Lakshmi.

Sani nói rằng anh ta có cấp bậc cao hơn Lakshmi.

And Lakshmi said she was higher in rank than Sani.

Và Lakshmi nói rằng cô ấy có cấp bậc cao hơn Sani.

But there were just as many Gods as there were Goddesses.

Nhưng số lượng Thần cũng nhiều như số lượng Nữ thần.

Therefore the dispute could not be settled in heaven.

Vì thế, tranh chấp không thể giải quyết được trên thiên đàng.

The contending deities agreed to refer the matter to humans.

Các vị thần tranh chấp đã đồng ý chuyển vấn đề này cho con người.

The humans had a name for wisdom and justice.

Con người có tên gọi là trí tuệ và công lý.

There lived at that time upon earth a man named Sribatsa.

Vào thời đó, trên trái đất có một người đàn ông tên là Sribatsa.

(Sri is another name of Lakshmi).

(Sri là tên khác của Lakshmi).

(And "batsa" is another word for child).

(Và "batsa" là một từ khác có nghĩa là trẻ em).

(so Sribatsa literally means "the child of fortune").

(do đó Sribatsa theo nghĩa đen có nghĩa là "đứa con của may mắn").

Sribatsa had as much wisdom as he had wealth.

Sribatsa có trí tuệ cũng nhiều như của cải.

And he was as fair as he was rich, too.

Và anh ấy vừa đẹp trai vừa giàu có.

He was therefore a good judge for the dispute.

Do đó, ông là người phán quyết đúng đắn cho cuộc tranh chấp này.

And the God and Goddess agreed he could judge their case.

Và Thần và Nữ thần đã đồng ý cho phép ông phán quyết vụ án của họ.

One day, accordingly, Sribatsa was contacted.

Một ngày nọ, Sribatsa đã được liên lạc.

He was told that Sani and Lakshmi would come to him.

Người ta nói với ông rằng Sani và Lakshmi sẽ đến gặp ông.

And he was told they wished for him to settle their dispute.

Và ông được cho biết họ muốn ông giải quyết tranh chấp của họ.

This put Sribatsa in a delicate situation.

Điều này đặt Sribatsa vào tình thế khó xử.

He could say Sani was higher in rank than Lakshmi.

Ông có thể nói Sani có địa vị cao hơn Lakshmi.

But then she would be angry with him and forsake him.

Nhưng rồi cô sẽ tức giận và bỏ rơi anh.

He could say Lakshmi was higher in rank than Sani.

Ông có thể nói Lakshmi có địa vị cao hơn Sani.

But then Sani would cast his evil eye upon him.

Nhưng sau đó Sani lại nhìn anh bằng ánh mắt độc ác.

He made up his mind not to say anything directly.

Anh quyết định không nói trực tiếp bất cứ điều gì.

The god and the goddess had to observe his actions.

Các vị thần và nữ thần phải quan sát hành động của ông.

And from his actions they could gather their opinions.

Và từ hành động của ông, họ có thể thu thập được ý kiến của mình.

Sribatsa ordered two chairs to be made.

Sribatsa đã ra lệnh làm hai chiếc ghế.

One of the chairs was made from gold.

Một trong những chiếc ghế được làm bằng vàng.

And the other chair was made from silver.

Và chiếc ghế còn lại được làm bằng bạc.

And he placed the two chairs beside himself.

Và anh ta đặt hai chiếc ghế cạnh mình.

The day came when Sani and Lakshmi visited Sribatsa.

Đến ngày Sani và Lakshmi đến thăm Sribatsa.

He told Sani to sit upon the silver chair.

Ông bảo Sani ngồi lên chiếc ghế bạc.

And he told Lakshmi to sit upon the gold chair.

Và ông bảo Lakshmi ngồi lên chiếc ghế vàng.

Sani became mad with rage, and spoke angrily;

Sani nổi điên vì giận dữ và nói một cách giận dữ;

"You consider me lower in rank than Lakshmi"

"Bạn coi tôi thấp hơn Lakshmi"

"I will cast my eye on you for three years"

"Tôi sẽ để mắt đến anh trong ba năm"

"We shall see how you fare at the end of that period"

"Chúng ta sẽ xem bạn sẽ ra sao vào cuối giai đoạn đó"

The god then went away in great anger.

Sau đó, vị thần bỏ đi trong cơn giận dữ tột độ.

Lakshmi, before she went away, said to Sribatsa;

Trước khi đi, Lakshmi đã nói với Sribatsa;

"My child, do not fear. I'll befriend you"

"Con ơi, đừng sợ. Ta sẽ làm bạn với con"

The god and the goddess then went away.

Sau đó, vị thần và nữ thần rời đi.

Sribatsa spoke to his wife, Chantamani;

Sribatsa nói chuyện với vợ mình, Chantamani;

"Dearest, the evil eye of Sani will be upon me"

"Em yêu, con mắt độc ác của Sani sẽ nhắm vào anh"

"I had better go away from the house"

"Tốt hơn là tôi nên rời khỏi nhà"

"If I stay evil will befall you and me"

"Nếu tôi ở lại thì điều xấu sẽ xảy đến với tôi và anh"

"But if I go, evil will overtake me only"

"Nhưng nếu tôi đi, chỉ có điều ác mới đuổi kịp tôi"

Chintamani said, "it cannot be that way"

Chintamani nói, "không thể như thế được"

"Wherever you go, I will go with you"

"Dù em đi đâu, anh cũng sẽ đi cùng em"
"Your good luck shall be my good luck"
"May mắn của bạn sẽ là may mắn của tôi"
"And your bad luck shall be my bad luck"
"Và vận rủi của bạn sẽ là vận rủi của tôi"
The husband tried hard to persuade his wife to stay.
Người chồng đã cố gắng hết sức để thuyết phục vợ ở lại.
But all his efforts were of no use.
Nhưng mọi nỗ lực của ông đều vô ích.
She refused to abandon her husband.
Bà từ chối bỏ rơi chồng mình.
Sribatsa told his wife to make an opening in their mattress.
Sribatsa bảo vợ mình mở một lỗ trên nệm.
And he told her to stow away all their money and jewels.
Và anh ta bảo cô cất hết tiền bạc và đồ trang sức đi.
On the eve of leaving their house, Sribatsa invoked Lakshmi.
Vào đêm trước khi rời khỏi nhà, Sribatsa đã cầu khẩn Lakshmi.
Upon being invoked, Lakshmi forthwith appeared.
Khi được triệu hồi, Lakshmi ngay lập tức xuất hiện.
"Mother Lakshmi, the evil eye of Sani is upon us"
"Mẹ Lakshmi, con mắt độc ác của Sani đang nhắm vào chúng ta"
"We are going away into exile"
"Chúng ta sẽ đi lưu vong"
"Please befriend us, and take care of our property"
"Hãy kết bạn với chúng tôi và chăm sóc tài sản của chúng tôi"
The goddess of good luck answered.
Nữ thần may mắn trả lời.
"Do not fear; I'll befriend you"
"Đừng sợ; tôi sẽ kết bạn với bạn"
"In the end all will be right"
"Cuối cùng mọi chuyện sẽ ổn thôi"
They then set out on their journey.
Sau đó, họ bắt đầu cuộc hành trình.
Sribatsa rolled up the mattress and put it on his head.

Sribatsa cuộn tấm nệm lại và đặt lên đầu anh.

They had not gone many miles when they saw a river.

Họ chưa đi được bao xa thì nhìn thấy một con sông.

There was a canoe with a man sitting in it.

Có một chiếc xuồng với một người đàn ông đang ngồi trong đó.

The travelers requested the ferryman to take them across.

Những du khách yêu cầu người lái đò đưa họ qua sông.

The ferryman said he could only take one at a time.

Người lái đò nói rằng ông chỉ có thể chở được một người mỗi lần.

"Tere are three of you," he objected.

"Các người có ba người," anh ta phản đối.

"There is you, your wife, and your mattress"

"Có anh, vợ anh và tấm nệm của anh"

Sribatsa proposed in what order they should ferry over the river.

Sribatsa đề xuất thứ tự họ nên chở phà qua sông.

"First my wife should be taken across the river"

"Trước tiên, vợ tôi phải được đưa qua sông"

"After my wife, take the mattress across the river"

"Theo vợ tôi, mang tấm nệm qua sông"

"And then you can take me across the river"

"Và sau đó anh có thể đưa em qua sông"

But the ferryman would not hear of it.

Nhưng người lái đò không muốn nghe điều đó.

"Only one at a time," he repeated.

"Chỉ một lần thôi," anh ta nhắc lại.

"First let me take across the mattress"

"Trước tiên hãy để tôi mang tấm nệm qua"

Sribatsa saw no reason to object to the proposal.

Sribatsa không thấy lý do gì để phản đối đề xuất này.

The ferryman started taking the mattress across the river.

Người lái đò bắt đầu chở tấm nệm qua sông.

He had reached halfway across the river.

Anh ta đã đi được nửa đường qua sông.

But then, from nowhere, a fierce gale arose.

Nhưng rồi, không biết từ đâu, một cơn gió dữ dội nổi lên.

The ferryman lost control of his canoe.

Người lái đò đã mất kiểm soát chiếc xuồng của mình.

The mattress was blown into the river.

Chiếc nệm bị thổi bay xuống sông.

The river carried everything away with it.

Dòng sông đã cuốn trôi mọi thứ.

And the ferrymen, canoe, and mattress were never seen again.

Và người lái đò, xuồng và nệm không bao giờ được nhìn thấy nữa.

But that was not even the strangest events.

Nhưng đó thậm chí còn chưa phải là sự kiện kỳ lạ nhất.

Because the river also disappeared into thin air.

Bởi vì dòng sông cũng biến mất vào không khí.

Where there was water there was now dry ground.

Nơi từng có nước giờ đã trở thành đất khô.

Sribatsa knew the evil eye of Sani had been watching.

Sribatsa biết rằng Sani đã để mắt đến cô.

Sribatsa and his wife had not a pice in their pockets.

Sribatsa và vợ ông không còn một đồng xu dính túi.

Together, impoverished, they went to a nearby village.

Họ cùng nhau đi đến một ngôi làng gần đó trong cảnh nghèo đói.

The village was dwelt in mostly by wood-cutters.

Ngôi làng này chủ yếu có người dân làm nghề đốn củi.

At sunrise the woodcutters went to cut wood.

Khi mặt trời mọc, những người tiều phu đi đốn gỗ.

And the wood they cut they sold in a faraway town.

Và họ đã bán gỗ họ chặt được ở một thị trấn xa xôi.

Sribatsa asked to work with the wood-cutters.

Sribatsa yêu cầu được làm việc với những người thợ đốn củi.

And the wood-cutters agreed to let him cut wood.

Và những người tiều phu đã đồng ý để anh ta chặt gỗ.

He could fell trees as well as the best of them.

Ông có thể đốn cây giỏi như những người giỏi nhất.

But Sribatsa was different from the wood-cutters.
Nhưng Sribatsa lại khác với những người đốn củi.
The wood-cutters cut any and every sort of wood.
Những người thợ đốn gỗ có thể chặt mọi loại gỗ.
But Sribatsa cut only the precious types of wood.
Nhưng Sribatsa chỉ chặt những loại gỗ quý.
His efforts were focused on cutting down sandal-wood.
Nỗ lực của ông tập trung vào việc chặt cây đàn hương.
The wood-cutters brought to market large loads of common wood.
Những người đốn củi mang ra chợ những khối gỗ lớn thông thường.
Sribatsa brought only a few pieces of sandal-wood to the market.
Sribatsa chỉ mang một vài miếng gỗ đàn hương ra chợ.
He was paid a great deal more money than the others.
Ông được trả nhiều tiền hơn những người khác.
Things went on this way for some days.
Mọi việc cứ diễn ra như thế trong vài ngày.
And the wood-cutters became jealous of Sribatsa.
Và những người tiều phu trở nên ghen tị với Sribatsa.
In their jealousy they plotted against Sribatsa.
Trong sự đố kỵ, họ đã âm mưu chống lại Sribatsa.
And finally they drove Sribatsa and his wife from the village.
Và cuối cùng họ đuổi Sribatsa và vợ ông ra khỏi làng.

Sribatsa and his wife made their way to another village.
Sribatsa và vợ đi đến một ngôi làng khác.
In this village there were many women that weaved.
Ở ngôi làng này có rất nhiều phụ nữ làm nghề dệt vải.
Here Chintamani made herself useful by spinning cotton.
Ở đây Chintamani đã trở nên hữu ích bằng cách kéo sợi bông.
Chintamani was an intelligent and skillful woman.
Chintamani là một người phụ nữ thông minh và khéo léo.
So she spun finer thread than the other women.
Vì vậy, bà kéo sợi tốt hơn những người phụ nữ khác.

And she got paid more money than the other women.
Và cô ấy được trả nhiều tiền hơn những người phụ nữ khác.
This roused the envy of the native women of the village.
Điều này khiến những người phụ nữ bản xứ trong làng phải
ghen tị.
But the envy of the other women was not all.
Nhưng sự ghen tị của những người phụ nữ khác không phải
là tất cả.
Sribatsa wanted to gain the good grace of the weavers.
Sribatsa muốn giành được sự ưu ái của những người thợ dệt.
So he invited the women that spun cotton to a feast.
Vì vậy, ông đã mời những người phụ nữ kéo sợi bông đến dự
tiệc.
The dishes of the feat were all cooked by his wife.
Các món ăn của ông đều do vợ ông nấu.
Chintamani was a good weaver, and an excellent in cook.
Chintamani là một người thợ dệt giỏi và nấu ăn rất giỏi.
She placed the delicacies before the women.
Cô ấy đặt những món ngon trước mặt những người phụ nữ.
And the barbarous weavers were quite charmed.
Và những người thợ dệt man rợ đã thực sự bị mê hoặc.
The men went to their homes with their bellies full.
Những người đàn ông trở về nhà với cái bụng no căng.
But when they got home, they reproached their wives.
Nhưng khi về đến nhà, họ lại trách móc vợ mình.
"Why do you not cook like the wife of Sribatsa"
"Tại sao cô không nấu ăn như vợ của Sribatsa"
And the men called their wives good-for-nothing women.
Và những người đàn ông gọi vợ mình là những người phụ nữ
vô tích sự.
This made the women hate Chintamani the more.
Điều này khiến phụ nữ càng ghét Chintamani hơn.

One day Chintamani went to the river-side.
Một ngày nọ, Chintamani đi đến bờ sông.
She wanted to bathe along with the other women of the
village.

Cô ấy muốn tắm cùng với những người phụ nữ khác trong làng.

A boat had been lying on the bank, stranded on the sand.

Một chiếc thuyền nằm trên bờ, mắc cạn trên bãi cát.

The boat had been stranded there for many days.

Chiếc thuyền đã bị mắc kẹt ở đó nhiều ngày.

They had tried to move the boat, but in vain.

Họ đã cố gắng di chuyển con thuyền nhưng vô ích.

It so happened that Chintamani touched the boat.

Tình cờ là Chintamani chạm vào thuyền.

It was an accident, for she did not mean to touch the boat.

Đó là một tai nạn vì cô ấy không cố ý chạm vào thuyền.

But whether she meant to or not, the boat moved.

Nhưng dù cô có cố ý hay không thì con thuyền vẫn di chuyển.

And soon the boat was heading off to the river.

Và chẳng mấy chốc, chiếc thuyền đã hướng về phía dòng sông.

The boatmen were astonished by what they had seen.

Những người lái đò vô cùng kinh ngạc trước những gì họ nhìn thấy.

They thought that the woman had uncommon power.

Họ nghĩ rằng người phụ nữ này có sức mạnh phi thường.

And so they thought she might be useful in future.

Và vì thế họ nghĩ cô ấy có thể hữu ích trong tương lai.

They therefore caught hold of her, against her will.

Vì thế, họ đã bắt giữ cô, trái với ý muốn của cô.

And they put her in the boat, and rowed off.

Và họ đặt cô vào thuyền và chèo đi.

The women of the village were present for this kidnapping.

Những người phụ nữ trong làng đã có mặt khi vụ bắt cóc này xảy ra.

But they did not offer Chintamani any assistance.

Nhưng họ không hề giúp đỡ Chintamani.

Because Chintamani had put them in a bad light.

Bởi vì Chintamani đã làm họ mất mặt.

Sribatsa heard how his wife had been carried away by boatmen.

Sribatsa nghe nói vợ mình đã bị những người lái đò mang đi.

I will let you imagine how he became mad with grief.

Tôi sẽ để bạn tưởng tượng anh ấy đã phát điên vì đau buồn như thế nào.

He left the village and went to the river-side.

Anh ta rời làng và đi đến bờ sông.

And he resolved to follow the course of the stream.

Và anh quyết định đi theo dòng suối.

Along the stream he was sure to meet the kidnappers' boat.

Dọc theo con suối, anh chắc chắn sẽ gặp thuyền của bọn bắt cóc.

He travelled on and on, along the side of the river.

Ông cứ đi mãi, đi mãi dọc theo bờ sông.

And he travelled till it eventually became dark.

Và anh ta đi cho đến khi trời tối hẳn.

Where he was there were no huts to be seen.

Nơi anh ta đến không hề có túp lều nào cả.

So he climbed into a tree to sleep for the night.

Vì vậy, anh ta trèo lên cây để ngủ qua đêm.

In the next morning he got down from the tree.

Sáng hôm sau, anh ta xuống khỏi cây.

At the foot of the tree he saw a Kapila-cow.

Dưới gốc cây, chàng nhìn thấy một con bò Kapila.

A Kapila-cow never has any calves of her own.

Một con bò Kapila không bao giờ có bê con của riêng mình.

But she can be milked at all hours of the day.

Nhưng cô ấy có thể được vắt sữa vào bất kỳ thời điểm nào trong ngày.

Sribatsa milked the cow without her objecting.

Sribatsa đã vắt sữa bò mà không có sự phản đối của cô.

And he drank the milk to his heart's content.

Và anh ta uống sữa một cách thỏa thích.

And then he noticed something else about the cow.

Và rồi anh ấy nhận thấy một điều khác nữa ở con bò.

The dung of the cow was of a bright yellow color.

Phân của con bò có màu vàng tươi.

In fact, the dung of the cow was made of pure gold.

Trên thực tế, phân của con bò được làm bằng vàng nguyên chất.

The golden cow dung was still in a soft state.

Phân bò vàng vẫn còn ở trạng thái mềm.

So he was able to write his name in the golden dung.

Vì vậy, ông có thể viết tên mình vào đống phân vàng.

During the course of the day the dung hardened.

Trong suốt cả ngày, phân sẽ đông cứng lại.

And finally the dung looked like a brick of gold.

Và cuối cùng, đống phân trông giống như một viên gạch vàng.

The tree he had slept in grew on the river-side.

Cái cây mà anh ta ngủ mọc ở bờ sông.

And the Kapila-cow supplied him with milk all day.

Và con bò Kapila đã cung cấp sữa cho anh ta suốt ngày.

So Sribatsa decided to wait there for the boat.

Vì vậy Sribatsa quyết định đợi thuyền ở đó.

In the morning the cow deposited the precious article.

Buổi sáng, con bò đã mang đến món đồ quý giá đó.

And at night the cow deposited the precious article.

Và vào ban đêm, con bò đã mang vật quý giá đó đến.

So the gold bricks increased every day.

Vì vậy, số gạch vàng ngày càng tăng lên.

And on each golden brick he had engraved his name.

Và trên mỗi viên gạch vàng ông đều khắc tên mình.

He stacked the bricks on top of each other.

Anh ta xếp những viên gạch chồng lên nhau.

From a distance it looked like a hillock of gold.

Nhìn từ xa, nó trông giống như một ngọn đồi vàng.

But now we must leave Sribatsa to stack his gold.

Nhưng bây giờ chúng ta phải rời khỏi Sribatsa để tích trữ vàng.

And we must turn our attention to Chintamani.

Và chúng ta phải hướng sự chú ý tới Chintamani.

Chintamani was a graceful woman of great beauty.

Chintamani là một người phụ nữ duyên dáng và vô cùng xinh đẹp.

She had worried her beauty might be her ruin.

Cô lo lắng sắc đẹp có thể hủy hoại cô.

So she offered a prayer as she was being kidnapped.

Vì vậy, cô đã cầu nguyện khi bị bắt cóc.

"Lakshmi, O Mother Lakshmi! have pity upon me"

"Lakshmi, hỡi Mẹ Lakshmi! Xin thương xót con"

"Thou hast made me beautiful, you have"

"Ngài đã làm cho tôi trở nên xinh đẹp, ngài đã"

"But now my beauty will undoubtedly be my ruin"

"Nhưng giờ đây sắc đẹp của tôi chắc chắn sẽ hủy hoại tôi"

"I am bound to loss my honor and my chastity"

"Tôi buộc phải mất đi danh dự và sự trong trắng của mình"

"I therefore beseech thee, gracious Mother;"

"Vì vậy, con cầu xin Mẹ, Mẹ nhân từ;"

"Take my beauty from me, and make me ugly"

"Hãy lấy đi vẻ đẹp của tôi và làm cho tôi trở nên xấu xí"

"Cover my body with some loathsome disease"

"Hãy phủ lên cơ thể tôi một căn bệnh ghê tởm nào đó"

"That way the boatmen might not touch me"

"Như vậy thì người lái đò sẽ không chạm vào tôi"

Chintamani was in the arms of the boatmen.

Chintamani nằm trong vòng tay của những người lái đò.

But the Goddess of good fortune heard her prayer.

Nhưng Nữ thần may mắn đã nghe thấy lời cầu nguyện của cô.

In the twinkling of an eye her form changed.

Trong nháy mắt, hình dạng của cô ấy đã thay đổi.

Her naturally beautiful form faded away.

Vẻ đẹp tự nhiên của cô đã phai nhạt.

And she was turned into a vile carcass.

Và cô ấy đã biến thành một xác chết ghê tởm.

The boatmen were putting her down in the boat.

Những người lái đò đang đặt cô ấy xuống thuyền.

They found her body was covered with loathsome sores.

Họ phát hiện cơ thể cô đầy những vết loét kinh tởm.

And the sores were giving out a disgusting stench.

Và các vết loét bốc ra mùi hôi thối kinh tởm.

They therefore threw her into the hold of the boat.

Vì thế họ ném cô vào khoang thuyền.

And they left her amongst the cargo of the ship.

Và họ bỏ cô lại giữa đống hàng hóa trên tàu.

Morning and evening they sent her some food.

Sáng và tối họ đều gửi cho cô một ít thức ăn.

A little boiled rice, and some water to drink.

Một ít cơm và một ít nước để uống.

Chintamani was miserable in the hull of the ship.

Chintamani cảm thấy đau khổ trong thân tàu.

But she greatly preferred misery to the alternative.

Nhưng cô ấy thích sự đau khổ hơn là sự lựa chọn khác.

She would rather be miserable than loss her chastity.

Cô ấy thà chịu đau khổ còn hơn mất đi sự trong trắng.

The boatmen had gone to some port to sell cargo.

Những người lái đò đã đến một cảng nào đó để bán hàng.

While sailing back they caught sight something.

Khi đang chèo thuyền trở về, họ nhìn thấy một thứ gì đó.

By the river-side there seemed to be a hillock of gold.

Bên bờ sông dường như có một ngọn đồi vàng.

Sribatsa had been keeping watch by the river.

Sribatsa đang canh gác bên bờ sông.

So he was delighted to see a boat approach him.

Vì vậy, ông rất vui mừng khi thấy một chiếc thuyền tiến lại gần mình.

Because he fondly imagined his wife might be on board.

Bởi vì anh ấy trìu mến tưởng tượng rằng vợ mình có thể sẽ đồng ý.

The boatmen went greedily to the hillock of gold.

Những người lái đò háo hức đi tới ngọn đồi vàng.

Of course Sribatsa told them the gold was his.

Tất nhiên Sribatsa đã nói với họ rằng vàng là của ông.

But that didn't help Sribatsa very much.

Nhưng điều đó không giúp ích được nhiều cho Sribatsa.

The sailors took him prisoner on the boat.

Các thủy thủ đã bắt ông làm tù binh trên thuyền.

And they loaded the gold onto their vessel.

Và họ chất vàng lên tàu.

They happened to imprison him close to the ugly woman.

Họ vô tình giam giữ anh ta gần người phụ nữ xấu xí.

Of course the husband and wife recognized each other.

Tất nhiên là vợ chồng họ nhận ra nhau.

In spite of the change Chintamani had undergone.

Bất chấp sự thay đổi mà Chintamani đã trải qua.

And despite their excitement they kept their composure.

Và mặc dù rất phấn khích nhưng họ vẫn giữ được bình tĩnh.

And they thought it prudent not to speak to each other.

Và họ nghĩ rằng khôn ngoan nhất là không nói chuyện với nhau.

Instead they communicated their ideas through gestures.

Thay vào đó, họ truyền đạt ý tưởng của mình thông qua cử chỉ.

There is something you should know about the boatmen.

Có một số điều bạn nên biết về người lái đò.

These boatmen were very fond of playing at dice.

Những người lái đò này rất thích chơi xúc xắc.

Sribatsa appeared to them to be a respectable man.

Với họ, Sribatsa có vẻ là một người đàn ông đáng kính.

So they always asked him to join in the game.

Vì vậy, họ luôn yêu cầu anh ấy tham gia trò chơi.

Sribatsa happened to be an expert dice player.

Sribatsa tình cờ là một người chơi xúc xắc chuyên nghiệp.

Despite their efforts he won almost every game.

Bất chấp mọi nỗ lực, anh vẫn thắng hầu hết mọi trận đấu.

You can imagine how the sailors felt about losing.

Bạn có thể tưởng tượng được cảm giác của các thủy thủ khi thua cuộc.

And in jealousy the boatmen threw him overboard.

Và vì ghen tị, những người lái thuyền đã ném anh ta xuống biển.

Chintamani saw the men throw her husband overboard.

Chintamani nhìn thấy những người đàn ông ném chồng cô xuống biển.

Fortunately for Sribatsa, his wife had great presence of mind.

May mắn cho Sribatsa là vợ ông rất sáng suốt.

The boatmen had allowed her a pillow to rest her head.

Những người lái đò đã cho cô một chiếc gối để kê đầu.

And she simultaneously threw this pillow into the water.

Và cô ấy đồng thời ném chiếc gối này xuống nước.

Sribatsa was able to grab hold of the pillow.

Sribatsa đã có thể nắm được chiếc gối.

And the pillow helped him float down the stream.

Và chiếc gối đã giúp anh ta trôi xuôi dòng suối.

Up until nightfall the river carried him downstream.

Cho đến tận đêm tối, dòng sông vẫn đưa anh ta xuôi dòng.

At nightfall he arrived at what seemed to be a garden.

Khi màn đêm buông xuống, anh ta đến một nơi trông giống như một khu vườn.

Because it was dark there was nothing he could do.

Vì trời tối nên anh không thể làm gì được.

So all night he stayed in the garden, cold and wet.

Vì vậy, cả đêm anh ở trong vườn, lạnh và ướt.

I should tell you who this garden belonged to.

Tôi nên nói cho bạn biết khu vườn này thuộc về ai.

This was the garden of an old widowed woman.

Đây là khu vườn của một bà góa già.

This woman used to supply flowers for the king.

Người phụ nữ này từng cung cấp hoa cho nhà vua.

But one day some blight had come over her garden.

Nhưng một ngày nọ, khu vườn của bà bị bệnh dịch hoành hành.

Almost all the trees and plants ceased flowering.

Hầu như tất cả các loại cây đều ngừng ra hoa.

She had therefore given up the business she had.

Vì thế, bà đã từ bỏ công việc kinh doanh hiện tại của mình.

And she was no longer the royal flower supplier.

Và bà không còn là người cung cấp hoa cho hoàng gia nữa.

However, Sribatsa's arrival had rejuvenated her garden.

Tuy nhiên, sự xuất hiện của Sribatsa đã làm tươi mới lại khu vườn của bà.

She could scarcely believe her eyes in the morning.

Cô ấy gần như không tin vào mắt mình vào buổi sáng.

The whole garden was ablaze with flowers again.

Cả khu vườn lại bừng sáng trong sắc hoa.

There was no plant that was not in bloom.

Không có cây nào không nở hoa.

And every tree she had was begemmed with flowers.

Và mọi cây cô có đều được tô điểm bằng hoa.

She had no way of knowing the cause of the miracle.

Cô không có cách nào biết được nguyên nhân của phép lạ này.

And so she took a walk through the garden.

Và thế là cô ấy đi dạo quanh khu vườn.

But she soon found the cause of all the flowers.

Nhưng cô ấy đã sớm tìm ra nguyên nhân của tất cả những bông hoa.

At the edge of her garden was a cold, wet man.

Ở rìa khu vườn của bà có một người đàn ông lạnh cóng và ướt sũng.

He was shivering and almost dead from hypothermia.

Anh ấy run rẩy và gần như chết vì hạ thân nhiệt.

She immediately brought the man into to her cottage.

Cô ngay lập tức đưa người đàn ông vào nhà mình.

And she lighted a fire to give him some warmth.

Và cô ấy thắp lửa để sưởi ấm cho anh.

She nursed him and showed him every attention.

Cô chăm sóc và dành cho anh mọi sự quan tâm.

And she ascribed the miracle to his presence.

Và cô ấy cho rằng phép lạ này là nhờ sự hiện diện của anh ấy.

She made him as comfortable as she could.

Cô cố gắng làm cho anh ấy thoải mái nhất có thể.

And then she ran to the king's palace.

Và rồi nàng chạy đến cung điện của nhà vua.

She asked to speak to the king's chief servant.

Bà yêu cầu được nói chuyện với người hầu cận của nhà vua.

And she told him the good fortune she had had.

Và cô ấy kể cho anh nghe về may mắn mà cô đã có.

"I can again supply the palace with flowers"

"Ta lại có thể cung cấp hoa cho cung điện"

Her flowers had been very much missed at the palace.

Những bông hoa của nàng đã bị mọi người trong cung điện rất nhớ.

So she was immediately restored to her former position.

Vì vậy, bà đã ngay lập tức được phục hồi lại vị trí cũ.

She was again the flower-woman of the royal household.

Cô lại trở thành người rải hoa cho hoàng gia.

Sribatsa spent a few more days recovering his health.

Sribatsa mất thêm vài ngày để hồi phục sức khỏe.

And eventually he had all his vitality back.

Và cuối cùng ông đã lấy lại được sức sống.

He asked the woman if he could speak with a minister.

Ông hỏi người phụ nữ xem ông có thể nói chuyện với một mục sư được không.

So the woman took him to the palace with her.

Vì vậy, người phụ nữ đã đưa chàng vào cung điện cùng với mình.

One of the king's ministers gave him an appointment.

Một trong những vị bộ trưởng của nhà vua đã bổ nhiệm ông.

And he was at once found to be a man of intelligence.

Và ngay lập tức người ta nhận ra ông là một người thông minh.

So was offered a position in the king's service.

Vì thế đã được mời vào phục vụ nhà vua.

In fact, he was allowed to choose what job he wanted.

Trên thực tế, anh ấy được phép lựa chọn công việc mình muốn.

He asked to be collector of tolls on the river.

Ông xin được làm người thu phí qua sông.

The minister was happy to give Sribatsa the job.

Bộ trưởng vui mừng khi giao công việc này cho Sribatsa.

The kingdom needed someone to collect river-tolls.

Vương quốc cần người thu phí đường sông.
And Sribatsa immediately started his new job.
Và Sribatsa ngay lập tức bắt đầu công việc mới của mình.
It wasn't long before his plan came to fruition.
Không lâu sau, kế hoạch của anh đã thành hiện thực.
The boat his wife was on was coming down the river.
Chiếc thuyền chở vợ anh đang xuôi dòng sông.
Under the king's authority he detained the boat.
Dưới sự cho phép của nhà vua, ông đã giữ lại chiếc thuyền.
And he charged the boatmen with the theft of gold-bricks.
Và ông buộc tội những người lái đò ăn cắp vàng.
The king liked the sound of a boat full of gold.
Nhà vua thích âm thanh của một chiếc thuyền chở đầy vàng.
So the king himself came to the river-side.
Vì vậy, nhà vua đích thân đến bờ sông.
Even he was amazed by the quantity of gold they had.
Ngay cả ông cũng ngạc nhiên trước số lượng vàng mà họ có.
And every gold brick had Sribatsa's inscription.
Và mỗi viên gạch vàng đều có khắc chữ Sribatsa.
At the same time he rescued his wife from the boatmen.
Cùng lúc đó, ông đã giải cứu vợ mình khỏi những người lái
đò.
Back on dry land she returned to her previous beauty.
Trở lại đất liền, nàng đã lấy lại được vẻ đẹp vốn có của mình.
He told the king the story of their misfortune.
Ông kể cho nhà vua nghe câu chuyện về nỗi bất hạnh của họ.
And the king had them as a guest in his palace.
Và nhà vua đã tiếp đón họ như khách trong cung điện của
mình.
The king gave them presents of horses and elephants.
Nhà vua tặng họ ngựa và voi.
And on the horses and elephants they rode to their country.
Và họ cưỡi ngựa và voi về đất nước của họ.
The evil eye of Sani was now turned away from Sribatsa.
Ánh mắt độc ác của Sani giờ đây không còn hướng về Sribatsa
nữa.
And he again became what he formerly was.

Và ông lại trở thành con người như trước kia.
He was again Sribatsa; the Child of Fortune.
Ông lại là Sribatsa; Đứa con của may mắn.

The Boy whom Seven Mothers Suckled
Cậu bé được bảy bà mẹ cho bú

Once on a time there reigned a king who had seven queens.

Ngày xửa ngày xưa, có một vị vua trị vì và có bảy hoàng hậu.

He was very sad, for the seven queens were all barren.

Ông rất buồn vì cả bảy bà hoàng hậu đều hiếm muộn.

One day, however, he met a holy mendicant.

Tuy nhiên, một ngày nọ, ông gặp một vị khất sĩ thánh thiện.

The holy mendicant told the king about a certain forest.

Vị khất sĩ thánh thiện kể cho nhà vua nghe về một khu rừng nào đó.

In this forest there grew a special kind of tree.

Trong khu rừng này có một loại cây đặc biệt.

On a branch of this tree hung seven mangoes.

Trên một cành cây này có treo bảy quả xoài.

These mangos could restore the fertilities of his queens.

Những quả xoài này có thể phục hồi khả năng sinh sản của ong chúa.

But the king had to pluck the mangoes himself.

Nhưng nhà vua phải đích thân hái xoài.

The king followed the advice of the mendicant.

Nhà vua nghe theo lời khuyên của người hành khất.

And he set off to go to the forest with the mango tree.

Và anh ta lên đường đi vào khu rừng có cây xoài.

Soon he had found the tree the mendicant spoke of.

Chẳng bao lâu sau, ông đã tìm thấy cái cây mà người hành khất đã nói đến.

And he plucked the seven mangoes that grew upon one branch.

Và ông hái bảy quả xoài mọc trên một cành.

He gave a mango to each of the queens to eat.

Ông đưa cho mỗi nữ hoàng một quả xoài để ăn.

In a short time the king's heart was filled with joy.

Chỉ trong chốc lát, lòng nhà vua tràn ngập niềm vui.

He was told that the seven queens were all with child.

Người ta nói với ông rằng bảy bà hoàng hậu đều đang mang thai.

One day the king was out hunting.
Một ngày nọ, nhà vua ra ngoài đi săn.
On his path he saw a young lady of peerless beauty.
Trên đường đi, chàng nhìn thấy một cô gái trẻ có vẻ đẹp vô song.
He instantly fell in love with the beautiful woman.
Anh ta ngay lập tức phải lòng người phụ nữ xinh đẹp này.
And he brought her to his palace, and married her.
Và chàng đưa nàng về cung điện của mình và cưới nàng làm vợ.
This lady was, however, not a human being.
Tuy nhiên, người phụ nữ này không phải là con người.
But what this woman was was a Rakshasi.
Nhưng người phụ nữ này thực chất là một Rakshasi.
But the king of course did not know this.
Nhưng tất nhiên nhà vua không biết điều này.
The king became dotingly fond of her.
Nhà vua vô cùng yêu mến nàng.
And he did whatever she told him to do.
Và anh đã làm mọi điều cô bảo.
One day she made a very particular request of the king.
Một ngày nọ, nàng đưa ra một yêu cầu rất đặc biệt với nhà vua.
"You say that you love me more than anyone else"
"Anh nói rằng anh yêu em nhiều hơn bất cứ ai khác"
"Let me see whether you really love me as much as you say"
"Để anh xem em có thực sự yêu anh nhiều như em nói không"
"If you love me, make your seven other queens blind"
"Nếu em yêu anh, hãy làm cho bảy nữ hoàng khác của em mù đi"
"And once they are blind, let them be killed"
"Và một khi họ đã mù, hãy giết họ"
The king became very sad at the terrible request.
Nhà vua rất buồn trước lời yêu cầu khủng khiếp đó.

He was especially sad because the queens were all pregnant.
Ông đặc biệt buồn vì tất cả các nữ hoàng đều đang mang thai.
But he had no choice but to comply with her request.
Nhưng anh không còn lựa chọn nào khác ngoài việc tuân theo yêu cầu của cô.

The eyes of the queens were plucked out of their sockets.
Mắt của các nữ hoàng bị móc ra khỏi hốc mắt.
And the queens were delivered up to the chief minister.
Và các nữ hoàng được giao cho vị tể tướng.
It was up to the chief minister to destroy the queens.
Người đứng đầu chính phủ có nhiệm vụ tiêu diệt các nữ hoàng.
But the chief minister was a merciful man.
Nhưng vị thủ hiến là một người nhân từ.
In the side of the hill there was secret a cave.
Bên sườn đồi có một hang động bí mật.
Instead of killing the queens, the minister hid them.
Thay vì giết các nữ hoàng, vị bộ trưởng đã giấu chúng đi.
In course of time the eldest of the seven queens gave birth.
Theo thời gian, người chị cả trong bảy bà hoàng hậu đã sinh con.
"What shall I do with the child," said she.
"Tôi phải làm gì với đứa trẻ đây?" bà nói.
"We are blind and are dying for want of food."
"Chúng tôi mù quáng và đang chết vì thiếu thức ăn."
"Let me kill the child," she proposed.
"Để tôi giết đứa trẻ đi," cô đề nghị.
"Let us all eat of the child's flesh," she added.
"Chúng ta hãy cùng ăn thịt đứa trẻ này," bà nói thêm.
Just as she said she would, she killed the infant.
Đúng như lời cô ta nói, cô ta đã giết chết đứa trẻ sơ sinh.
She gave to each of her sister-queens a part of the child.
Bà trao cho mỗi chị em mình một phần đứa trẻ.
And the sister queens ate their part of the child.
Và các nữ hoàng chị em đã ăn phần đứa trẻ của mình.
But the youngest queen did not eat her share.

Nhưng nữ hoàng trẻ nhất không ăn phần của mình.

Instead, she laid her part of the child beside her.

Thay vào đó, cô đặt phần đứa trẻ của mình bên cạnh mình.

In a few days the second queen also was delivered of a child.

Vài ngày sau, nữ hoàng thứ hai cũng sinh con.

She did with her child as her eldest sister had done with hers.

Cô ấy đã đối xử với đứa con của mình như chị cả đã làm với con mình.

So did the third, the fourth, the fifth, and the sixth queen.

Tương tự như vậy với nữ hoàng thứ ba, thứ tư, thứ năm và thứ sáu.

Eventually the seventh queen gave birth to a son.

Cuối cùng, nữ hoàng thứ bảy đã sinh ra một người con trai.

But she did not follow the example of her sister-queens.

Nhưng bà không noi gương các chị em hoàng hậu của mình.

Instead, she resolved to raise the child.

Thay vào đó, cô quyết định nuôi đứa trẻ.

The other queens demanded their portions of the newly-born.

Những nữ hoàng khác đòi phần của mình từ những đứa con mới sinh.

But she still had the portions she had not eaten.

Nhưng cô vẫn còn phần thức ăn chưa ăn.

And she gave her sister-queens back their children's parts.

Và bà đã trả lại phần con của các chị em nữ hoàng.

The other queens at once perceived that their portions were dry.

Các nữ hoàng khác ngay lập tức nhận thấy phần ăn của họ đã khô.

Therefore the parts could not be of the newly born child.

Do đó, các bộ phận đó không thể là của đứa trẻ mới sinh.

"I have decided not to kill me child," she explained.

"Tôi đã quyết định không giết con mình," bà giải thích.

"I will not eat him, but try to raise him instead"

"Tôi sẽ không ăn thịt anh ấy, nhưng thay vào đó sẽ cố gắng nuôi anh ấy"

The others were glad to hear this news.

Những người khác đều vui mừng khi nghe tin này.

They all said that they would help her in nursing the child.

Họ đều nói rằng họ sẽ giúp cô chăm sóc đứa trẻ.

And so the child was suckled by seven mothers.

Và đứa trẻ được bảy bà mẹ cho bú.

And the child became the hardiest and strongest boy that ever lived.

Và đứa trẻ đã trở thành cậu bé khỏe mạnh và cứng cáp nhất từng sống.

In the meantime the Rakshasi-queen was doing infinite mischief.

Trong khi đó, nữ hoàng Rakshasi đang gây ra vô số tai họa.

And she got the royal household into all sorts of trouble.

Và bà đã khiến hoàng gia gặp đủ thứ rắc rối.

What she ate at the royal table did not fill her capacious stomach.

Những gì bà ăn trên bàn tiệc hoàng gia không thể lấp đầy cái dạ dày rộng lớn của bà.

She therefore, in the darkness of night, went hunting.

Vì thế, trong đêm tối, cô đã đi săn.

Gradually she ate up all the members of the royal family.

Dần dần, bà ta đã ăn thịt tất cả các thành viên trong gia đình hoàng gia.

She ate all the king's servants, and his attendants.

Bà đã ăn thịt tất cả các tôi tớ và người hầu của nhà vua.

She ate all his horses, elephants, and cattle.

Cô ta đã ăn hết ngựa, voi và gia súc của ông.

And eventually only her royal consort and the king were left.

Và cuối cùng chỉ còn lại hoàng hậu và nhà vua.

After that she used to go out in the evenings into the city.

Sau đó, cô thường ra ngoài vào thành phố vào buổi tối.

And she ate up stray human beings wherever she found any.

Và nó ăn thịt những con người lang thang ở bất cứ nơi nào nó tìm thấy.

The king was left without any servants.
Nhà vua không còn người hầu nào nữa.
There was no person left to cook for him.
Không còn ai nấu ăn cho anh nữa.
Because no one would accept this job.
Bởi vì không ai nhận công việc này.
But at last someone volunteered their services.
Nhưng cuối cùng cũng có người tình nguyện giúp đỡ.
The boy who had been suckled by seven mothers.
Cậu bé được bảy bà mẹ cho bú.
He had now grown up to be a stalwart youth.
Giờ đây, cậu đã lớn lên và trở thành một thanh niên kiên cường.
He attended on the king and prepared his food.
Ông phục vụ nhà vua và chuẩn bị thức ăn cho nhà vua.
But he took every care while with the queen.
Nhưng ông rất cẩn thận khi ở bên nữ hoàng.
And he made sure that she did not swallow him up.
Và anh đảm bảo rằng cô không nuốt chửng anh.
The Rakshasi-queen seized her victims only at night.
Nữ hoàng Rakshasi chỉ bắt giữ nạn nhân vào ban đêm.
So the boy he went home long before nightfall.
Vì vậy, cậu bé đã về nhà từ rất lâu trước khi màn đêm buông xuống.
So she had to find another way to get rid of the boy.
Vì vậy, cô phải tìm cách khác để thoát khỏi cậu bé.

The boy always boasted that he could do any work.
Cậu bé luôn khoe khoang rằng mình có thể làm bất cứ công việc gì.
So the queen invented a disease for herself.
Vì vậy, nữ hoàng đã tự tạo ra một căn bệnh cho mình.
She said that there was a cure for her disease.
Bà nói rằng có cách chữa khỏi bệnh của bà.
But she said the cure was not easy to get.
Nhưng bà cho biết việc chữa trị không hề dễ dàng.
This made the boy even more interested in the task.

Điều này khiến cậu bé càng hứng thú hơn với nhiệm vụ này.

She said there was a melon which cured her disease.

Bà nói rằng có một loại dưa có thể chữa khỏi bệnh của bà.

The melon was twelve cubits in length.

Quả dưa dài mười hai cubit.

But the stone of the lemon was thirteen cubits long.

Nhưng hòn đá chanh dài mười ba cubit.

The fruit could only be gotten from her mother.

Loại trái cây này chỉ có thể lấy được từ mẹ của cô.

And her mother lived on the other side of the ocean.

Và mẹ cô sống ở phía bên kia đại dương.

She gave him a letter of introduction to her mother.

Cô đưa cho anh một lá thư giới thiệu với mẹ cô.

But actually the note told her to eat the boy.

Nhưng thực ra tờ giấy đó bảo cô phải ăn cậu bé.

The boy had suspected there was some foul play.

Cậu bé nghi ngờ có chuyện gì đó mờ ám.

So he tore up the letter and proceeded on his journey.

Vì thế, ông xé lá thư và tiếp tục cuộc hành trình.

The dauntless youth passed through many lands.

Chàng thanh niên dũng cảm đã đi qua nhiều vùng đất.

After much travel he stood on the shore of the ocean.

Sau nhiều chuyến đi, ông đã đứng trên bờ biển.

On the other side of the ocean was the country of the Rakshasis.

Ở phía bên kia đại dương là đất nước của người Rakshasis.

He then bawled as loud as he could, and said;

Sau đó, ông ta gào to nhất có thể và nói rằng;

"Granny! granny! come and save your daughter"

"Bà ơi! Bà ơi! Hãy đến cứu con gái bà đi!"

"Your daughter, my mother, is dangerously ill"

"Con gái của anh, mẹ tôi, đang bị bệnh nặng"

On the other side of the ocean an old Rakshasi heard him.

Ở phía bên kia đại dương, một Rakshasi già đã nghe thấy ông.

The old Rakshasi crossed the ocean to the boy.

Vị Rakshasi già đã vượt đại dương đến với cậu bé.

The boy told her the message of the queen.

Cậu bé kể cho cô nghe lời nhắn của nữ hoàng.

And the Rakshasi took the boy on her back.

Và Rakshasi cõng cậu bé trên lưng.

She re-crossed the ocean to the land of the Rakshasi.

Nàng lại vượt đại dương đến vùng đất của Rakshasi.

And the boy was at once given the medicinal melon.

Và cậu bé ngay lập tức được đưa cho quả dưa thuốc.

The Rakshasi told him to hurry back to her daughter.

Rakshasi bảo anh ta nhanh chóng quay về với con gái mình.

But the boy said he was too tired to keep travelling.

Nhưng cậu bé nói rằng cậu quá mệt để tiếp tục đi.

And he begged to be allowed to rest one day.

Và ông cầu xin được nghỉ ngơi một ngày.

The old Rakshasi consented to her grandson's wishes.

Bà Rakshasi già đã đồng ý với mong muốn của cháu trai mình.

The boy noticed interesting things in the Rakshasi's room.

Cậu bé nhận thấy những điều thú vị trong phòng của Rakshasi.

There was a stout club and a rope hanging in the room.

Trong phòng có một cây gậy chắc chắn và một sợi dây thừng treo lơ lửng.

The boy inquired what the stout club and rope were for.

Cậu bé hỏi cây gậy chắc chắn và sợi dây thừng đó dùng để làm gì.

"Child, with that club and rope I cross the ocean"

"Con ơi, với cây gậy và sợi dây này, ta sẽ vượt đại dương"

"One just has to take the club and the rope in his hands"

"Người ta chỉ cần cầm gậy và sợi dây thừng trong tay"

"And then you have to say the following magical words:"

"Và sau đó bạn phải nói những lời kỳ diệu sau:"

"O stout club! O strong rope!"

"Ôi cây gậy chắc chắn! Hỡi sợi dây thừng chắc chắn!"

"Take me at once to the other side"

"Hãy đưa tôi đến bờ bên kia ngay lập tức"

"Then they will take him to the other side of the ocean"

"Sau đó họ sẽ đưa anh ấy sang bờ bên kia của đại dương"

The boy noticed another interesting thing in the room.
Cậu bé nhận thấy một điều thú vị khác trong phòng.
There was a bird in a cage in the corner of the room.
Có một con chim trong lồng ở góc phòng.
The boy also wanted to know what this bird was for.
Cậu bé cũng muốn biết con chim này dùng để làm gì.
"The bird contains a secret, my child"
"Con chim chứa đựng một bí mật, con ạ"
"But that secret must not be disclosed to mortals"
"Nhưng bí mật đó không được tiết lộ cho người phàm"
"But how can I hide this secret from my own grandchild?"
"Nhưng làm sao tôi có thể giấu bí mật này khỏi chính cháu mình?"
"That bird, child, contains the life of your mother.
"Con chim đó, con ơi, chứa đựng sinh mạng của mẹ con.
"If the bird is killed, your mother will at once die"
"Nếu con chim bị giết, mẹ của bạn sẽ chết ngay lập tức"
Armed with these secrets, the boy went to bed that night.
Với những bí mật này, cậu bé đã đi ngủ vào đêm hôm đó.

Next morning the old Rakshasi went to distant countries.
Sáng hôm sau, Rakshasi già đi đến những đất nước xa xôi.
Together with all the other Rakshasis, she went to forage.
Cùng với tất cả những Rakshasis khác, cô đi kiếm ăn.
The boy took down the bird-cage from the ceiling.
Cậu bé lấy chiếc lồng chim từ trên trần nhà xuống.
And the boy took the club and the rope.
Và cậu bé cầm lấy cây gậy và sợi dây.
And then he spoke the magic words to the club and rope.
Và sau đó anh ta đọc những lời thần chú với cây gậy và sợi dây thừng.
"O stout club! O strong rope!"
"Ôi cây gậy chắc chắn! Hỡi sợi dây thừng chắc chắn!"
"Take me at once to the other side"
"Hãy đưa tôi đến bờ bên kia ngay lập tức"
In the twinkling of an eye the boy was put on this side of the ocean.

Chỉ trong nháy mắt, cậu bé đã được đưa đến bờ bên này của đại dương.

He then retraced his steps, back to the queen.

Sau đó, anh quay trở lại chỗ nữ hoàng.

To her astonishment he really had the medicinal lemon.

Khiến cô ngạc nhiên là anh ta thực sự có quả chanh thuốc.

But the bird in the cage he kept carefully concealed.

Nhưng con chim trong lồng thì anh ta vẫn cẩn thận che giấu.

In the course of time the people of the city came to the king.

Theo thời gian, người dân trong thành phố đã đến gặp nhà vua.

And they told the king of their troubles.

Và họ kể cho nhà vua nghe về những rắc rối của mình.

"A monstrous bird comes from the palace every evening"

"Mỗi buổi tối, một con chim khổng lồ bay đến từ cung điện"

"The bird seizes the people in the streets"

"Con chim bắt giữ người dân trên đường phố"

"And the bird swallows the people up whole"

"Và con chim nuốt trọn mọi người"

"This has been going on for a long time"

"Điều này đã diễn ra trong một thời gian dài"

"And now the city has become almost desolate"

"Và bây giờ thành phố đã trở nên gần như hoang vắng"

The king did not know what this monstrous bird was.

Nhà vua không biết con chim quái dị này là gì.

But the king's servant, the boy, said he knew.

Nhưng người hầu của nhà vua, cậu bé, nói rằng cậu biết.

"I will kill the monstrous bird," he offered.

"Tôi sẽ giết con chim quái dị đó," anh ta đề nghị.

"But the queen has to stand beside us," he added.

"Nhưng nữ hoàng phải đứng về phía chúng ta," ông nói thêm.

The king saw no reason to object to the proposal.

Nhà vua không thấy lý do gì để phản đối đề xuất này.

And so the queen was made to stand beside the king.

Và thế là hoàng hậu được đứng cạnh nhà vua.

The boy then took the bird out from its cage.

Cậu bé sau đó lấy con chim ra khỏi lồng.

On seeing the bird she fell into a fainting fit.

Khi nhìn thấy con chim, cô ấy đã ngất xỉu.

Then the boy turned to the king, and spoke.

Sau đó, cậu bé quay sang nhà vua và nói.

"King, you will soon perceive who the monstrous bird is"

"Thưa đức vua, ngài sẽ sớm nhận ra con chim quái dị đó là ai"

"You will see what devours your people every evening"

"Bạn sẽ thấy điều gì đang nuốt chửng dân tộc bạn mỗi buổi tối"

"I tear off each limb of this bird"

"Tôi xé nát từng chi của con chim này"

"The corresponding limb of the man-eater will fall off"

"Chi tương ứng của kẻ ăn thịt người sẽ rụng đi"

The boy then tore off one leg of the bird in his hand.

Cậu bé sau đó xé đứt một chân của con chim trong tay mình.

All assembled were astonished at what happened next.

Mọi người có mặt đều kinh ngạc trước những gì xảy ra tiếp theo.

One of the legs of the queen fell off.

Một chân của nữ hoàng đã rơi ra.

Then the boy squeezed the throat of the bird.

Sau đó, cậu bé bóp chặt cổ con chim.

And as he squeezed the bird, the queen gave up the ghost.

Và khi anh ta bóp chặt con chim, nữ hoàng đã trút hơi thở cuối cùng.

The boy then retold his history to the king.

Cậu bé sau đó kể lại câu chuyện của mình cho nhà vua nghe.

"You used to have seven barren wives"

"Trước kia ông có bảy người vợ son sẻ"

"To treat their barrenness, you gave them each a mango"

"Để chữa chứng vô sinh của họ, bạn đã cho mỗi người một quả xoài"

"And each of your wives fell pregnant with a child"

"Và mỗi người vợ của các ngươi đều mang thai một đứa con"

"However, you then married an eighth wife"

"Tuy nhiên, sau đó anh lại cưới người vợ thứ tám"

"This wife ordered you to blind your other wives"
"Người vợ này đã ra lệnh cho anh làm mù những người vợ khác của anh"
"And she ordered you to have your other wives killed"
"Và cô ấy ra lệnh cho anh giết những người vợ khác của anh"
"Your minister blinded your seven wives"
"Vị quan của ngài đã làm mù bảy bà vợ của ngài"
"But he was too good hearted to kill your wives"
"Nhưng anh ấy quá tốt bụng để giết vợ của anh"
"Your seven wives were taken to a hiding place"
"Bảy bà vợ của ông đã bị đưa đi nơi ẩn náu"
"And in this hiding place they each gave birth"
"Và trong nơi ẩn náu này, mỗi người đều sinh con"
"But they were forced to eat their newly born children"
"Nhưng họ buộc phải ăn thịt những đứa con mới sinh của mình"
"Only my mother did not let me be eaten"
"Chỉ có mẹ tôi là không cho tôi bị ăn thịt"
"Instead, I was suckled by seven mothers"
"Thay vào đó, tôi được bú bởi bảy bà mẹ"
"And I grew up strong and capable"
"Và tôi lớn lên mạnh mẽ và có năng lực"
"Eventually I came to work in your palace"
"Cuối cùng tôi cũng đến làm việc tại cung điện của ngài"
"Your wife, my stepmother, sent me on a mission"
"Vợ của anh, mẹ kế của tôi, đã cử tôi đi làm nhiệm vụ"
"She sent me to her mother for a medicine"
"Cô ấy đã gửi tôi đến nhà mẹ cô ấy để lấy thuốc"
"However, her mother was a Rakshasi"
"Tuy nhiên, mẹ cô ấy là một Rakshasi"
"From her I found the secret of your wife's life"
"Từ cô ấy, tôi đã tìm ra bí mật cuộc đời vợ anh"
"And so I brought the bird that held your wife's life"
"Và thế là tôi mang đến con chim đã giữ mạng sống của vợ anh"
The king had listened to the story his son told him.
Nhà vua đã lắng nghe câu chuyện mà con trai mình kể lại.

The seven queens were brought back to the palace.

Bảy bà hoàng hậu được đưa trở về cung điện.

And their eyes were miraculously restored.

Và mắt của họ đã được phục hồi một cách kỳ diệu.

The boy that was suckled by seven mothers was crowned.

Cậu bé được bảy bà mẹ cho bú đã được trao vương miện.

And he was recognized by the king as his rightful heir.

Và ông được nhà vua công nhận là người thừa kế hợp pháp của mình.

And they lived together happily.

Và họ sống hạnh phúc bên nhau.

The Story of Prince Sobur
Câu chuyện về Hoàng tử Sobur

Once upon a time there lived a merchant.
Ngày xửa ngày xưa, có một thương gia sống ở đó.
This merchant had seven daughters.
Người thương gia này có bảy cô con gái.
One day the merchant asked them a question.
Một ngày nọ, người thương gia hỏi họ một câu hỏi.
"From whose fortune do you live?"
"Bạn sống nhờ vào vận may của ai?"
The eldest daughter answered first.
Cô con gái lớn trả lời trước.
"Papa, I live from your fortune"
"Bố ơi, con sống nhờ vào vận may của bố"
The second daughter gave the same answer.
Cô con gái thứ hai cũng trả lời tương tự.
The same answer was given by the third daughter.
Cô con gái thứ ba cũng đưa ra câu trả lời tương tự.
His fourth daughter also lived from his fortune.
Cô con gái thứ tư của ông cũng sống nhờ vào tài sản của ông.
His fifth daughter was no different.
Cô con gái thứ năm của ông cũng không khác gì.
And his sixth daughter was like the rest.
Và cô con gái thứ sáu của ông cũng giống như những người khác.
But his youngest daughter surprised him.
Nhưng cô con gái út của ông đã làm ông ngạc nhiên.
She had a very different answer.
Cô ấy có một câu trả lời rất khác.
"I live from my own fortune"
"Tôi sống bằng chính vận may của mình"
He did not like this answer.
Ông không thích câu trả lời này.
Her answer made the merchant very angry.
Câu trả lời của cô khiến người thương gia rất tức giận.
"You are very ungrateful," he told her.

"Cô thật là vô ơn," anh nói với cô.

"See how well you do on your own"

"Hãy xem bạn làm tốt thế nào khi tự mình làm"

"I am kicking you out of my house"

"Tôi sẽ đuổi anh ra khỏi nhà tôi"

"You will not have a rupee in your pocket"

"Bạn sẽ không có một đồng rupee nào trong túi"

He called his palanquins to come.

Ông gọi kiệu của mình đến.

And he ordered them to take the girl away.

Và ông ra lệnh cho họ đưa cô gái đi.

"Leave her in the midst of a forest"

"Bỏ cô ấy lại giữa rừng"

The girl begged to be allowed one thing.

Cô gái cầu xin được làm một điều.

"Please let me take my work-box"

"Xin hãy để tôi mang hộp đựng đồ nghề của tôi đi"

"In the box are my needles and threads"

"Trong hộp có kim và chỉ của tôi"

Her father allowed her to take her box.

Bố cô cho phép cô mang theo chiếc hộp.

She got into the seat of the palanquins.

Cô ấy ngồi vào chỗ ngồi của kiệu.

And the bearers lifted her up.

Và những người khiêng bà lên.

And they put her onto their shoulders.

Và họ đặt cô lên vai mình.

As the bearers ran they chanted.

Khi những người khiêng khiên chạy, họ vừa chạy vừa hô vang khẩu hiệu.

"Hoon! Hoon! Hoon! Hoon! Hoon!"

"Hoon! Hoon! Hoon! Hoon! Hoon!"

But they didn't get very far.

Nhưng họ không đi được xa.

An old woman stood in their way.

Một bà lão đứng chắn đường họ.

She came up to the carriage.

Cô ấy bước tới gần cỗ xe ngựa.

"Where are you taking my daughter?"

"Các người định đưa con gái tôi đi đâu?"

She was the maid of the child.

Cô ấy là người hầu của đứa trẻ.

"We have been given orders by the merchant"

"Chúng tôi đã nhận được lệnh của thương gia"

"He told us to take her away"

"Anh ấy bảo chúng tôi đưa cô ấy đi"

"We will leave her in a forest"

"Chúng ta sẽ bỏ cô ấy lại trong rừng"

"We are going to do his bidding"

"Chúng ta sẽ làm theo lời anh ấy"

"I must go with her," said the old woman.

"Tôi phải đi với cô ấy," bà lão nói.

But the bearers were not sure.

Nhưng những người mang vác không chắc chắn.

Bearers run when they carry a sedan chair.

Người khiêng kiệu phải chạy khi khiêng kiệu.

"How will you be able to keep pace with us?"

"Làm sao bạn có thể theo kịp chúng tôi?"

The old woman was not deterred.

Bà lão không hề nản lòng.

"It does not matter how I do it"

"Không quan trọng tôi làm thế nào "

"I must go where my daughter goes"

"Tôi phải đi đến nơi con gái tôi đến"

The youngest daughter begged the bearers.

Cô con gái út van xin người khiêng quan tài.

"Please carry my mother with me"

"Xin hãy cõng mẹ tôi đi cùng tôi"

And the bearers gracefully agreed.

Và những người khiêng quan tài đã vui vẻ đồng ý.

They carried mother and child to the forest.

Họ mang mẹ và con vào rừng.

"Hoon! Hoon! Hoon! Hoon! Hoon!"

"Hoon! Hoon! Hoon! Hoon! Hoon!"

In the afternoon they reached a dense forest.

Vào buổi chiều, họ tới một khu rừng rậm rạp.

They went deeper and deeper into the forest.

Họ đi sâu hơn, sâu hơn nữa vào trong rừng.

Towards sunset they reached their goal.

Khi hoàng hôn buông xuống, họ đã đến được mục tiêu.

They stopped at the foot of an old tree.

Họ dừng lại dưới chân một cây cổ thụ.

They lowered the girl and the old woman.

Họ thả cô gái và bà lão xuống.

And they left them in the forest.

Và họ bỏ chúng lại trong rừng.

Then they retraced their steps home.

Sau đó, họ quay trở về nhà.

The merchant's youngest daughter looked around.

Cô con gái út của người thương gia nhìn quanh.

You would not have wanted to be in her shoes.

Bạn sẽ không muốn rơi vào hoàn cảnh của cô ấy đâu.

Her situation was truly pitiable.

Hoàn cảnh của cô ấy thực sự đáng thương.

She was hardly fourteen years old.

Cô bé mới chỉ mười bốn tuổi.

She had grown up in luxury.

Cô lớn lên trong cảnh xa hoa.

But now there was no luxury for her.

Nhưng giờ đây cô không còn được hưởng sự xa xỉ đó nữa.

She was in the heart of a dark forest.

Cô ấy đang ở giữa một khu rừng tối tăm.

She had not a rupee in her pocket.

Cô ấy không có một đồng rupee nào trong túi.

And she had nothing for protection.

Và cô ấy không có gì để bảo vệ.

Nothing except an old, decrepit, woman.

Không có gì ngoài một người phụ nữ già nua, yếu đuối.

Even the trees of the forest pitied her.

Ngay cả những cái cây trong rừng cũng thương hại cô.

The young girl and old woman sat together.
Cô gái trẻ và bà lão ngồi cạnh nhau.
They were at the foot of an old tree.
Họ đang ở dưới chân một cái cây cổ thụ.
And together they cried over their situation.
Và họ cùng nhau khóc vì hoàn cảnh của mình.
I should say this all happened long ago.
Tôi phải nói rằng mọi chuyện đã xảy ra từ lâu rồi.
In these times the trees could talk.
Vào thời điểm đó, cây cối có thể nói chuyện.
And the old tree spoke to the girl.
Và cây cổ thụ đã nói chuyện với cô gái.
"Unhappy women, I much pity you"
"Những người phụ nữ bất hạnh, tôi rất thương hại các bạn"
"There are wild beasts in this forest"
"Có thú dữ trong khu rừng này"
"Soon they will come out of their lairs"
"Chúng sẽ sớm ra khỏi hang ổ của mình"
"They will roam about for prey"
"Chúng sẽ đi lang thang tìm mồi"
"And they are sure to devour you two"
"Và chắc chắn chúng sẽ nuốt chửng hai người"
"But I can help you, if you want"
"Nhưng tôi có thể giúp bạn, nếu bạn muốn"
"I will make an opening for you"
"Tôi sẽ mở đường cho anh"
"When you see the opening, go into it"
"Khi bạn thấy có lối mở, hãy đi vào đó"
"And then I will close the opening up"
"Và sau đó tôi sẽ đóng cửa lại"
"As long as you are in me you'll be safe"
"Chỉ cần em ở trong anh, em sẽ được an toàn"
"This way the wild beasts can't touch you"
"Bằng cách này, thú dữ sẽ không thể chạm vào bạn"
And then the tree split itself in two.
Và rồi cái cây tự tách ra làm đôi.
The two women went inside the tree.

Hai người phụ nữ đi vào trong cây.
And the old tree resumed its natural shape.
Và cây cổ thụ đã trở lại hình dạng tự nhiên của nó.

The shade of night darkened the forest.
Bóng đêm bao phủ khu rừng.
Everything the tree had said was true.
Mọi điều cây nói đều đúng.
The wild beasts came out of their lairs.
Những con thú hoang dã chui ra khỏi hang ổ của chúng.
The fierce tiger came out at night.
Con hổ hung dữ xuất hiện vào ban đêm.
The wild bear left his lair.
Con gấu hoang dã đã rời khỏi hang ổ của mình.
The rhinoceros roamed the forest.
Những con tê giác đi lang thang trong rừng.
The bushy bear was there that night.
Đêm đó, chú gấu rậm đã ở đó.
The great elephant could be heard.
Có thể nghe thấy tiếng của con voi lớn.
And there was the horned buffalo.
Và còn có cả trâu có sừng nữa.
They all growled as they circled the tree.
Tất cả chúng đều gầm gừ khi bay vòng quanh cây.
They had gotten the scent of human blood.
Họ đã ngửi thấy mùi máu người.
They could hear the growls of the beasts.
Họ có thể nghe thấy tiếng gầm gừ của những con thú.
The beasts came dashing against the tree.
Những con thú lao tới đập vào cây.
They broke the old tree's branches.
Họ bẻ gãy cành cây già.
Their horns pierced the tree's trunk.
Sừng của chúng đâm xuyên qua thân cây.
They scratched its bark with their claws.
Chúng cào xước vỏ cây bằng móng vuốt của mình.
But all their efforts were in vain.

Nhưng mọi nỗ lực của họ đều vô ích.

The girl and woman were safe in the tree.

Cô gái và người phụ nữ đã an toàn trên cây.

Towards dawn the wild beasts went away.

Đến gần rạng sáng, các loài thú hoang dã đã bỏ đi.

After sunrise the good tree spoke again.

Sau khi mặt trời mọc, cây tốt lại lên tiếng.

"The wild beasts have gone back"

"Những con thú hoang dã đã quay trở lại"

"They are in their lairs again"

"Chúng lại ở trong hang ổ của chúng rồi"

"But they did their best to torment me"

"Nhưng họ đã cố gắng hết sức để hành hạ tôi"

"The sun has risen up again"

"Mặt trời lại mọc rồi"

"So you can come out now"

"Vậy thì bây giờ anh có thể ra ngoài rồi"

The tree split itself into two again.

Cây lại tách ra làm đôi lần nữa.

The girl and the old woman came out.

Cô gái và bà lão đi ra.

They saw the extent of the damage.

Họ đã thấy được mức độ thiệt hại.

The tree's branches had been broken off.

Cành cây đã bị gãy.

The tree's trunk had been pierced.

Thân cây đã bị đâm thủng.

The bark had been stripped off.

Vỏ cây đã bị lột ra.

"Good mother, we thank you"

"Mẹ tốt, chúng con cảm ơn mẹ"

"You have been very kind to us"

"Bạn đã rất tử tế với chúng tôi"

"You gave us shelter from the beasts"

"Bạn đã cho chúng tôi nơi trú ẩn khỏi thú dữ"

"But it was at a great cost to yourself"

"Nhưng bạn phải trả giá rất đắt"

"You have many wounds from the wilds beasts"
"Bạn có nhiều vết thương do thú dữ gây ra"
"You must be in great pain?"
"Chắc hẳn anh đau đớn lắm phải không?"
Close by there was a flowing river.
Gần đó có một dòng sông đang chảy.
The young girl went to the river bank.
Cô gái trẻ đi đến bờ sông.
At the bank of the river she found mud.
Ở bờ sông, cô tìm thấy bùn.
She covered the tree with the mud.
Cô ấy phủ bùn lên cây.
She especially covered the damaged parts.
Cô ấy đặc biệt che đi những phần bị hư hỏng.
The tree thanked her for the treatment.
Cây cảm ơn cô vì sự chăm sóc đó.
"My good girl, I thank you"
"Cô gái ngoan của tôi, tôi cảm ơn cô"
"I am greatly relieved of my pain"
"Tôi đã giảm bớt đau đớn rất nhiều"
"I am, however, more concerned for you"
"Tuy nhiên, tôi quan tâm đến bạn hơn"
"You must be hungry"
"Bạn chắc hẳn đói lắm"
"You have not eaten since yesterday"
"Bạn chưa ăn gì từ hôm qua"
"But what can I give you?"
"Nhưng tôi có thể cho anh cái gì?"
"I have no fruit of my own"
"Tôi không có trái của riêng tôi"
"But I do have some advice"
"Nhưng tôi có một số lời khuyên"
"Give the old woman whatever money you have"
"Hãy đưa cho bà lão bất cứ số tiền nào bạn có"
"Let her go into the city"
"Hãy để cô ấy vào thành phố"
"In the city she can buy some food"

"Ở thành phố cô ấy có thể mua được chút đồ ăn"
They explained their situation to the tree.
Họ giải thích tình hình của mình cho cây.
"We have been sent out with no money"
"Chúng tôi đã được gửi đi mà không có tiền "
But she searched through her work-box anyway.
Nhưng dù sao cô vẫn lục tìm trong hộp đựng đồ nghề của mình.
And in the box she found five cowries.
Và trong hộp cô tìm thấy năm viên ngọc trai.
The tree continued to give its advice.
Cây tiếp tục đưa ra lời khuyên.
"Go with your cowries to the city"
"Hãy mang theo vỏ sò của bạn đến thành phố"
"Use the cowries to buy some fried rice"
"Dùng tiền vỏ sò để mua cơm chiên"
So the old woman went to the city.
Thế là bà lão đi vào thành phố.
Fortunately the city was not far away.
May mắn thay, thành phố không quá xa.
She went to the first shopkeeper she found.
Cô đến gặp người bán hàng đầu tiên mà cô tìm thấy.
"Please give me five cowries worth of rice"
"Xin hãy cho tôi năm đồng tiền vàng làm gạo"
The shopkeeper laughed at her.
Người bán hàng cười nhạo cô.
"Where can rice be had for five cowries?"
"Ở đâu có gạo giá năm đồng vỏ sò?"
"Be off, you old hag," he told her.
"Cút đi, mụ già kia," anh ta nói với bà.
So she tried to barter at another shop.
Vì vậy, cô ấy đã thử đổi hàng ở một cửa hàng khác.
This shopkeeper could see her distress.
Người bán hàng có thể nhìn thấy nỗi đau khổ của cô.
And the shopkeeper took pity on her.
Và người bán hàng đã thương hại cô.
She gave her a large quantity of rice.

Bà đã cho cô ấy một lượng gạo lớn.

The old woman returned with the rice.

Bà lão quay lại với cơm.

And the tree gave further instructions.

Và cây đưa ra chỉ dẫn tiếp theo.

"Eat less than half of the rice"

"Ăn ít hơn một nửa lượng cơm"

"Go to the embankments of the river bank"

"Đi đến bờ kè bờ sông"

"Cast the remaining rice on the river bank"

"Hãy ném số gạo còn lại xuống bờ sông"

They did not understand the sense of it.

Họ không hiểu được ý nghĩa của nó.

"Why sow the riverbank with rice?"

"Tại sao lại gieo lúa dọc bờ sông?"

But they did as they were advised.

Nhưng họ đã làm theo lời khuyên.

And they threw their rice onto the ground.

Và họ ném gạo xuống đất.

They spent the day lamenting their fate.

Họ dành cả ngày để than thở về số phận của mình.

Just as before the beasts came out at night.

Cũng giống như trước đây, lũ thú dữ thường ra ngoài vào ban đêm.

The tree housed them inside of its trunk again.

Cây lại đưa chúng vào bên trong thân cây.

Again they mutilated and tortured the tree.

Một lần nữa họ lại cắt xẻo và tra tấn cây.

But that night something else happened.

Nhưng đêm đó có một chuyện khác xảy ra.

The women only saw it the next day.

Những người phụ nữ chỉ nhìn thấy nó vào ngày hôm sau.

The rice had attracted hundreds of peacocks.

Gạo đã thu hút hàng trăm con công.

The peacocks competed for the rice.

Những con công đang tranh giành gạo.

And their feathers fell on the floor.
Và lông của chúng rơi xuống sàn.
The tree had known what would happen.
Cây đã biết chuyện gì sẽ xảy ra.
And the tree advised them what to do next.
Và cái cây đã khuyên họ nên làm gì tiếp theo.
"Go back to the bank of the river"
"Quay trở lại bờ sông"
"Go to where you cast the rice"
"Đi đến nơi bạn ném gạo"
"There you will see many feathers"
"Ở đó bạn sẽ thấy nhiều lông vũ"
"Collect all the feathers you can find"
"Thu thập tất cả những chiếc lông vũ mà bạn có thể tìm thấy"
"Use the feathers to make a beautiful fan"
"Dùng lông vũ để làm một chiếc quạt đẹp"
"And take the feather-fan to the city"
"Và mang chiếc quạt lông vũ vào thành phố"
The two women did as they were advised.
Hai người phụ nữ đã làm theo lời khuyên.
It was good the girl had taken her work-box.
Thật may là cô gái đã mang theo hộp đựng đồ nghề.
In her work-box was some string.
Trong hộp đựng đồ nghề của cô có một ít dây.
The tied the feathers together.
Họ buộc những chiếc lông vũ lại với nhau.
And she had made a fan from the feathers.
Và cô ấy đã làm một chiếc quạt từ những chiếc lông vũ.
She took the feather fan to the city.
Cô ấy mang chiếc quạt lông vào thành phố.
The son of the king happened to be there.
Con trai của nhà vua tình cờ có mặt ở đó.
He admired the feathers greatly.
Anh ấy rất ngưỡng mộ những chiếc lông vũ.
He paid a large sum of money for the feathers.
Ông đã trả một số tiền lớn để mua lông vũ.
Each morning a quantity of feathers was collected.

Mỗi buổi sáng, người ta thu thập một lượng lông vũ nhất định.
And each day a feather fan was made and sold.
Và mỗi ngày lại có một chiếc quạt lông được làm ra và bán.
Within a short time the two women got rich.
Chỉ trong một thời gian ngắn, hai người phụ nữ đã trở nên giàu có.
The tree then advised them to build a house.
Sau đó, cây khuyên họ nên xây nhà.
"Employ men to burn bricks for you"
"Hãy thuê người đốt gạch cho bạn"
"Get them to cut beams and rafters"
"Yêu cầu họ cắt dầm và xà nhà"
"Make them plaster the walls with lime"
"Hãy bắt họ trát vôi vào tường"
In a few months a stately house was built.
Chỉ trong vài tháng, một ngôi nhà nguy nga đã được xây dựng.
The tree was pleased for the women.
Cây rất vui mừng vì những người phụ nữ.
"You should add a garden to your house"
"Bạn nên thêm một khu vườn vào ngôi nhà của mình"
"And you want to be able to store water"
"Và bạn muốn có khả năng lưu trữ nước"
"Dig a water tank in your garden"
"Đào một bể nước trong vườn của bạn"

The girl had not had much time.
Cô gái không có nhiều thời gian.
So she didn't think of her family.
Vì thế cô ấy không nghĩ tới gia đình mình.
The merchant's luck had taken a turn.
Vận may của người thương gia đã đến.
The goddess of wealth frowned upon him.
Nữ thần của sự giàu có cau mày nhìn anh ta.
He was struck by a sudden misfortune.
Ông đã gặp phải một điều không may bất ngờ.

All at once he lost all of his money.
Đột nhiên anh ấy mất hết tiền.
He was forced to sell his house.
Ông buộc phải bán nhà.
But he made a great loss on the property.
Nhưng ông đã bị lỗ nặng về tài sản.
He and his family were left penniless.
Ông và gia đình trở nên trắng tay.
So they were forced to live elsewhere.
Vì thế họ buộc phải sống ở nơi khác.
They happened to move to a nearby village.
Họ tình cờ chuyển đến một ngôi làng gần đó.
The palace was not far from their new house.
Cung điện không xa ngôi nhà mới của họ.
But the merchant was not rich anymore.
Nhưng người thương gia không còn giàu có nữa.
And he still had to support his family.
Và anh vẫn phải nuôi sống gia đình.
He had been reduced to doing manual labor.
Ông đã phải làm công việc lao động chân tay.
He applied for the job at the palace.
Ông đã nộp đơn xin việc tại cung điện.
He was going to dig the hole for the water.
Anh ta định đào hố để lấy nước.
His wife also offered to work with him.
Vợ ông cũng đề nghị được làm việc cùng ông.
But they got there too late to work.
Nhưng họ đến đó quá muộn để làm việc.
The water tank had already been finished.
Bể chứa nước đã được hoàn thành.
And they did not know whose house it was.
Và họ không biết đó là nhà của ai.
The merchant's daughter was looking out the window.
Con gái của người thương gia đang nhìn ra ngoài cửa sổ.
She happened to see her parents in the garden.
Cô tình cờ nhìn thấy bố mẹ mình trong vườn.
She could see the rags they were wearing.

Cô có thể nhìn thấy những mảnh giẻ rách mà họ đang mặc.

Her eyes filled with tears at the sight.

Đôi mắt cô ngấn lệ khi chứng kiến cảnh đó.

She could not believe what she saw.

Cô không thể tin vào những gì mình nhìn thấy.

Her parents had come to her for work.

Bố mẹ cô đến nhà cô để làm việc.

She immediately called her servants.

Cô ấy ngay lập tức gọi người hầu của mình.

"Outside in the garden are my parents"

"Bên ngoài vườn là bố mẹ tôi"

"Please offer them these fine clothes"

"Xin hãy tặng họ những bộ quần áo đẹp này"

"And ask them to come into the palace"

"Và yêu cầu họ vào cung điện"

Her servants did as they were told.

Người hầu của bà làm theo những gì được bảo.

But her parents were frightened beyond measure.

Nhưng bố mẹ cô vô cùng sợ hãi.

They had seen that the tank was finished.

Họ thấy rằng chiếc xe tăng đã hoàn thành.

There used to be a strange tradition.

Ngày xưa có một truyền thống kỳ lạ.

In those days human sacrifices were offered.

Vào thời đó, người ta thường hiến tế người.

One of those occasions was after digging a pool.

Một trong những lần đó là sau khi đào hồ bơi.

You can imagine her parents' fear.

Bạn có thể tưởng tượng được nỗi sợ hãi của cha mẹ cô ấy.

They had come to dig the water tank.

Họ đến để đào bể chứa nước.

But now servants were calling them.

Nhưng bây giờ người hầu đang gọi họ.

They thought they going to be sacrificed.

Họ nghĩ rằng họ sẽ bị hiến tế.

"Throw away your rags" they said.

Họ nói: "Hãy vứt bỏ quần áo rách rưới của bạn đi".

"Here, wear these fine clothes"
"Này, mặc những bộ quần áo đẹp này vào"
And their fears increased even more.
Và nỗi sợ hãi của họ càng tăng thêm.
But they did not have to fear for long.
Nhưng họ không phải sợ hãi lâu.
Their rich daughter came out to meet them.
Cô con gái giàu có của họ ra đón họ.
She hugged and kissed her parents.
Cô ôm và hôn bố mẹ mình.
And she told them everything that had happened.
Và cô ấy kể cho họ nghe mọi chuyện đã xảy ra.
The father felt that she had been right.
Người cha cảm thấy cô ấy đã đúng.
"You do live from your own fortune"
"Bạn sống bằng chính vận may của mình"
The daughter did not blame her father.
Cô con gái không trách cha mình.
And she gave him a large fortune.
Và bà đã cho ông một tài sản lớn.
With the money he moved back to the city.
Với số tiền đó, anh ta chuyển về thành phố.
Soon he became a merchant again.
Chẳng bao lâu sau, ông lại trở thành một thương gia.
And he went to distant countries for trade.
Và ông đã đi đến những đất nước xa xôi để buôn bán.

One day he got ready for another business venture.
Một ngày nọ, anh ấy chuẩn bị cho một dự án kinh doanh khác.
But that day something strange happened.
Nhưng ngày hôm đó có một điều kỳ lạ đã xảy ra.
The ship was ready to leave the port.
Con tàu đã sẵn sàng rời cảng.
But for some reason the ship did not move.
Nhưng vì lý do nào đó, con tàu không di chuyển.
No one could explain what was happening.
Không ai có thể giải thích được chuyện gì đang xảy ra.

But the merchant had an idea.
Nhưng người thương gia đã có một ý tưởng.
"Perhaps my daughters would like presents"
"Có lẽ con gái tôi sẽ thích quà"
"I need to ask them what they would like"
"Tôi cần phải hỏi họ xem họ muốn gì"
He went to see his daughters.
Ông đến thăm các con gái của mình.
He asked them what they would like.
Ông hỏi họ muốn gì.
And he promised to bring them presents.
Và anh ấy hứa sẽ mang quà đến cho họ.
But the ship would still not move.
Nhưng con tàu vẫn không di chuyển.
He had not asked all his daughters.
Ông không hỏi tất cả các con gái của mình.
His youngest daughter was not there.
Con gái út của ông không có ở đó.
She was living in a different city.
Cô ấy đang sống ở một thành phố khác.
So he ordered his servants go to her palace.
Vì vậy, ông ra lệnh cho người hầu của mình đến cung điện
của nàng.
The messenger came at the wrong time.
Người đưa tin đã đến không đúng lúc.
The young girl was engaged in devotions.
Cô gái trẻ đang tham gia vào các buổi lễ cầu nguyện.
But the messenger asked her anyway.
Nhưng người đưa tin vẫn hỏi cô.
She just told him "sobur"
Cô ấy chỉ nói với anh ấy "sobur"
The meaning of this was "wait"
Nghĩa của từ này là "chờ đợi"
But the messenger didn't know this.
Nhưng người đưa tin không biết điều này.
He thought she wanted something called "sobur"
Anh ấy nghĩ cô ấy muốn thứ gì đó gọi là "sobur"

So he went back to the city of the merchant.

Vì vậy, ông quay trở lại thành phố của thương gia.

And he delivered the message he received.

Và ông đã truyền đạt thông điệp mà ông nhận được.

"Your daughter wants something called 'sobur'"

"Con gái của bạn muốn thứ gì đó gọi là 'sobur'"

This time the ship could move again.

Lần này con tàu có thể di chuyển được nữa.

So the merchant started on his travels.

Thế là người thương gia bắt đầu cuộc hành trình của mình.

He visited many ports on his journey.

Ông đã ghé thăm nhiều cảng trong chuyến đi của mình.

And he made good profits from his trades.

Và ông đã kiếm được lợi nhuận tốt từ việc buôn bán của mình.

Finding the presents was not difficult.

Việc tìm quà không khó.

He found everything his oldest daughters wanted.

Ông đã tìm thấy mọi thứ mà cô con gái lớn của mình mong muốn.

But his youngest daughter's wish was difficult.

Nhưng mong muốn của cô con gái út của ông lại rất khó thực hiện.

He could not find the thing called "sobur"

Anh ta không thể tìm thấy thứ gọi là "sobur"

He asked at every port he came to.

Ông hỏi ở mọi cảng ông đến.

"Do you have something called 'sobur'?"

"Bạn có thứ gì gọi là 'sobur' không?"

But the merchants all shook their heads.

Nhưng tất cả các thương gia đều lắc đầu.

"We've never heard of 'sobur'"

"Chúng tôi chưa bao giờ nghe nói đến 'sobur'"

His voyage had almost come to its end.

Chuyến đi của ông đã gần kết thúc.

He was soon going to head back home.

Anh ấy sắp sửa quay trở về nhà.

But he wanted "sobur" for his daughter.

Nhưng ông muốn "sobur" cho con gái mình.

So he went calling through the streets.

Vì vậy, ông đã đi khắp các con phố để kêu gọi.

"Sobur, does anyone have sobur?!"

"Sobur, có ai có sobur không?!"

The son of the King was in his castle.

Con trai của nhà vua đang ở trong lâu đài của mình.

He happened to be looking out the window.

Anh ấy tình cờ nhìn ra ngoài cửa sổ.

And the calls attracted his attention.

Và những cuộc gọi đã thu hút sự chú ý của anh.

Because his name happened to be Sobur.

Bởi vì tên của anh ấy tình cờ là Sobur.

He came to the merchant to speak with him.

Ông đến gặp người thương gia để nói chuyện.

"I have the Sobur that you want"

"Tôi có Sobur mà anh muốn"

"Take this box, but be careful with it"

"Hãy cầm lấy chiếc hộp này, nhưng hãy cẩn thận với nó"

"In the box is a magical feather fan and mirror"

"Trong hộp có một chiếc quạt lông vũ và một chiếc gương ma thuật"

"This is the Sobur your daughter wishes for"

"Đây chính là Sobur mà con gái của bạn mong muốn"

The merchant thanked the prince for the box.

Người thương gia cảm ơn hoàng tử vì chiếc hộp.

And he returned back to his country.

Và ông trở về đất nước của mình.

He gave the box to his daughter.

Ông đưa chiếc hộp cho con gái mình.

But the daughter didn't think about it.

Nhưng cô con gái không nghĩ tới điều đó.

She thought it was just a common box.

Cô ấy nghĩ đó chỉ là một chiếc hộp thông thường.

She had forgotten about the messenger.

Cô đã quên mất người đưa tin.

But one day she decided to open the box.

Nhưng một ngày nọ, cô quyết định mở chiếc hộp.

Inside the box she found a beautiful fan.

Bên trong hộp, cô tìm thấy một chiếc quạt rất đẹp.

In the feather fan there was a beautiful mirror.

Trong chiếc quạt lông có một chiếc gương rất đẹp.

She waved the feather fan to cool herself.

Cô ấy vẫy chiếc quạt lông vũ để làm mát cơ thể.

And Prince Sobur appeared before her.

Và Hoàng tử Sobur xuất hiện trước mặt nàng.

"You called me, so here I am," he said.

"Bạn đã gọi tôi, nên tôi ở đây", anh nói.

"What is it you wish for?" he asked.

"Bạn mong muốn điều gì?" anh hỏi.

She was astonished at what she saw.

Cô ấy ngạc nhiên trước những gì mình nhìn thấy.

A handsome prince had suddenly appeared!

Một hoàng tử đẹp trai bất ngờ xuất hiện!

"Who are you?" she asked the prince.

"Ngài là ai?" cô hỏi hoàng tử.

"And how did you suddenly appear?"

"Và làm sao anh lại đột nhiên xuất hiện?"

The prince explained what had happened.

Hoàng tử giải thích những gì đã xảy ra.

"Your father was looking for 'sobur'"

"Cha của bạn đang tìm kiếm 'sobur'"

"I am prince Sobur," he explained.

"Ta là hoàng tử Sobur," chàng giải thích.

"I gave your father a box"

"Tôi đã tặng bố anh một chiếc hộp"

"In this box there is a feather fan and mirror"

"Trong hộp này có một chiếc quạt lông vũ và một chiếc gương"

"When you shake the feather fan I will appear"

"Khi bạn vẫy chiếc quạt lông vũ, tôi sẽ xuất hiện"

She asked the prince to stay as a guest.

Cô ấy đã mời hoàng tử ở lại làm khách.

And for two days the prince stayed with her.
Và hoàng tử đã ở lại với nàng trong hai ngày.
And she entertained him in her palace.
Và nàng đã tiếp đãi chàng trong cung điện của mình.
During that time the two fell in love.
Trong thời gian đó, hai người đã yêu nhau.
They made their vows to each.
Họ đã thề nguyện với nhau.
And they became husband and wife.
Và họ trở thành vợ chồng.
After this the prince returned to his father.
Sau đó, hoàng tử trở về với cha mình.
He told him that he had selected a wife.
Ông nói với anh ta rằng ông đã chọn được vợ.
The day for the wedding was decided.
Ngày cưới đã được quyết định.
All the family was invited.
Cả gia đình đều được mời.
And they had a beautiful wedding.
Và họ đã có một đám cưới tuyệt đẹp.

But there was a death in the marriage bed.
Nhưng có một cái chết trên giường hôn nhân.
The six daughters of the merchant were envious.
Sáu cô con gái của thương gia đều ghen tị.
They were jealous of their sister's success.
Họ ghen tị với thành công của chị gái mình.
So they decided to destroy her happiness.
Vì thế họ quyết định phá hủy hạnh phúc của cô.
They broke several glass bottles.
Họ đã làm vỡ một số chai thủy tinh.
And they ground the glass into fine powder.
Và họ nghiền thủy tinh thành bột mịn.
Then they scattered the powder on the bed.
Sau đó, họ rắc bột lên giường.
The prince suspected no danger.
Hoàng tử không nghi ngờ có nguy hiểm gì.

He laid himself down in the bed.

Anh nằm xuống giường.

Soon he felt an acute pain.

Chẳng mấy chốc, anh cảm thấy đau dữ dội.

All of his whole body ached.

Toàn thân anh đau nhức.

The powder had gone through his skin.

Bột đã thấm qua da anh ta.

The prince became restless through pain.

Hoàng tử trở nên bồn chồn vì đau đớn.

And he started to kick and scream.

Và anh ta bắt đầu đá và la hét.

He was taken away to his own country.

Ông đã bị đưa về nước mình.

The king and queen were very worried.

Nhà vua và hoàng hậu rất lo lắng.

They consulted all the kingdom's physicians.

Họ đã tham khảo ý kiến của tất cả các bác sĩ trong vương quốc.

But their efforts were in vain.

Nhưng mọi nỗ lực của họ đều vô ích.

Day and night the young prince was screaming.

Ngày đêm, hoàng tử trẻ đều la hét.

No one could ascertain the disease.

Không ai có thể xác định được căn bệnh này.

So they had no way of knowing the remedy.

Vì vậy, họ không có cách nào biết được cách chữa trị.

You can imagine the grief of his wife.

Bạn có thể tưởng tượng được nỗi đau buồn của vợ ông.

The marriage knot had only just been tied.

Nút thắt hôn nhân vừa mới được thắt xong.

She thought a terrible disease had attacked him.

Cô nghĩ rằng anh ấy đã mắc phải một căn bệnh khủng khiếp.

Then he was carried hundreds of miles away.

Sau đó, ông bị cuốn đi hàng trăm dặm.

She had never been to his country.

Cô chưa bao giờ đến đất nước của anh.

But she was determined to go there.
Nhưng cô ấy vẫn quyết tâm đi đến đó.
And she was determined to nurse him better.
Và cô quyết tâm chăm sóc anh tốt hơn.
She put on the garb of a Sannyasi.
Cô ấy mặc trang phục của một Sannyasi.
And she carried a dagger in her hand.
Và cô ấy cầm một con dao găm trên tay.
And then she set out on her journey.
Và rồi cô ấy bắt đầu cuộc hành trình của mình.

The princess was still relatively young.
Công chúa vẫn còn khá trẻ.
She was unaccustomed to long journeys.
Cô ấy không quen với những chuyến đi dài.
And she wasn't used to walking so far.
Và cô ấy không quen đi bộ xa như vậy.
She soon got weary of walking.
Cô ấy nhanh chóng cảm thấy mệt mỏi vì phải đi bộ.
So she sat under a tree to rest.
Vì vậy, cô ngồi dưới một cái cây để nghỉ ngơi.
On the top of the tree there was a nest.
Trên ngọn cây có một cái tổ.
It was the nest of two divine birds.
Đó là tổ của hai con chim thần.
Bihangami and Bihangama lived here.
Bihangami và Bihangama sống ở đây.
They were not in their nest at the time.
Lúc đó chúng không ở trong tổ.
But two of their chicks were in the nest.
Nhưng có hai con chim non đang ở trong tổ.
Suddenly the chicks gave a scream.
Đột nhiên đàn gà con kêu lên một tiếng.
This roused the half-drowsy princess.
Điều này đánh thức nàng công chúa đang còn ngái ngủ.
The little birds had seen huge serpent.
Những chú chim nhỏ đã nhìn thấy một con rắn khổng lồ.

The snake was about to climb the tree.

Con rắn sắp trèo lên cây.

This would have been the end of the birds.

Đây có thể là sự kết thúc của loài chim.

But the Sannyasi took out her dagger.

Nhưng vị Sannyasi đã rút dao găm ra.

And she cut the serpent in two.

Và cô ấy cắt con rắn ra làm đôi.

Of course even this frightened the young birds.

Tất nhiên điều này cũng khiến những chú chim non sợ hãi.

And they flew from the nest screaming.

Và chúng bay ra khỏi tổ trong tiếng kêu la.

Bihangama and Bihangami were on their way back.

Bihangama và Bihangami đang trên đường trở về.

They came sailing through the air.

Họ bay đến như đang lướt trên không trung.

They thought they already knew what had happened.

Họ nghĩ rằng họ đã biết chuyện gì đã xảy ra.

"I don't expect to see our children"

"Tôi không mong đợi được nhìn thấy con cái của chúng ta"

"The nest will be empty again"

"Tổ ấm sẽ lại trống rỗng"

"All our previous children were eaten"

"Tất cả những đứa con trước đây của chúng tôi đều bị ăn thịt"

"They were eaten by our great enemy the serpent"

"Họ đã bị kẻ thù lớn nhất của chúng ta là con rắn ăn thịt"

"They will have met the same fate"

"Họ sẽ gặp phải số phận tương tự"

"I do not hear the cries of my young ones"

"Tôi không nghe thấy tiếng khóc của những đứa con nhỏ của tôi"

The two birds got to their nest.

Hai con chim đã về tới tổ.

And as predicted, the nest was empty.

Và đúng như dự đoán, tổ chim đã trống rỗng.

This seemed to confirm their suspicions.

Điều này dường như xác nhận sự nghi ngờ của họ.

But soon the young birds returned.

Nhưng chẳng bao lâu sau, đàn chim non lại quay trở về.

The divine birds were pleasantly surprised.

Những chú chim thần vô cùng ngạc nhiên.

The young birds told them what had happened.

Những chú chim non kể lại cho họ nghe những gì đã xảy ra.

"There was a young Sannyasi under the tree"

"Có một vị Sannyasi trẻ tuổi dưới gốc cây"

"He destroyed the serpent"

"Ngài đã tiêu diệt con rắn"

"He cut the snake in two with his dagger"

"Anh ta dùng dao găm chém con rắn làm đôi"

The parents went to foot of the tree.

Bố mẹ đi đến gốc cây.

Two halves of the snake were still there.

Hai nửa con rắn vẫn còn ở đó.

"The young Sannyasi has saved our offspring"

"Vị Sannyasi trẻ tuổi đã cứu con cháu chúng ta"

"I wish we could do him some service in return"

"Tôi ước gì chúng ta có thể giúp đỡ anh ấy một chút để đáp lại"

The divine bird Bihangama replied.

Chim thần Bihangama trả lời.

"We shall do our service to HER"

"Chúng tôi sẽ phục vụ cô ấy"

"The Sannyasi under the tree is not a man"

"Sannyasi dưới gốc cây không phải là một người đàn ông"

"The Sannyasi under the tree is a woman"

"Sannyasi dưới gốc cây là một người phụ nữ"

"Last night she got married to Prince Sobur"

"Đêm qua cô ấy đã kết hôn với Hoàng tử Sobur"

"Shortly after their marriage he was poisoned"

"Ngay sau khi kết hôn, ông ấy đã bị đầu độc"

"His skin was pierced with small shards of glass"

"Da của anh ấy bị đâm thủng bởi những mảnh thủy tinh nhỏ"

"His sisters-in-law envied his wife"

"Các chị dâu của anh ấy ghen tị với vợ anh ấy"

"Her sisters spread the powder over the bed"
"Các chị em của cô ấy rải phấn lên giường"
"He is still suffering from his pain"
"Anh ấy vẫn đang đau đớn"
"But he is in his native land"
"Nhưng anh ấy đang ở quê hương của mình"
"And now he is at the point of death"
"Và bây giờ anh ấy đang ở thời điểm cái chết"
"Beneath the tree is his heroic bride"
"Dưới gốc cây là cô dâu anh hùng của chàng"
"She is wearing the garb of a Sannyasi"
"Cô ấy đang mặc trang phục của một Sannyasi"
"And she is going to nurse him"
"Và cô ấy sẽ chăm sóc anh ấy"
The Bihangami asked the Bihangama.
Bihangami hỏi Bihangama.
"Is there no cure for the prince?"
"Hoàng tử không có thuốc chữa sao?"
"Yes, there is a cure" replied the Bihangama.
"Có, có cách chữa trị" Bihangama trả lời.
"There is hardened dung lying on the ground"
"Có phân cứng nằm trên mặt đất"
"She must take this hardened dung"
"Cô ấy phải chịu đựng đống phân cứng này"
"Then she must reduce the dung to powder"
"Vậy thì cô ấy phải nghiền phân thành bột"
"And then she must bathe the prince"
"Và sau đó cô ấy phải tắm cho hoàng tử"
"She must bathe him in seven jars of water"
"Bà phải tắm cho chàng bằng bảy vò nước"
"Then she must bathe him in seven jars of milk"
"Sau đó, cô ấy phải tắm cho anh ta bằng bảy bình sữa "
"Then she must apply the powder to his body"
"Sau đó, cô ấy phải bôi phấn lên người anh ấy"
"After this Prince Sobur will get well"
"Sau này Hoàng tử Sobur sẽ khỏe lại"
"I have no doubts about this remedy"

"Tôi không nghi ngờ gì về phương thuốc này"

The Bihangami saw a problem though.

Tuy nhiên, người Bihangami lại nhìn thấy một vấn đề.

"The princess is but a young girl"

"Công chúa chỉ là một cô gái trẻ"

"She cannot walk such a distance"

"Cô ấy không thể đi xa như vậy được"

"The journey would take her many days"

"Cuộc hành trình sẽ mất nhiều ngày"

"By that time the poor prince will have died"

"Đến lúc đó, hoàng tử tội nghiệp sẽ chết"

"I can," replied the Bihangama.

"Tôi có thể," Bihangama trả lời.

"I will take the young lady on my back"

"Ta sẽ cõng cô gái trẻ trên lưng ta"

"I will fly her to Prince Sobur's city"

"Tôi sẽ đưa cô ấy đến thành phố của Hoàng tử Sobur"

"If she takes no presents, I will fly her back"

"Nếu cô ấy không nhận quà, tôi sẽ đưa cô ấy trở về"

The merchant's daughter heard this conversation.

Con gái của thương gia đã nghe được cuộc trò chuyện này.

She begged the Bihangama to take her on his back.

Cô cầu xin Bihangama cho cô cưỡi lên lưng ông.

And of course the bird willingly consented.

Và tất nhiên con chim đã vui vẻ đồng ý.

First she gathered some of the bird's dung.

Đầu tiên, cô thu thập một ít phân chim.

And then she reduced the dung to fine powder.

Và sau đó cô nghiền phân thành bột mịn.

She was armed with this potent medicine.

Cô ấy đã được trang bị loại thuốc mạnh này.

And she got on the back of the kind bird.

Và cô ấy leo lên lưng chú chim tốt bụng.

The Bihangama flew as fast as lightning.

Bihangama bay nhanh như chớp.

They soon reached Prince Sobur's city.

Họ nhanh chóng đến thành phố của Hoàng tử Sobur.

The young Sannyasi went up to the palace.

Vị Sannyasi trẻ tuổi đi lên cung điện.

And she spoke to the guards at the gate.

Và cô ấy nói chuyện với những người lính gác ở cổng.

"Send word to the king that I have a medicine"

"Hãy báo với đức vua rằng tôi có thuốc"

"This medicine will save the prince's life"

"Thuốc này sẽ cứu sống hoàng tử"

"Within hours I will have cured the prince"

"Trong vòng vài giờ nữa, ta sẽ chữa khỏi bệnh cho hoàng tử"

The king had tried all the best doctors.

Nhà vua đã thử tất cả các bác sĩ giỏi nhất.

But no doctor had been able to cure his son.

Nhưng không có bác sĩ nào có thể chữa khỏi bệnh cho con trai ông.

So he didn't believe the Sannyasi's words.

Vì vậy, ông không tin lời của vị Sannyasi.

But his councilors advised him otherwise.

Nhưng các cố vấn của ông lại khuyên ông điều ngược lại.

The Sannyasi ordered for seven jars of water.

Vị Sannyasi ra lệnh mang đến bảy bình nước.

And seven jars of milk were ordered.

Và bảy lọ sữa đã được đặt hàng.

He poured a jar of water on the prince.

Ông ta đổ một bình nước vào người hoàng tử.

And he poured a jar of milk on the prince.

Và ông đổ một bình sữa vào hoàng tử.

He had a feather from the divine bird.

Ông có một chiếc lông vũ của loài chim thần.

And he used the feather to apply the powder.

Và ông dùng chiếc lông vũ để phủ phấn.

All of the prince's body was covered.

Toàn bộ cơ thể của hoàng tử đều được che phủ.

This was repeated another six times.

Việc này được lặp lại sáu lần nữa.

The last treatment did the magic.

Lần điều trị cuối cùng đã có hiệu quả.
The prince started to feel well again.
Hoàng tử bắt đầu cảm thấy khỏe lại.
The king was happier than words can describe.
Nhà vua hạnh phúc hơn những gì lời nói có thể diễn tả.
"Give the Sannyasi the finest treasures"
"Hãy trao tặng cho các Sannyasi những báu vật tốt nhất"
But the Sannyasi refused to take presents.
Nhưng các Sannyasi từ chối nhận quà.
"Let me have the ring on the prince's finger"
"Hãy để tôi đeo chiếc nhẫn vào ngón tay hoàng tử"
The king and the prince were happy.
Nhà vua và hoàng tử đều vui mừng.
And they gave him what he wanted.
Và họ đã cho anh ta thứ anh ta muốn.
The merchant's daughter hastened back.
Con gái của người thương gia vội vã quay lại.
The Bihangama was waiting at the sea-shore.
Chiếc Bihangama đang đợi ở bờ biển.
They reached the tree of the divine birds.
Họ đã đến được cây của các loài chim thần.
The young bride walked back to her palace.
Cô dâu trẻ quay trở lại cung điện của mình.

The following day she shook the magical feather fan.
Ngày hôm sau, cô lắc chiếc quạt lông vũ thần kỳ.
Just as before, her husband appeared.
Cũng như trước, chồng cô lại xuất hiện.
Of course he was happy to see his wife.
Tất nhiên là anh ấy rất vui khi được gặp lại vợ mình.
But he was infinitely surprised.
Nhưng ông vô cùng ngạc nhiên.
She had his ring on her finger.
Cô ấy đeo chiếc nhẫn của anh trên ngón tay.
His own wife was his doctor.
Vợ của ông chính là bác sĩ của ông.
It was his wife that had cured him!

Chính vợ ông đã chữa khỏi bệnh cho ông!
The prince took his bride to his palace.
Hoàng tử đưa cô dâu về cung điện.
He forgave his sisters-in-law.
Ông đã tha thứ cho chị dâu của mình.
They lived happily for many years.
Họ sống hạnh phúc trong nhiều năm.
And they were blessed with children.
Và họ đã được ban phước với những đứa con.

The Origins of Opium
Nguồn gốc của thuốc phiện

Once upon on a time there lived a Rishi.
Ngày xửa ngày xưa, có một vị Rishi.
He lived on the banks of the holy Ganges.
Ông sống bên bờ sông Hằng linh thiêng.
This Rishi was a very religious man.
Vị Rishi này là một người rất sùng đạo.
He spent his days performing religious rites.
Ông dành cả ngày để thực hiện các nghi lễ tôn giáo.
From sunrise to sunset he sat on the river bank.
Từ lúc mặt trời mọc đến lúc mặt trời lặn, ông ngồi trên bờ
sông.
For the whole time he sat engaged in devotion.
Trong suốt thời gian đó, ngài ngồi thiền định.
At night he took shelter in his hut.
Ban đêm, ông trú ẩn trong túp lều của mình.
His hut was made from palm-leaves.
Túp lều của ông được dựng bằng lá cọ.
The palms he had grown from saplings.
Những cây cọ mà ông trồng từ cây non.
There was no one around for miles.
Không có ai xung quanh trong nhiều dặm.
However, in the hut there was a mouse.
Tuy nhiên, trong túp lều có một con chuột.
She lived from what the Rishi left for her.
Bà sống nhờ những gì Rishi để lại cho bà.
The Rishi was a kind-hearted man.
Rishi là một người đàn ông tốt bụng.
He would not hurt any living thing.
Anh ta sẽ không làm hại bất kỳ sinh vật sống nào.
So our mouse never ran away from him.
Vì vậy, chú chuột của chúng tôi không bao giờ chạy trốn khỏi
anh ấy.
In fact, our mouse went to him.
Trên thực tế, chú chuột của chúng tôi đã đến chỗ anh ấy.

She touched his feet when he was sitting.
Cô chạm vào chân anh khi anh đang ngồi.
And she enjoyed playing with him.
Và cô bé thích chơi với anh ấy.
The Rishi also liked the little mouse.
Rishi cũng thích chú chuột nhỏ.
So he wanted to be kind to her.
Vì vậy, anh muốn đối xử tử tế với cô.
And he wanted someone to talk to.
Và anh ấy muốn có ai đó để nói chuyện.
So he gave her the power of speech.
Vì thế, ông đã trao cho cô khả năng nói.

One night the mouse stood up.
Một đêm nọ, con chuột đứng dậy.
She got onto her hind legs.
Cô ấy đứng bằng hai chân sau.
And she stood in front of the Rishi.
Và cô ấy đứng trước mặt Rishi.
And she put her front paws together.
Và cô ấy khép hai chân trước lại với nhau.
"Holy Sage, you have been kind to me"
"Thánh Hiền, ngài đã đối xử tốt với tôi"
"And you have given me human language"
"Và Ngài đã ban cho tôi ngôn ngữ loài người"
"I hope it doesn't displease your reverence"
"Tôi hy vọng điều đó không làm phật lòng sự tôn kính của ngài"
"But I have one more boon to ask"
"Nhưng tôi vẫn còn một điều muốn cầu xin"
The Rishi listened to his mouse.
Nhà hiền triết lắng nghe con chuột của mình.
"What is it?" asked the Rishi.
"Đó là gì vậy?" Rishi hỏi.
"Say what you want, little mouse"
"Cứ nói những gì con muốn, chú chuột nhỏ"
The mouse answered the Rishi.

Con chuột trả lời Rishi.
"By day your reverence goes to the river"
"Ban ngày, lòng tôn kính của bạn đi đến dòng sông "
"And there you practice your devotions"
"Và ở đó bạn thực hành sự sùng kính của mình"
"During this time a cat comes to the hut"
"Trong thời gian này, một con mèo đến túp lều"
"This cat has been trying to catch me"
"Con mèo này đã cố gắng bắt tôi"
"She still has some fear of your reverence"
"Cô ấy vẫn còn chút sợ hãi trước sự tôn kính của ngài"
"Otherwise she would have eaten me long ago"
"Nếu không thì cô ấy đã ăn thịt tôi từ lâu rồi"
"But I fear the cat will eat me someday"
"Nhưng tôi sợ một ngày nào đó con mèo sẽ ăn thịt tôi"
"So I have one prayer to ask of you"
"Vì vậy, tôi có một lời cầu nguyện muốn cầu xin bạn"
"Please may I be changed into a cat!"
"Xin hãy biến tôi thành một con mèo!"
"Then I would be a match for my foe"
"Vậy thì tôi sẽ là đối thủ của kẻ thù của tôi"
The Rishi understood the mouse's plight.
Nhà hiền triết hiểu được hoàn cảnh khốn khổ của chú chuột.
He threw some holy water on the mouse.
Anh ta vẩy nước thánh vào con chuột.
And the mouse instantly turned into a cat.
Và con chuột ngay lập tức biến thành một con mèo.

She had lived as a cat for some days.
Cô ấy đã sống như một con mèo trong vài ngày.
One night she went to the Rishi again.
Một đêm nọ, cô lại đến gặp Rishi.
And the Rishi spoke to his pet.
Và Rishi nói chuyện với thú cưng của mình.
"Well, little kitty, how are you!"
"Mèo con, khỏe không con!"
"How do you like your present life!"

"Bạn thích cuộc sống hiện tại của mình như thế nào!"
The cat thought about what to say.
Con mèo suy nghĩ xem nên nói gì.
But she didn't have to say anything.
Nhưng cô ấy không cần phải nói gì cả.
The Rishi could tell by her expression.
Nhà hiền triết có thể nhận ra điều đó qua biểu cảm của cô.
"Why don't you like it?" asked the sage.
"Tại sao con lại không thích nó?" nhà hiền triết hỏi.
"Are you not as strong as the other cats!"
"Mày không mạnh bằng những con mèo khác sao!"
"Yes, I am strong enough," answered the cat.
"Vâng, tôi đủ mạnh," con mèo trả lời.
"Your reverence has made me a strong cat"
"Sự tôn kính của ngài đã biến tôi thành một con mèo mạnh mẽ"
"As strong as any cat in the world"
"Mạnh mẽ như bất kỳ con mèo nào trên thế giới"
"Now I do not fear cats anymore"
"Bây giờ tôi không còn sợ mèo nữa"
"But now I have got a new foe"
"Nhưng bây giờ tôi có một kẻ thù mới"
"By day your reverence goes to the river"
"Ban ngày, lòng tôn kính của bạn đi đến dòng sông"
"During this time dogs come to the hut"
"Trong thời gian này, chó sẽ đến túp lều"
"These dogs have been barking at me"
"Những con chó này đã sủa tôi"
"And I have been frightened for my life"
"Và tôi đã sợ hãi cho cuộc sống của mình"
"So I have one more prayer to ask of you"
"Vì vậy, tôi có thêm một lời cầu nguyện nữa muốn cầu xin bạn"
"Please may I be changed into a dog!"
"Xin hãy biến tôi thành một con chó!"
The Rishi understood the cat's plight.
Nhà hiền triết hiểu được hoàn cảnh khốn khổ của con mèo.

He threw some holy water on the cat.
Anh ta vẩy nước thánh vào con mèo.
And the cat instantly became a dog.
Và con mèo ngay lập tức biến thành một con chó.

She lived as a dog for some days.
Cô ấy đã sống như một con chó trong vài ngày.
But one night she spoke to the Rishi.
Nhưng một đêm nọ, cô đã nói chuyện với Rishi.
"I cannot thank your reverence enough"
"Tôi không thể cảm ơn sự tôn kính của ngài đủ"
"You have been most kind to me"
"Bạn đã rất tốt với tôi"
"I was but a poor mouse"
"Tôi chỉ là một con chuột tội nghiệp"
"You not only gave me speech"
"Bạn không chỉ cho tôi khả năng nói"
"But you also turned me into a cat"
"Nhưng anh cũng biến em thành một con mèo"
"And your kindness didn't end there"
"Và lòng tốt của anh không dừng lại ở đó"
"Then you changed me into a dog"
"Sau đó anh biến tôi thành một con chó"
"As a dog, however, I suffer greatly"
"Tuy nhiên, là một con chó, tôi phải chịu đựng rất nhiều"
"I do not get enough to eat"
"Tôi không có đủ thức ăn"
"My only food is what you leave me"
"Thức ăn duy nhất của tôi là những gì bạn để lại cho tôi"
"That was fine when I was a mouse"
"Điều đó ổn khi tôi còn là một con chuột "
"But you have made me much larger"
"Nhưng bạn đã làm cho tôi lớn hơn nhiều"
"And it is not enough to fill my mouth"
"Và nó không đủ để lấp đầy miệng tôi"
"OH your reverence, how I envy those monkeys"
"Ôi, thưa ngài, tôi ghen tị với những con khỉ đó biết bao"

"They jump about from tree to tree"
"Chúng nhảy từ cây này sang cây khác"
"They eat all sorts of delicious fruits!"
"Chúng ăn đủ loại trái cây ngon!"
"Please may reverence not get angry"
"Xin đức tôn kính đừng nổi giận"
"I pray to be changed into a monkey"
"Tôi cầu nguyện được biến thành một con khỉ"
The sage was a very understanding man.
Nhà hiền triết là người rất hiểu biết.
His heart was filled with patience.
Trái tim ông tràn đầy sự kiên nhẫn.
He was happy to grant his pet's wish.
Anh ấy rất vui khi đáp ứng được mong muốn của thú cưng.
He threw some holy water on the dog.
Anh ta vẩy nước thánh vào con chó.
And the dog instantly became a monkey.
Và con chó ngay lập tức biến thành một con khỉ.

Our monkey was at first wild with joy.
Con khỉ của chúng tôi lúc đầu rất phấn khích vì vui sướng.
She leaped from one tree to another.
Cô ấy nhảy từ cây này sang cây khác.
She sucked every luscious fruit.
Cô ấy mút hết mọi loại trái cây ngon ngọt.
But her joy was short-lived again.
Nhưng niềm vui của cô lại không kéo dài được lâu.
Summer had brought with it its drought.
Mùa hè mang theo hạn hán.
Monkeys find it hard to climb down.
Khỉ rất khó để trèo xuống.
So she couldn't drink from the river.
Vì thế cô ấy không thể uống nước từ sông.
She saw how the wild boars lived.
Cô ấy đã chứng kiến cuộc sống của lợn rừng.
All day they splashed in the water.
Cả ngày họ đều té nước.

She envied their life now.
Cô ghen tị với cuộc sống hiện tại của họ.
"Oh how happy those wild boars are!"
"Ôi, những chú lợn rừng kia vui mừng quá!"
"All day their bodies are cooled"
"Cả ngày cơ thể họ đều mát mẻ"
"All day they are refreshed by water"
"Cả ngày họ được tươi mát nhờ nước"
"How I wish I were a wild boar"
"Ước gì tôi là một con lợn rừng"
That night she went to the Rishi.
Đêm đó, cô đến gặp Rishi.
She recounted her troubles to him.
Cô kể lại những rắc rối của mình cho anh nghe.
She told him all about the wild boars.
Cô kể cho anh nghe mọi chuyện về lợn rừng.
"Oh how pleasant their lives must be"
"Ôi cuộc sống của họ chắc hẳn dễ chịu biết bao"
And she begged to be changed again.
Và cô ấy cầu xin được thay đổi lần nữa.
"I pray to be changed into a wild boar"
"Tôi cầu nguyện được biến thành một con lợn rừng"
The sage's kindness knew no bounds.
Lòng tốt của nhà hiền triết không có giới hạn.
and he complied with his pet's request.
và anh đã đáp ứng yêu cầu của thú cưng.
He threw some holy water on the monkey.
Anh ta vẩy nước thánh vào con khỉ.
And the monkey instantly became a wild boar.
Và con khỉ ngay lập tức biến thành một con lợn rừng.

Our boar was now very content.
Con lợn rừng của chúng tôi lúc này rất hài lòng.
She kept her body soaking wet.
Cô giữ cho cơ thể mình ướt đẫm.
Every day she went to the river.
Mỗi ngày cô ấy đều đi ra bờ sông.

She splashed about in her favorite element.
Cô ấy thỏa sức vẫy vùng trong bộ đồ bơi yêu thích của mình.
But life is not safe for wild boars.
Nhưng cuộc sống không hề an toàn đối với lợn rừng.
One day the king was out hunting.
Một ngày nọ, nhà vua ra ngoài đi săn.
He was riding on an adorned elephant.
Ông ấy đang cưỡi trên một con voi được trang trí.
Only by luck did our wild boar escape.
Chỉ nhờ may mắn mà con lợn rừng của chúng tôi mới trốn thoát được.
She thought a lot about her experience.
Cô ấy đã suy nghĩ rất nhiều về trải nghiệm của mình.
She dwelt on the dangers of her life.
Cô ấy cứ mãi nghĩ đến những nguy hiểm trong cuộc sống của mình.
And she envied the stately elephant.
Và cô ấy ghen tị với con voi oai vệ đó.
The elephant was more fortunate than her.
Con voi may mắn hơn cô ấy.
He got to carry the king on his back.
Anh ta phải cõng nhà vua trên lưng.
Now she longed to be an elephant.
Bây giờ cô ấy muốn trở thành một con voi.
And at night she besought the Rishi.
Và vào ban đêm, nàng cầu xin Rishi.

Our elephant was roaming the wilderness.
Con voi của chúng tôi đang đi lang thang trong vùng hoang dã.
On her adventures she saw the king.
Trong chuyến phiêu lưu của mình, cô đã nhìn thấy nhà vua.
Our elephant went towards the king's suite.
Con voi của chúng tôi đi về phía phòng của nhà vua.
She had every intention of being caught.
Cô ấy có ý định bị bắt.
The king saw the elephant from a distance.

Nhà vua nhìn thấy con voi từ xa.

He couldn't help but admire her beauty.

Anh không thể không ngưỡng mộ vẻ đẹp của cô.

He gave his orders to his servants.

Ông ra lệnh cho người hầu của mình.

"Catch and tame this elephant"

"Bắt và thuần hóa con voi này"

Our elephant was easily caught.

Con voi của chúng tôi đã bị bắt dễ dàng.

She was taken into the royal stables.

Cô được đưa vào chuồng ngựa của hoàng gia.

And she was tamed without any trouble.

Và cô ấy đã được thuần hóa mà không gặp bất kỳ khó khăn nào.

One day the queen had a wish.

Một ngày nọ, nữ hoàng có một điều ước.

She wished to go to the holy Ganges.

Cô ấy muốn đi đến sông Hằng linh thiêng.

She wished to bathe in the holy waters.

Cô ấy muốn tắm trong dòng nước thánh.

The king wanted to accompany his wife.

Nhà vua muốn đi cùng vợ mình.

So he made his orders to his servants.

Vì vậy, ông ra lệnh cho người hầu của mình.

"Bring us the newly caught elephant"

"Mang con voi mới bắt được đến đây"

The king and queen mounted on her back.

Vua và hoàng hậu cưỡi trên lưng nàng.

Our elephant had gotten her wish.

Con voi của chúng tôi đã đạt được điều ước của mình.

Well... she seemed to have gotten her wish.

Vâng... có vẻ như cô ấy đã đạt được mong muốn của mình.

The king had mounted on her back.

Nhà vua đã cưỡi lên lưng cô.

But no, the elephant didn't get her wish.

Nhưng không, con voi đã không đạt được mong muốn của mình.

She looked upon herself as a lordly beast.

Cô ấy tự coi mình là một con thú uy nghiêm.

She could not a woman riding on her back.

Cô ấy không thể mang theo một người phụ nữ đang cười trên lưng mình.

It wasn't enough that she was a queen.

Việc cô ấy là nữ hoàng thôi vẫn chưa đủ.

She could not bear the idea of it.

Cô không thể chịu đựng được ý nghĩ đó.

She felt she had been degraded.

Cô cảm thấy mình bị hạ thấp.

She jumped up as violently as elephants can.

Cô ấy nhảy lên mạnh mẽ như loài voi vậy.

Both the king and queen fell to the ground.

Cả vua và hoàng hậu đều ngã xuống đất.

The king carefully picked up the queen.

Nhà vua cẩn thận bế hoàng hậu lên.

He took the queen in his arms.

Chàng ôm nữ hoàng vào lòng.

He asked her whether she had been hurt.

Anh hỏi cô ấy có bị thương không.

He wiped off the dust from her clothes.

Anh lau sạch bụi trên quần áo cô.

And he tenderly kissed her a hundred times.

Và anh dịu dàng hôn cô một trăm lần.

Our elephant witnessed the king's caresses.

Con voi của chúng tôi chứng kiến sự vuốt ve của nhà vua.

And she scampered off to the woods.

Và cô ấy chạy vội vào rừng.

She ran as fast as her legs could carry her.

Cô chạy nhanh nhất có thể.

As she ran, she thought within herself;

Khi chạy, cô tự nhủ rằng;

"I have experienced many different lives"

"Tôi đã trải nghiệm nhiều cuộc sống khác nhau"

"And I have experienced different happiness"
"Và tôi đã trải nghiệm những hạnh phúc khác nhau"
"But those lives cannot be compared"
"Nhưng những cuộc đời đó không thể so sánh được"
"A queen is the happiest creature of all"
"Nữ hoàng là sinh vật hạnh phúc nhất"
"Of what infinite regard is she the object of!"
"Cô ấy là đối tượng được mọi người tôn trọng đến mức nào!"
"The king lifted her off the ground"
"Nhà vua nhấc nàng lên khỏi mặt đất"
"And he carefully took her in his arms"
"Và anh ấy cẩn thận ôm cô ấy vào lòng"
"He made many tender inquiries to her"
"Anh ấy đã có nhiều lời hỏi thăm dịu dàng với cô ấy"
"And he wiped off the dust from her clothes"
"Và anh lau sạch bụi trên quần áo cô ấy "
"And he kissed her a hundred times!"
"Và anh ấy đã hôn cô ấy một trăm lần!"
"Oh, the happiness of being a queen!"
"Ôi, hạnh phúc khi được làm nữ hoàng!"
"I must ask the Rishi to make me a queen!"
"Ta phải cầu xin Rishi phong ta làm hoàng hậu!"

The sun was just about to set.
Mặt trời sắp lặn.
Our elephant made it back to the hut.
Con voi của chúng tôi đã trở về túp lều.
The Rishi had just finished his devotions.
Vị Rishi vừa mới hoàn thành xong buổi lễ cầu nguyện của mình.
She fell on the ground at his feet.
Cô ngã xuống đất dưới chân anh.
She was still the little mouse.
Cô ấy vẫn là chú chuột nhỏ.
And he was still the holy sage.
Và ông vẫn là vị thánh hiền.
"What's the news?" inquired the Rishi.

"Có tin tức gì không?" Rishi hỏi.

"Why have you left the king's palace!"

"Tại sao ngươi lại rời khỏi cung điện của nhà vua?"

Our elephant thought about her words.

Con voi của chúng tôi suy nghĩ về lời nói của mình.

"What shall I say to your reverence!"

"Tôi phải nói gì với ngài đây?"

"You have been very kind to me"

"Bạn đã rất tốt với tôi"

"You have granted every wish of mine"

"Bạn đã đáp ứng mọi mong muốn của tôi"

"I was a mouse and you gave me speech"

"Tôi là một con chuột và bạn đã cho tôi lời nói"

"But as a mouse my life was in danger"

"Nhưng khi còn là một chú chuột, mạng sống của tôi đã bị đe dọa"

"You saved me by turning me into a cat"

"Anh đã cứu tôi bằng cách biến tôi thành một con mèo"

"But as a cat my life was no safer"

"Nhưng khi là một con mèo, cuộc sống của tôi cũng không an toàn hơn"

"And you helped me become a dog"

"Và anh đã giúp em trở thành một chú chó"

"But as a dog I had not enough to eat"

"Nhưng khi còn là một con chó, tôi không có đủ thức ăn"

"You provided for me again"

"Anh lại chu cấp cho em nữa rồi"

"And you turned my into a monkey"

"Và anh đã biến em thành một con khỉ"

"I had all I could wish to eat"

"Tôi đã ăn tất cả những gì tôi muốn"

"But I had no way of cooling my body"

"Nhưng tôi không có cách nào để làm mát cơ thể mình"

"You helped me with this too"

"Bạn cũng đã giúp tôi việc này"

"And you turned me into a wild boar"

"Và anh biến em thành một con lợn rừng"

"Wild boars have a comfortable life"
"Lợn rừng có cuộc sống thoải mái"
"But they don't live without danger"
"Nhưng họ không sống mà không có nguy hiểm"
"And again you protected me"
"Và một lần nữa anh đã bảo vệ em"
"And you turned me into an elephant"
"Và anh biến em thành một con voi"
"Being an elephant has increased my bulk"
"Trở thành một con voi đã làm tăng kích thước của tôi"
"But being an elephant has not increased my happiness"
"Nhưng việc trở thành một con voi không làm tăng thêm hạnh phúc của tôi"
"I have one more boon to ask of you"
"Tôi còn một điều muốn nhờ anh nữa"
"It will be the last boon I ask for"
"Đó sẽ là ân huệ cuối cùng tôi cầu xin"
"I see now who the happiest creature is"
"Giờ tôi đã thấy ai là sinh vật hạnh phúc nhất"
"A queen is the happiest in the world"
"Nữ hoàng là người hạnh phúc nhất thế gian"
"Holy father, please make me a queen"
"Thưa Đức Thánh Cha, xin hãy phong con làm hoàng hậu"
"Silly child," answered the Rishi.
"Đứa trẻ ngốc nghếch," Rishi trả lời.
"How can I make you a queen!"
"Làm sao ta có thể biến ngươi thành nữ hoàng!"
"Where can I get a kingdom for you!"
"Ta có thể lấy vương quốc cho ngươi ở đâu đây!"
"Where would I find a royal husband!"
"Tôi có thể tìm đâu ra một người chồng hoàng gia!"
But the Rishi was still patient.
Nhưng Rishi vẫn kiên nhẫn.
"There is one thing I can do for you"
"Có một điều tôi có thể làm cho bạn"
"I can change you into a beautiful girl"
"Tôi có thể biến bạn thành một cô gái xinh đẹp"

"You will be as beautiful as a queen"
"Em sẽ xinh đẹp như một nữ hoàng"
"You will possess all the charms you need"
"Bạn sẽ sở hữu tất cả những nét quyến rũ mà bạn cần"
"Your charms can captivate a prince's heart"
"Sự quyến rũ của em có thể làm say đắm trái tim của một hoàng tử"
"But you must wait for what the gods decide"
"Nhưng bạn phải chờ đợi những gì các vị thần quyết định"
"They will grant you an interview"
"Họ sẽ cấp cho bạn một cuộc phỏng vấn "
"Tou will have your chance with a prince!"
"Bạn sẽ có cơ hội với một hoàng tử!"
Our elephant agreed to the change.
Chú voi của chúng tôi đồng ý với sự thay đổi.
The beast was transformed by the Rishi.
Con thú đã được Rishi biến đổi.
And now she was a beautiful young lady.
Và giờ đây cô ấy đã trở thành một cô gái trẻ xinh đẹp.
The holy sage named her Postomani.
Vị thánh hiền đặt tên cho cô là Postomani.
Her name meant 'the poppy-seed lady'.
Tên của bà có nghĩa là 'người phụ nữ hạt anh túc'.

Postomani lived in the Rishi's hut.
Postomani sống trong túp lều của Rishi.
She spent her time tending the flowers.
Cô ấy dành thời gian chăm sóc hoa.
And she watered the plants in the garden.
Và cô ấy tưới nước cho cây trong vườn.
One day she was sitting at the hut.
Một ngày nọ, cô đang ngồi ở túp lều.
The Rishi was at the holy Ganges.
Vị Rishi đang ở bờ sông Hằng linh thiêng.
A richly dressed man came towards the cottage.
Một người đàn ông ăn mặc sang trọng bước tới ngôi nhà nhỏ.
She stood up to welcome the man.

Cô đứng dậy chào đón người đàn ông.
And she asked the stranger who he was.
Và cô ấy hỏi người lạ đó là ai.
"What have you come for?" she asked.
"Anh đến đây làm gì?" cô hỏi.
"I have been on a hunt"
"Tôi đã đi săn"
"But we chased the deer in vain"
"Nhưng chúng tôi đã đuổi theo con nai một cách vô ích"
"Now I am thirsty from the heat"
"Bây giờ tôi khát nước vì nóng"
"I thought that a Rishi lives here"
"Tôi nghĩ rằng có một Rishi sống ở đây"
"I had come to ask him for water"
"Tôi đến để xin nước của anh ấy"
"But now I see you live here"
"Nhưng bây giờ tôi thấy bạn sống ở đây"
Postomani answered the stranger.
Postomani trả lời người lạ.
"Look upon this hut as your own"
"Hãy coi túp lều này như của riêng bạn"
"I am sorry, but we are poor"
"Tôi xin lỗi, nhưng chúng tôi nghèo"
"We cannot offer you any entertainment"
"Chúng tôi không thể cung cấp cho bạn bất kỳ giải trí nào"
"But let me make your visit comfortable"
"Nhưng hãy để tôi làm cho chuyến thăm của bạn thoải mái"
"Because, I believe you are a king"
"Bởi vì, tôi tin rằng anh là một vị vua"
"If I am not mistaken," she added.
"Nếu tôi không nhầm," cô ấy nói thêm.
The stranger smiled in recognition.
Người lạ mỉm cười nhận ra.

Postomani then brought a pot of water.
Sau đó Postomani mang đến một bình nước.
She went to wash her royal guest's feet.

Cô ấy đi rửa chân cho vị khách hoàng gia của mình.
But the visitor did not let her do this.
Nhưng vị khách không cho cô làm điều đó.
"Holy maid, do not touch my feet"
"Thánh nữ, đừng chạm vào chân ta"
"I am only a Kshatriya," he confessed.
"Tôi chỉ là một Kshatriya," ông thú nhận.
"And you are the daughter of a holy sage"
"Và bạn là con gái của một nhà hiền triết thánh thiện"
"Noble sir;" Postomani begun to confess.
"Thưa ngài;" Postomani bắt đầu thú nhận.
"I am not the daughter of the Rishi"
"Tôi không phải là con gái của Rishi"
"And am I not a Brahmani girl either"
"Và tôi cũng không phải là một cô gái Bà La Môn sao?"
"There is no harm in me touching your feet"
"Tôi chạm vào chân bạn không có gì là sai cả"
"Besides, you are my guest"
"Hơn nữa, anh là khách của tôi"
"And I am bound to wash your feet"
"Và tôi có bổn phận rửa chân cho bạn"
"Forgive my impertinence," the king wished.
"Xin hãy tha thứ cho sự vô lễ của tôi", nhà vua cầu xin.
"What caste do you belong to?" he asked.
"Bạn thuộc đẳng cấp nào?" anh ta hỏi.
"I only know what the sage told me"
"Tôi chỉ biết những gì nhà hiền triết đã nói với tôi"
"I heard my parents were Kshatriyas"
"Tôi nghe nói cha mẹ tôi là Kshatriyas"
The stranger wanted to know more.
Người lạ muốn biết thêm.
"May I ask whether your father was a king!"
"Tôi có thể hỏi cha của anh có phải là vua không!"
"You have an uncommon beauty," he said.
"Em có vẻ đẹp hiếm có," anh nói.
"And you possess a stately demeanor"
"Và bạn sở hữu một phong thái uy nghiêm"

"These qualities cannot be worked for"
"Những phẩm chất này không thể đạt được bằng cách làm việc"
"It shows that you were born a princess"
"Nó chứng tỏ bạn sinh ra đã là một công chúa"
Postomani avoided answering the question.
Postomani tránh trả lời câu hỏi.
Instead she went inside the hut.
Thay vào đó, cô đi vào trong túp lều.
She brought out a tray of delicious fruits.
Cô ấy mang ra một khay trái cây ngon lành.
And she set the fruits before the king.
Và nàng đặt hoa quả trước mặt vua.
The king, however, did not touch the fruits.
Tuy nhiên, nhà vua không động đến những loại trái cây đó.
He waited until his question was answered.
Anh ấy đợi cho đến khi câu hỏi của mình được trả lời.
"I only know what the holy sage says"
"Tôi chỉ biết những gì thánh hiền nói"
"He says that my father was a king"
"Ông ấy nói rằng cha tôi là một vị vua"
"But he was overcome in a battle"
"Nhưng ông đã bị đánh bại trong một trận chiến"
"So he, with my mother, fled into the woods"
"Vì vậy, anh ấy cùng mẹ tôi chạy trốn vào rừng"
"My poor father was eaten by a tiger"
"Cha tội nghiệp của tôi đã bị hổ ăn thịt"
"My mother closed her eyes as I opened mine"
"Mẹ tôi nhắm mắt lại khi tôi mở mắt ra"
"There was a bee-hive on the tree"
"Có một tổ ong trên cây"
"I lay at the foot of that tree"
"Tôi nằm dưới gốc cây đó"
"Drops of honey fell into my mouth"
"Những giọt mật ong rơi vào miệng tôi"
"The honey maintained the spark inside me"
"Mật ong duy trì ngọn lửa bên trong tôi"

"And then the kind Rishi found me"
"Và rồi Rishi tốt bụng đã tìm thấy tôi"
"The holy sage brought me into his hut"
"Vị thánh hiền đã đưa tôi vào túp lều của ngài"
"This is the simple story of this wretched girl"
"Đây là câu chuyện đơn giản về cô gái khốn khổ này"
"The girl who now stands before the king"
"Cô gái hiện đang đứng trước mặt nhà vua"
"Call not yourself wretched," replied the king.
"Đừng tự cho mình là khốn khổ," nhà vua đáp.
"You are the most beautiful of women"
"Em là người phụ nữ đẹp nhất"
"And you are the loveliest of women"
"Và em là người phụ nữ đáng yêu nhất"
"You would adorn the grandest palaces"
"Bạn sẽ trang hoàng những cung điện nguy nga nhất"

Postomani had gotten her interview.
Postomani đã có được cuộc phỏng vấn.
She fell in love with the king.
Nàng đã yêu nhà vua.
And the king fell in love with her.
Và nhà vua đã yêu nàng.
The Rishi joined them in marriage.
Nhà hiền triết đã kết hôn với họ.
Postomani became the king's favourite queen.
Postomani trở thành hoàng hậu được nhà vua yêu thích.
And the former queen was in disgrace.
Và cựu hoàng hậu đã phải chịu sự ô nhục.
But Postomani's happiness was short-lived.
Nhưng niềm vui của Postomani không kéo dài được lâu.
One day as she was standing by a well.
Một ngày nọ, khi cô đang đứng bên giếng.
She was overcome by a moment of giddiness.
Cô ấy bỗng cảm thấy choáng váng.
Fortune had her fall into the water.
Số phận đã khiến cô ấy rơi xuống nước.

And she died in the water of the well.
Và cô ấy đã chết dưới nước giếng.
The Rishi then came to the king.
Sau đó, nhà hiền triết đến gặp nhà vua.
"O king, grieve not over the past"
"Hỡi đức vua, đừng đau buồn về quá khứ"
"What is fixed by fate must come to pass"
"Những gì đã được định sẵn thì phải xảy ra"
"The queen drowned in your well"
"Nữ hoàng chết đuối trong giếng của bạn"
"But she was not of royal blood"
"Nhưng cô ấy không phải là dòng dõi hoàng gia"
"She was born to a family of mice"
"Cô ấy sinh ra trong một gia đình chuột"
"Each evening she came to my hut"
"Mỗi buổi tối cô ấy đều đến túp lều của tôi"
"And I gave her the power of speech"
"Và tôi đã trao cho cô ấy sức mạnh của lời nói"
"With speech she could express her wishes"
"Cô ấy có thể diễn đạt mong muốn của mình bằng lời nói"
"I changed her according to her wishes"
"Tôi đã thay đổi cô ấy theo ý muốn của cô ấy"
"As a mouse she feared the cat"
"Như một con chuột, cô ấy sợ con mèo"
"And so I changed her into a cat"
"Và thế là tôi biến cô ấy thành một con mèo"
"As a cat she feared the dogs"
"Là một con mèo, cô ấy sợ chó "
"And so I changed her into a dog"
"Và thế là tôi biến cô ấy thành một con chó"
"As a dog she had not enough to eat"
"Là một con chó, cô ấy không có đủ thức ăn"
"And so I changed her into a monkey"
"Và thế là tôi biến cô ấy thành một con khỉ"
"As a monkey she couldn't bear the heat"
"Là một con khỉ, cô ấy không thể chịu được sức nóng"
"And so I changed her into a wild boar"

"Và thế là tôi biến cô ấy thành một con lợn rừng"
"As a boar her life was not safe"
"Là một con lợn rừng, cuộc sống của cô ấy không an toàn"
"And so I changed her into an elephant"
"Và thế là tôi biến cô ấy thành một con voi"
"That was the elephant you caught"
"Đó là con voi mà anh đã bắt được"
"But as an elephant she was not loved"
"Nhưng khi là một con voi, cô ấy không được yêu thương"
"And so I changed her one last time"
"Và thế là tôi đã thay đổi cô ấy lần cuối cùng"
"I changed her into a beautiful girl"
"Tôi đã biến cô ấy thành một cô gái xinh đẹp"
"That is the girl that you married"
"Đó là cô gái mà anh đã cưới"
"And that is the girl that drowned"
"Và đó là cô gái đã chết đuối"
"Take into favor your former queen"
"Hãy ưu ái nữ hoàng cũ của ngươi"
"And don't worry for my daughter"
"Và đừng lo lắng cho con gái tôi"
"I will make her name immortal"
"Ta sẽ làm cho tên nàng bất tử"
"Let her body remain in the well"
"Hãy để xác cô ấy ở lại trong giếng"
"Fill the well up with earth"
"Đổ đất đầy giếng"
"In her flesh there is a seed"
"Trong xác thịt của cô ấy có một hạt giống"
"From her bones a tree will grow"
"Từ xương của cô ấy sẽ mọc lên một cái cây"
"We will name this tree after her"
"Chúng ta sẽ đặt tên cây này theo tên cô ấy"
"The tree shall be called 'Posto'"
"Cây này sẽ được gọi là 'Posto'"
"This means 'the Poppy tree'"
"Điều này có nghĩa là 'cây anh túc'"

"From this tree there will come a drug"
"Từ cây này sẽ có một loại thuốc"
"This drug will be called opium"
"Loại thuốc này sẽ được gọi là thuốc phiện"
"Opium will be a powerful drug"
"Thuốc phiện sẽ là một loại ma túy mạnh"
"People will consume opium in every epoch"
"Mọi người sẽ sử dụng thuốc phiện ở mọi thời đại"
"Opium will either be swallowed or smoked"
"Thuốc phiện sẽ được nuốt hoặc hút"
"And opium will be a wonderful narcotic"
"Và thuốc phiện sẽ là một chất gây nghiện tuyệt vời"
"Opium will be used till the end of time"
"Thuốc phiện sẽ được sử dụng cho đến tận thế"
"You will recognize the opium smoker"
"Bạn sẽ nhận ra người hút thuốc phiện"
"He will have many different qualities"
"Anh ấy sẽ có nhiều phẩm chất khác nhau"
"One quality for each of the animals"
"Mỗi loài động vật có một phẩm chất"
"The animals which Postomani had lived as"
"Những loài động vật mà Postomani đã từng sống"
"He will be mischievous, like a mouse"
"Anh ấy sẽ tinh nghịch như một con chuột"
"He will be fond of milk, like a cat"
"Anh ấy sẽ thích sữa, giống như một con mèo"
"He will be quarrelsome, like a dog"
"Anh ta sẽ hay cãi vã như một con chó"
"He will be filthy, like a monkey"
"Anh ta sẽ bẩn thỉu như một con khỉ"
"He will be savage, like a boar"
"Hắn sẽ hung dữ như một con lợn rừng"
"He will be confident, like an elephant"
"Anh ấy sẽ tự tin như một con voi"
"And he will be high-tempered, like a queen"
"Và anh ấy sẽ nóng tính như một nữ hoàng"

Strike, but Listen First
Đánh, nhưng hãy lắng nghe trước

There was once a king who had three sons.
Ngày xưa, có một vị vua có ba người con trai.
His royal subjects came to him one day and said;
Một ngày nọ, thần dân hoàng gia của ông đến gặp ông và nói rằng;
"Oh incarnation of justice! hear our plea"
"Hỡi hiện thân của công lý! Xin hãy lắng nghe lời cầu xin của chúng con"
"The kingdom is infested with thieves and robbers"
"Vương quốc đầy rẫy kẻ trộm và kẻ cướp"
"Our property is not safe from their thievery"
"Tài sản của chúng ta không an toàn trước sự trộm cắp của họ"
"We pray your majesty to catch hold of these thieves"
"Chúng tôi cầu xin bệ hạ bắt được những tên trộm này"
"We beg you punish them to the full extent of the law"
"Chúng tôi cầu xin ngài hãy trừng phạt họ theo đúng pháp luật"
The king said to his sons, "Oh, my sons, I am old"
Nhà vua nói với các con trai của mình: "Ôi, các con trai của ta, ta đã già rồi"
"But you are all in the prime of manhood"
"Nhưng tất cả các bạn đều đang ở độ tuổi sung sức nhất"
"How is it that my kingdom is full of thieves?"
"Sao vương quốc của ta lại đầy rẫy kẻ trộm?"
"I look to you to catch hold of these thieves"
"Tôi trông cậy vào anh để bắt giữ những tên trộm này"
The three princes then made up their minds.
Sau đó, ba hoàng tử đã đưa ra quyết định.
They were going to patrol the city every night.
Họ sẽ tuần tra thành phố mỗi đêm.
They set up a watch out in the outskirts of the city.
Họ thiết lập một trạm gác ở ngoại ô thành phố.
The early part of the night had arrived.

Đêm đã bắt đầu.
So the eldest prince took on his duties.
Vì vậy, hoàng tử cả đã đảm nhận nhiệm vụ của mình.
He rode upon his horse through the whole city.
Ông cưỡi ngựa đi khắp thành phố.
But did not see a single thief anywhere he looked.
Nhưng ông không nhìn thấy một tên trộm nào ở bất cứ nơi đâu.
He came back to the policing station.
Anh ấy quay trở lại đồn cảnh sát.
The middle part of the night had arrived.
Nửa đêm đã đến.
So the second prince took on his duties.
Thế là hoàng tử thứ hai đã đảm nhận nhiệm vụ của mình.
And he too rode through every part of the city.
Và ông cũng cưỡi ngựa qua mọi nơi trong thành phố.
But he did not see or hear of a single thief.
Nhưng ông không nhìn thấy hay nghe thấy một tên trộm nào cả.
He came also back to the policing station.
Anh ấy cũng quay trở lại đồn cảnh sát.
The latter part of the night had arrived.
Đêm đã về khuya.
So the youngest prince took on his duties.
Vì vậy, hoàng tử trẻ nhất đã đảm nhận nhiệm vụ của mình.
He went near the gate of his father's palace.
Ông đi đến gần cổng cung điện của cha mình.
There he saw a beautiful woman leaving the palace.
Ở đó, chàng nhìn thấy một người phụ nữ xinh đẹp đang rời khỏi cung điện.
The prince asked the woman, "who are you?"
Hoàng tử hỏi người phụ nữ: "Ngươi là ai?"
"Where are you going at this hour of the night?"
"Anh định đi đâu vào giờ này?"
The woman answered the young prince.
Người phụ nữ trả lời hoàng tử trẻ.
"I am Rajlakshmi, the guardian deity of this palace"

"Ta là Rajlakshmi, vị thần hộ mệnh của cung điện này"
"The king will be killed this night"
"Nhà vua sẽ bị giết đêm nay"
"I am therefore not needed here"
"Vì vậy, tôi không cần thiết ở đây"
"And that is why I am going away"
"Và đó là lý do tại sao tôi phải đi xa"
The prince did not know what to make of this message.
Hoàng tử không biết phải hiểu thế nào về thông điệp này.
After a moment's reflection he said to the goddess;
Sau một lúc suy nghĩ, chàng nói với nữ thần;
"But, suppose the king is not killed tonight"
"Nhưng giả sử nhà vua không bị giết đêm nay"
"Have you any objection to return to the palace?"
"Ngươi có phản đối việc trở về cung điện không?"
"I have no objection," replied the goddess.
"Ta không phản đối," nữ thần đáp.
The prince then begged the goddess to go back.
Sau đó, hoàng tử cầu xin nữ thần quay trở về.
And he promised to do his best to protect the king.
Và ông hứa sẽ làm hết sức mình để bảo vệ nhà vua.
Then the goddess entered the palace again.
Sau đó, nữ thần lại bước vào cung điện.
Within a moment she disappeared into the palace.
Chỉ trong chốc lát, cô đã biến mất vào trong cung điện.

The prince went straight into the palace too.
Hoàng tử cũng đi thẳng vào cung điện.
And he went into the bedroom of his royal father.
Và chàng đi vào phòng ngủ của vua cha.
There his father lay immersed in deep sleep.
Ở đó, cha anh nằm chìm trong giấc ngủ say.
The king had a second, younger wife.
Nhà vua có một người vợ thứ hai trẻ hơn.
This woman was the stepmother of our prince.
Người phụ nữ này là mẹ kế của hoàng tử chúng ta.
She was sleeping in another bed in the room.

Cô ấy đang ngủ trên một chiếc giường khác trong phòng.
There was a light that was burning dimly.
Có một ngọn đèn đang cháy mờ nhạt.
But then the prince saw something that surprised him!
Nhưng rồi hoàng tử nhìn thấy một điều khiến chàng ngạc nhiên!
A huge cobra going round and round the golden bedstead.
Một con rắn hổ mang khổng lồ đang bò vòng quanh chiếc giường vàng.
The bedstead on which his father was sleeping.
Chiếc giường mà cha anh đang nằm ngủ.
The prince with his sword cut the serpent in two.
Hoàng tử dùng thanh kiếm của mình chém con rắn làm đôi.
But he was not satisfied with killing the cobra.
Nhưng anh ta vẫn chưa hài lòng với việc giết chết con rắn hổ mang.
So he cut the cobra up into a hundred pieces.
Vì vậy, ông ta cắt con rắn hổ mang thành một trăm mảnh.
And he put the pieces of the cobra inside a pan.
Và ông cho những mảnh thịt rắn hổ mang vào trong một chiếc chảo.
But while cutting the cobra a misfortune happened.
Nhưng trong lúc chặt con rắn hổ mang thì một điều không may đã xảy ra.
A drop of blood fell on the breast of his stepmother.
Một giọt máu rơi xuống ngực mẹ kế.
The prince was in great distress by what had happened.
Hoàng tử vô cùng đau khổ vì những gì đã xảy ra.
"I have saved my father, but killed my stepmother"
"Tôi đã cứu cha tôi, nhưng lại giết mẹ kế của tôi"
How could he remove the drop of blood from her breast?
Làm sao anh có thể lấy đi giọt máu trên ngực cô?
He wrapped round his tongue a piece of cloth sevenfold.
Ông ta quấn quanh lưỡi mình một mảnh vải gấp bảy lần.
And with the cloth he licked up the drop of blood.
Và anh ta dùng miếng vải liếm giọt máu.
But his stepmother's sleep was not so deep.

Nhưng giấc ngủ của mẹ kế anh không sâu như vậy.

And in his attempt to save her he awoke her.

Và trong nỗ lực cứu cô, anh đã đánh thức cô dậy.

When opening her eyes she saw it was her stepson.

Khi mở mắt ra, cô thấy đó là con trai riêng của mình.

The young prince rushed out of the room.

Hoàng tử trẻ vội vã chạy ra khỏi phòng.

The queen, hated her stepson, the youngest prince.

Nữ hoàng ghét con trai riêng của mình, hoàng tử út.

And she had every intention to ruin his reputation.

Và cô ta có ý định hủy hoại danh tiếng của anh.

She called out to her husband, "My lord, my lord"

Bà gọi chồng mình: "Thưa chúa tôi, thưa chúa tôi"

"Are you awake? are you awake? Rouse yourself up"

"Bạn đã tỉnh chưa? Bạn đã tỉnh chưa? Hãy tự mình đứng dậy đi."

"Here is a nice piece of news for you"

"Đây là một tin tốt lành dành cho bạn"

The king on awaking inquired what the matter was.

Khi thức dậy, nhà vua hỏi xem có chuyện gì.

"What the matter is, my lord, let me tell you"

"Có chuyện gì vậy, thưa ngài, để tôi kể cho ngài nghe"

"Your worthy son was just here in this room"

"Con trai đáng kính của ngài vừa ở đây trong căn phòng này"

"The youngest prince, of whom you speak so highly"

"Hoàng tử trẻ nhất mà anh nhắc đến rất nhiều"

"I caught him in the act of touching my breast"

"Tôi bắt gặp anh ta đang chạm vào ngực tôi"

"I don't doubt he came with wicked intents"

"Tôi không nghi ngờ gì là anh ta đến đây với ý định xấu"

The king was horror-struck by what he heard.

Nhà vua vô cùng kinh hãi trước những gì mình nghe được.

The prince went back to where his brothers kept watch.

Hoàng tử quay trở lại nơi anh em mình canh gác.

But he told them nothing of what had happened.

Nhưng ông không nói với họ bất cứ điều gì về chuyện đã xảy ra.

Early in the morning the king called his eldest son.

Sáng sớm, nhà vua gọi con trai cả của mình đến.

"I entrust my life and my honor to men"

"Tôi giao phó cuộc đời và danh dự của tôi cho mọi người"

"But what if one of these men prove faithless?

"Nhưng nếu một trong những người đàn ông này tỏ ra không chung thủy thì sao?

"How should such a man be punished?"

"Một người như vậy phải bị trừng phạt như thế nào?"

The eldest prince replied to his father, the king.

Hoàng tử cả trả lời cha mình, nhà vua.

"Doubtless such a man's head should be cut off"

"Chắc chắn đầu của một người đàn ông như vậy phải bị chặt đứt"

"But first you should establish the facts"

"Nhưng trước tiên bạn nên xác định sự thật"

"You must see whether the man is really faithless"

"Bạn phải xem liệu người đàn ông đó có thực sự không chung thủy không"

"What do you mean?" inquired the king.

"Ý ngươi là gì?" nhà vua hỏi.

"Let your majesty be pleased to listen"

"Xin bệ hạ vui lòng lắng nghe"

Once upon on a time there lived a goldsmith.

Ngày xửa ngày xưa, có một người thợ kim hoàn.

This goldsmith had a son who had a wife.

Người thợ kim hoàn này có một người con trai đã có vợ.

His wife had the rare faculty of understanding beasts.

Vợ ông có khả năng hiếm có là hiểu được loài vật.

But she never told anyone about her uncommon gift.

Nhưng cô ấy chưa bao giờ kể với ai về món quà đặc biệt của mình.

Not even her husband knew she could understand animals.

Ngay cả chồng bà cũng không biết bà có thể hiểu được động vật.

One night she was lying in bed beside her husband.

Một đêm nọ, cô nằm trên giường bên cạnh chồng mình.

From the river by their house she heard a jackal howl.

Từ bờ sông gần nhà cô nghe thấy tiếng chó rừng hú.

"There goes a carcass floating on the river"

"Có một xác chết trôi nổi trên sông"

"There's a diamond ring on the dead man's finger"

"Có một chiếc nhẫn kim cương trên ngón tay của người đàn ông đã chết"

"Will anyone take the ring and give me the corpse?"

"Có ai lấy chiếc nhẫn và trao lại xác chết cho tôi không?"

The woman understood the jackal's language.

Người phụ nữ hiểu được ngôn ngữ của con chó rừng.

She got up from bed and went to the river-side.

Cô ấy ra khỏi giường và đi đến bờ sông.

The husband had not been in deep sleep.

Người chồng không ngủ sâu.

So with his wife's movements he woke up too.

Vì vậy, cùng với động thái của vợ, anh cũng tỉnh dậy.

And he followed his wife to see where she went.

Và anh ta đi theo vợ mình để xem cô ấy đi đâu.

But he kept his distance, so that he could observe her.

Nhưng anh vẫn giữ khoảng cách để có thể quan sát cô.

The woman went into the water next to their house.

Người phụ nữ đã nhảy xuống nước cạnh nhà họ.

She tugged the floating corpse towards the shore.

Cô kéo xác chết đang trôi vào bờ.

And she saw the diamond ring on the finger.

Và cô ấy nhìn thấy chiếc nhẫn kim cương trên ngón tay.

She was unable to loosen the ring with her hand.

Cô ấy không thể tháo chiếc nhẫn ra bằng tay được.

Because the fingers of the dead body had swelled.

Bởi vì các ngón tay của xác chết đã sưng lên.

So she bit off the finger with her teeth.

Vì vậy, cô ấy đã cắn đứt ngón tay bằng răng của mình.

And she put the dead body upon land, for the jackal.

Và nàng đặt xác chết lên bờ cho con chó rừng.

Then she returned to bed, where her husband already was.

Sau đó, cô quay lại giường, nơi chồng cô đã nằm sẵn.

The young goldsmith lay almost petrified with fear.

Người thợ kim hoàn trẻ tuổi nằm đó gần như hóa đá vì sợ hãi.

He was convinced he was lying next to a Rakshasi.

Ông tin chắc rằng mình đang nằm cạnh một Rakshasi.

He spent the rest of the night tossing in his bed.

Anh ấy đã dành phần còn lại của đêm để trằn trọc trên giường.

And early in the morning spoke to his father.

Và sáng sớm đã nói chuyện với cha mình.

"The woman thou hast given me is not a real woman"

"Người phụ nữ mà Ngài ban cho con không phải là một người phụ nữ thực sự"

"The woman thou hast given me to wife is a Rakshasi"

"Người phụ nữ mà ngươi gả cho ta là một Rakshasi"

"Last night I was lying in bed with her"

"Đêm qua tôi nằm trên giường với cô ấy"

"By the river I heard the howl of a jackal"

"Bên bờ sông, tôi nghe thấy tiếng tru của một con chó rừng"

"My wife too, heard the howl of the jackal"

"Vợ tôi cũng nghe thấy tiếng tru của chó rừng"

"Thinking I was asleep; she went towards the howl"

"Nghĩ rằng tôi đã ngủ; cô ấy đi về phía có tiếng hú"

"I was surprised to see her go out of bed alone"

"Tôi ngạc nhiên khi thấy cô ấy ra khỏi giường một mình"

"Suspecting some sort of evil, I followed her outside"

"Nghi ngờ có chuyện chẳng lành, tôi đi theo cô ấy ra ngoài"

"But she could not see that I had followed her"

"Nhưng cô ấy không thể thấy rằng tôi đã theo dõi cô ấy"

"What did she do, do you think? O horror of horrors!"

"Cô ta đã làm gì vậy, anh nghĩ sao? Ôi, kinh hoàng quá!"

"From the stream she dragged a dead body out"

"Cô ấy kéo một xác chết ra khỏi dòng suối"

"And what do you think she did with the dead body?"

"Và bạn nghĩ cô ấy đã làm gì với xác chết?"

"She wasted no time devouring the dead man!"

"Cô ta không lãng phí thời gian mà nuốt chửng người đàn ông đã chết!"

"All this I had the misfortune to see with my own eyes"

"Tất cả những điều này tôi đã không may chứng kiến tận mắt"

"While she feasted on the carcass I went back to bed"

"Trong khi cô ấy đang ăn thịt con vật, tôi quay lại giường"

"In a few minutes she also returned to bed"

"Vài phút sau cô ấy cũng quay lại giường"

"She bolted the door shut, and lay beside me"

"Cô ấy chốt chặt cửa lại và nằm cạnh tôi"

"Oh my father, how can I live with a Rakshasi?"

"Cha ơi, làm sao con có thể sống với một Rakshasi được?"

"She will certainly kill me and eat me up one night"

"Cô ấy chắc chắn sẽ giết tôi và ăn thịt tôi vào một đêm nào đó"

You can imagine the shock of the old goldsmith.

Bạn có thể tưởng tượng được sự sốc của người thợ kim hoàn già.

Both father and son agreed about what should be done.

Cả cha và con đều đồng ý về những việc cần làm.

The woman should be taken deep into the forest.

Người phụ nữ nên được đưa vào sâu trong rừng.

And she should be left for wild beasts to devoured.

Và cô ấy nên bị bỏ lại cho thú dữ ăn thịt.

Accordingly, the young goldsmith spoke to his wife.

Theo đó, người thợ kim hoàn trẻ tuổi đã nói với vợ mình.

"My dear love," he said to his wife.

"Em yêu ơi," anh nói với vợ mình.

"You had better not cook much this morning"

"Tốt hơn là sáng nay bạn không nên nấu nhiều"

"Boil a little rice and burn a brinjal"

"Luộc một ít gạo và đốt một quả cà tím"

"Because today we are going to see your parents"

"Vì hôm nay chúng ta sẽ đi thăm bố mẹ bạn"

"Your mother and father are dying to see you"

"Bố mẹ con đang rất muốn gặp con"

The woman was full of joy at the unexpected news.
Người phụ nữ tràn đầy niềm vui trước tin tức bất ngờ này.
She loved returning to her father's house.
Cô ấy thích trở về nhà cha mình.
And she finished the cooking in no time.
Và cô ấy đã nấu xong món ăn chỉ trong chốc lát.
The husband and wife snatched a hasty breakfast.
Hai vợ chồng vội vã ăn sáng.
And soon after breakfast they started their journey.
Và ngay sau bữa sáng, họ bắt đầu cuộc hành trình.
The way to her father's house was through dense jungle.
Con đường đến nhà cha cô phải đi qua khu rừng rậm rạp.
It was the perfect place to abandon his wife.
Đó là nơi lý tưởng để anh ta bỏ rơi vợ mình.
She was bound to be eaten up by wild beasts there.
Cô ấy chắc chắn sẽ bị thú dữ ăn thịt ở đó.
But while they were walking the woman heard a snake.
Nhưng khi họ đang đi, người phụ nữ nghe thấy tiếng rắn.
"Oh passer-by, in yonder hole there is a frog"
"Hỡi người qua đường, trong cái lỗ kia có một con ếch"
"How thankful I would be if you caught the frog"
"Tôi sẽ biết ơn biết bao nếu bạn bắt được con ếch"
"And the hole is full of gold and precious stones"
"Và cái lỗ đầy vàng và đá quý"
"Give me the frog, and take the treasure for yourself"
"Đưa con ếch cho ta, và ngươi sẽ lấy được kho báu"
The woman forthwith went to the frog's hole.
Người phụ nữ ngay lập tức đi đến hang ếch.
And she began digging the hole with a stick.
Và cô ấy bắt đầu đào hố bằng một cây gậy.
The young goldsmith was now quaking with fear.
Người thợ kim hoàn trẻ tuổi lúc này đang run rẩy vì sợ hãi.
He thought his Rakshasi-wife was about to kill him.
Ông nghĩ rằng người vợ Rakshasi của mình sắp giết ông.
And then his wife called for him to help her.
Và rồi vợ anh gọi anh đến giúp.
"Take all this gold and these precious stones"

"Hãy lấy hết số vàng và đá quý này"
The goldsmith did not understand her request.
Người thợ kim hoàn không hiểu được yêu cầu của cô.
Timidly he went to where she had dug the hole.
Anh ta rụt rè đi đến nơi cô đã đào cái hố.
But he was infinitely surprised by what he saw.
Nhưng ông vô cùng ngạc nhiên trước những gì mình nhìn thấy.
The hole was full of gold and precious stones.
Cái lỗ đầy vàng và đá quý.
"How did you know there was a treasure here?"
"Làm sao anh biết ở đây có kho báu?"
And finally his wife told him of her gift.
Và cuối cùng vợ ông đã kể cho ông nghe về món quà của mình.
"I can understand all the beasts in the forest"
"Tôi có thể hiểu được tất cả các loài thú trong rừng"
"Just over there, there is a snake coiled up"
"Ngay đằng kia, có một con rắn đang cuộn tròn"
"She had told me there was a treasure here"
"Cô ấy đã nói với tôi rằng có một kho báu ở đây"
The husband now felt very blessed with his wife.
Người chồng lúc này cảm thấy rất may mắn khi có được người vợ như vậy.
"My love, it has gotten very late today"
"Em yêu, hôm nay đã rất muộn rồi"
"I don't think we will reach your father's house"
"Tôi không nghĩ chúng ta có thể đến được nhà bố anh đâu"
"Nightfall will catch us before we get there"
"Trời sẽ tối trước khi chúng ta đến đó"
"If we stay we might be devoured by wild beasts"
"Nếu chúng ta ở lại, chúng ta có thể bị thú dữ ăn thịt"
"I propose therefore that we both return home"
"Vì vậy, tôi đề nghị cả hai chúng ta cùng trở về nhà"
You can imagine the wife's disappointment.
Bạn có thể tưởng tượng được sự thất vọng của người vợ.
But she agreed with her husband's assessment.

Nhưng bà đồng ý với đánh giá của chồng mình.
It took them a long time to reach home.
Họ mất rất nhiều thời gian mới về đến nhà.
They were laden with a large quantity of gold.
Chúng chở theo một lượng lớn vàng.
And they were carrying many precious stones.
Và họ mang theo nhiều đá quý.
But eventually the got close to their home.
Nhưng cuối cùng họ cũng đến gần được nhà mình.
"My dear, go by the back door," said the goldsmith.
"Em yêu, hãy đi bằng cửa sau," người thợ kim hoàn nói.
"I will go by the front door and see my father"
"Tôi sẽ đi qua cửa trước và gặp cha tôi"
"And I will show him all this treasure"
"Và tôi sẽ cho anh ấy thấy tất cả kho báu này"
So she entered the house by the back door.
Vì thế cô ấy đã vào nhà bằng cửa sau.
But the old goldsmith had reason to be there too.
Nhưng người thợ kim hoàn già cũng có lý do để có mặt ở đó.
He had gone there to collect a hammer.
Anh ta đến đó để lấy một cái búa.
The old goldsmith saw his Rakshasi daughter-in-law.
Người thợ kim hoàn già nhìn thấy cô con dâu Rakshasi của
mình.
He concluded she had swallowed up his son.
Ông kết luận rằng cô đã nuốt chửng con trai ông.
And he therefore struck her with the hammer.
Và vì thế anh ta đã đánh cô bằng búa.
The blow immediately killed his daughter-in-law.
Cú đánh đã giết chết con dâu ông ngay lập tức.
At that moment the son came into the house.
Đúng lúc đó, người con trai bước vào nhà.
But it was too late for him to explain.
Nhưng đã quá muộn để anh có thể giải thích.
And so the eldest prince's story concluded.
Và câu chuyện của hoàng tử cả đã kết thúc như vậy.
"You might have to cut a man's head off"

"Bạn có thể phải chặt đầu một người đàn ông"
"But first you should establish the facts"
"Nhưng trước tiên bạn nên xác định sự thật"
"You must see whether the man is really faithless"
"Bạn phải xem liệu người đàn ông đó có thực sự không chung thủy không"

The king then called his second son to him.
Sau đó, nhà vua gọi người con trai thứ hai của mình đến.
"I entrust my life and my honor to men"
"Tôi giao phó cuộc sống và danh dự của tôi cho mọi người "
"But what if one of these men prove faithless?
"Nhưng nếu một trong những người đàn ông này tỏ ra không chung thủy thì sao?
"How should such a man be punished?"
"Một người như vậy phải bị trừng phạt như thế nào?"
The second prince replied to his father, the king.
Hoàng tử thứ hai trả lời cha mình, nhà vua.
"Doubtless such a man's head should be cut off"
"Chắc chắn đầu của một người đàn ông như vậy phải bị chặt đứt"
"But first you should establish the facts"
"Nhưng trước tiên bạn nên xác định sự thật"
"What do you mean?" inquired the king.
"Ý ngươi là gì?" nhà vua hỏi.
"Let your majesty be pleased to listen"
"Xin bệ hạ vui lòng lắng nghe"
Once upon a time there reigned a king.
Ngày xửa ngày xưa, có một vị vua trị vì.
This king was very fond of going out hunting.
Vị vua này rất thích đi săn.
One day his horse took him into a dense forest.
Một ngày nọ, con ngựa đưa ông vào một khu rừng rậm rạp.
He went far from his followers, deep into the woods.
Ông đi xa khỏi những người theo mình và đi sâu vào trong rừng.
He rode on and on through the endless, quiet forest.

Anh ta cứ cưỡi ngựa đi qua khu rừng yên tĩnh, bất tận.

He saw neither villages nor towns, only trees.

Ông không nhìn thấy làng mạc hay thị trấn nào, chỉ thấy cây cối.

On the long, lonely journey he became very thirsty.

Trên chuyến hành trình dài và cô đơn, ông trở nên rất khát nước.

He could see no pond, nor lake, nor stream.

Ông không nhìn thấy ao, hồ hay suối nào cả.

But then he saw something dripping from a tree.

Nhưng sau đó anh ta nhìn thấy thứ gì đó đang nhỏ giọt từ trên cây xuống.

He concluded it was rainwater resting in a cavity.

Ông kết luận rằng đó là nước mưa đọng lại trong một hốc.

He stood on horseback beneath the tree, cup in hand.

Anh ta đứng trên lưng ngựa dưới gốc cây, tay cầm cốc.

He caught the drops slowly dripping into the small cup.

Anh hứng những giọt nước từ từ nhỏ giọt vào chiếc cốc nhỏ.

The water, however, was not rain from the sky.

Tuy nhiên, nước đó không phải là mưa từ trên trời rơi xuống.

A huge cobra sat on top of the tall tree.

Một con rắn hổ mang khổng lồ đang ngồi trên ngọn cây cao.

The snake had struck the tree in rage with its sharp fangs.

Con rắn đã tấn công vào cái cây trong cơn giận dữ bằng những chiếc răng nanh sắc nhọn của nó.

The snake's poison came out and fell downward in heavy drops.

Chất độc của con rắn trào ra và rơi xuống từng giọt nặng nề.

The king thought the falling liquid was simple rainwater.

Nhà vua nghĩ rằng chất lỏng rơi xuống chỉ là nước mưa.

The horse sensed the danger and tried to warn him.

Con ngựa cảm nhận được sự nguy hiểm và cố gắng cảnh báo anh ta.

The cup was nearly filled with the deadly snake-poison.

Chiếc cốc gần như chứa đầy chất độc rắn chết người.

The king raised the cup and prepared to drink.

Nhà vua nâng cốc lên và chuẩn bị uống.

But the horse moved wildly, with the king on its back.

Nhưng con ngựa di chuyển rất nhanh, cùng với nhà vua trên lưng nó.

The cup fell from his hand, and the poison spilled.

Chiếc cốc rơi khỏi tay anh ta và chất độc đổ ra.

The king became angry and struck the horse's neck.

Nhà vua nổi giận và đánh vào cổ con ngựa.

The blow from the sword immediately killed his horse.

Đòn chém của thanh kiếm đã giết chết con ngựa của anh ta ngay lập tức.

And so the second prince's story concluded.

Và câu chuyện của hoàng tử thứ hai đã kết thúc như vậy.

"You might have to cut a man's head off"

"Bạn có thể phải chặt đầu một người đàn ông"

"But first you should establish the facts"

"Nhưng trước tiên bạn nên xác định sự thật"

"You must see whether the man is really faithless"

"Bạn phải xem liệu người đàn ông đó có thực sự không chung thủy không"

The king then called to him his third youngest son.

Sau đó, nhà vua gọi người con trai út thứ ba của mình đến.

"I entrust my life and my honor to men"

"Tôi giao phó cuộc đời và danh dự của tôi cho mọi người"

"But what if one of these men prove faithless?

"Nhưng nếu một trong những người đàn ông này tỏ ra không chung thủy thì sao?

"How should such a man be punished?"

"Một người như vậy phải bị trừng phạt như thế nào?"

"Doubtless such a man's head should be cut off"

"Chắc chắn đầu của một người đàn ông như vậy phải bị chặt đứt"

"But first you should establish the facts"

"Nhưng trước tiên bạn nên xác định sự thật"

"What do you mean?" inquired the king.

"Ý ngươi là gì?" nhà vua hỏi.

"Let your majesty be pleased to listen"

"Xin bệ hạ vui lòng lắng nghe"
Once long ago there reigned a wise and noble king.
Ngày xưa, có một vị vua thông thái và cao quý trị vì.
In his palace he kept a bird of Suka species.
Trong cung điện của mình, ông nuôi một loài chim thuộc loài Suka.
One day the bird went out flying into the fields.
Một ngày nọ, con chim bay ra ngoài cánh đồng.
There he saw his father and mother calling from above.
Ở đó, anh nhìn thấy cha mẹ mình đang gọi từ trên cao.
They asked him to come visit them in their nest.
Họ đã mời ông đến thăm tổ của họ.
The nest was far away in a distant hidden land.
Tổ chim nằm ở một nơi xa xôi nào đó, ẩn mình trong một vùng đất xa xôi.
The Suka said, "I'll come if I get king's leave"
Suka nói, "Tôi sẽ đến nếu được nhà vua cho phép"
"I'll speak to the king today and return tomorrow"
"Hôm nay tôi sẽ nói chuyện với nhà vua và ngày mai sẽ quay lại"
"Please wait at this same spot in the morning"
"Vui lòng đợi ở vị trí này vào buổi sáng"
That very day, Suka spoke with the gentle, kind king.
Ngay ngày hôm đó, Suka đã nói chuyện với vị vua hiền lành và tốt bụng.
The king gave permission for the bird to leave.
Nhà vua cho phép con chim bay đi.
Although he was sad to part with his bird.
Mặc dù anh ấy rất buồn khi phải chia tay chú chim của mình.
The next morning, Suka met his parents again.
Sáng hôm sau, Suka lại gặp bố mẹ mình.
He flew with them to their nest on a tall tree.
Anh ấy bay cùng chúng đến tổ của chúng trên một cái cây cao.
The three birds lived together happily in peaceful joy.
Ba chú chim sống với nhau rất vui vẻ và bình yên.
They stayed like this for a fortnight of lovely days.

Họ cứ như thế trong suốt hai tuần lễ đầy những ngày tươi đẹp.

But even those quiet and pleasant days had to end.

Nhưng ngay cả những ngày yên bình và dễ chịu đó cũng phải kết thúc.

Suka said, "Beloved parents, the king gave me two weeks"

Suka nói, "Thưa cha mẹ yêu quý, nhà vua đã cho con hai tuần"

"That time is now over, so I must return tomorrow"

"Thời gian đó đã qua rồi, nên ngày mai tôi phải quay lại"

His father and mother agreed and blessed his decision.

Cha mẹ ông đồng ý và chúc phúc cho quyết định của ông.

They told him to carry a gift for the king.

Họ bảo anh ta mang theo một món quà cho nhà vua.

After some talk, they chose some fruit as a gift.

Sau một hồi trò chuyện, họ chọn một số loại trái cây làm quà.

The fruit had grown from the Immortality Tree.

Quả này mọc ra từ Cây Bất Tử.

Early the next morning, Suka went to the tree.

Sáng sớm hôm sau, Suka đã đến cây.

And he plucked a magical glowing fruit.

Và anh ta hái một loại trái cây phát sáng kỳ diệu.

He held the fruit gently in his beak, full of care.

Cậu nhẹ nhàng giữ trái cây trong mỏ, đầy vẻ cẩn thận.

The fruit was heavy and slowed his swift flying pace.

Quả cây rất nặng và làm chậm tốc độ bay nhanh của anh.

He could not reach the city before night arrived.

Anh ta không thể tới thành phố trước khi đêm xuống.

Suka stopped to rest in a tree along the way.

Suka dừng lại nghỉ ngơi trên một cái cây dọc đường.

He feared the fruit might drop while he slept.

Ông sợ trái cây có thể rơi xuống khi ông ngủ.

If he kept the fruit in his beak, it could fall.

Nếu anh ta giữ trái cây trong mỏ, nó có thể rơi xuống.

But he saw a hole in the trunk of the tree.

Nhưng anh ta nhìn thấy một cái lỗ trên thân cây.

He placed the fruit safely inside the dark tree.

Anh ta đặt trái cây an toàn vào bên trong cái cây tối tăm.
But inside the hole, there lived a poisonous black snake.
Nhưng bên trong cái hố đó có một con rắn đen cực độc đang sống.
In the night, the snake bit the fruit with venom.
Vào ban đêm, con rắn đã cắn quả có nọc độc.
And the fruit became smeared with deadly poison.
Và trái cây bị dính đầy chất độc chết người.
At dawn Suka took the fruit back in his beak.
Vào lúc bình minh, Suka lấy lại quả bằng mỏ của mình.
He flew again on his journey to the king's palace.
Ông lại bay tiếp trên hành trình tới cung điện của nhà vua.
As he reached the palace the king was sitting with ministers.
Khi đến cung điện, nhà vua đang ngồi cùng các quan đại thần.
The king was overjoyed to see Suka return once more.
Nhà vua vô cùng vui mừng khi thấy Suka trở về.
He greatly admired the beautiful, shining fruit gift.
Ông rất ngưỡng mộ món quà trái cây đẹp và sáng bóng này.
The fruit was lovely to look at and admire.
Quả này trông rất đẹp và đáng chiêm ngưỡng.
It was the finest fruit found across the earth.
Đó là loại trái cây ngon nhất được tìm thấy trên khắp trái đất.
And anyone who ate the fruit was granted immortality.
Và bất cứ ai ăn trái cây đó đều được ban cho sự bất tử.
The king was about to eat the beautiful fruit.
Nhà vua sắp ăn trái cây tuyệt đẹp đó.
But his ministers warned him the fruit might be poisoned"
Nhưng các bộ trưởng của ông đã cảnh báo ông rằng trái cây có thể bị đầu độc"
"It would be better to test the fruit before you eat it"
"Tốt hơn hết là bạn nên thử trái cây trước khi ăn"
He threw the fruit to a crow sitting on the wall.
Anh ta ném trái cây cho một con quạ đang đậu trên tường.
The crow ate from the fruit, and dropped dead instantly.
Con quạ ăn trái cây đó và chết ngay lập tức.
The king, thinking Suka tried to kill him, grew furious.

Nhà vua nghĩ rằng Suka đang cố giết mình nên vô cùng tức giận.

He seized the bird and killed him with his bare hands.

Anh ta bắt con chim và giết nó bằng tay không.

He ordered the seed to be planted outside the city.

Ông ra lệnh gieo hạt giống bên ngoài thành phố.

The seed became a tree with the same glowing fruit.

Hạt giống đó đã trở thành một cái cây có quả rực rỡ như vậy.

The king feared the fruit would bring more death.

Nhà vua lo sợ loại quả này sẽ mang lại nhiều cái chết hơn.

So he had the tree fenced off and guarded.

Vì vậy, ông đã rào và bảo vệ cây.

There lived in that city an old, poor Brahman man.

Có một ông già Bà La Môn nghèo sống ở thành phố đó.

He and his wife survived only on the town's charity.

Ông và vợ chỉ sống nhờ vào sự từ thiện của thị trấn.

One day the Brahman mourned his long, miserable, life.

Một ngày nọ, người Bà La Môn than khóc về cuộc sống dài đằng đẵng và khốn khổ của mình.

He said, "Instead of begging, I will eat poison fruit."

Ông nói: "Thay vì đi ăn xin, tôi sẽ ăn trái cây độc."

"I'll end my life beneath that deadly tree in silence."

"Tôi sẽ kết thúc cuộc đời mình dưới cái cây chết chóc đó trong im lặng."

That very night, he rose quietly and left his home.

Ngay đêm đó, ông lặng lẽ đứng dậy và rời khỏi nhà.

His wife suspected and followed behind in silence.

Vợ anh ta nghi ngờ và im lặng đi theo sau.

She had decided to die too, alongside her sad husband.

Bà cũng quyết định chết cùng người chồng đau buồn của mình.

She loved him deeply and didn't wish to stay behind.

Cô yêu anh sâu sắc và không muốn ở lại phía sau.

The palace guard was asleep that night, unaware of visitors.

Đêm đó, lính canh cung điện ngủ say, không biết có khách đến thăm.

The Brahman reached the garden and plucked a hanging fruit.

Người Bà La Môn đến khu vườn và hái một quả đang treo.

He looked at it once and ate the entire fruit.

Anh ta nhìn nó một lần rồi ăn hết cả quả.

His wife cried, "If you die, my life becomes nothing"

Vợ anh khóc: "Nếu anh chết, cuộc sống của em sẽ chẳng còn gì cả"

"I will also eat and die here with you now"

"Tôi cũng sẽ ăn và chết ở đây với anh bây giờ"

So saying she plucked a fruit and ate it.

Nói xong, cô hái một quả và ăn.

They thought the poison would act slowly through the night.

Họ nghĩ rằng chất độc sẽ phát huy tác dụng chậm trong đêm.

So they both went home and quietly lay down in bed.

Thế là cả hai cùng về nhà và nằm im trên giường.

They believed they would never again rise from sleep.

Họ tin rằng họ sẽ không bao giờ tỉnh dậy nữa.

To their surprise, they woke up feeling full of life.

Điều ngạc nhiên là họ thức dậy và cảm thấy tràn đầy sức sống.

Not only were they alive, but they were young again.

Họ không chỉ còn sống mà còn trẻ lại.

And they were strong and had new found energy.

Và họ mạnh mẽ và có nguồn năng lượng mới.

Neighbors hardly recognized them, so changed they looked.

Hàng xóm khó có thể nhận ra họ vì vẻ ngoài của họ đã thay đổi rất nhiều.

The old Brahman was now handsome and full of youth.

Người Bà La Môn già giờ đây đẹp trai và tràn đầy sức sống.

His grey hair vanished, and had colour again.

Mái tóc bạc của ông biến mất và trở lại màu sắc ban đầu.

His wrinkled cheeks turned smooth, and his skin shone.

Đôi má nhăn nheo của ông trở nên mịn màng và làn da sáng bóng.

And as for his wife, she became extremely beautiful.

Còn vợ ông thì trở nên vô cùng xinh đẹp.

She looked as beautiful as any lady of the kingdom.
Cô ấy trông xinh đẹp như bất kỳ quý cô nào trong vương quốc.
The king heard of their miraculous transformation.
Nhà vua nghe nói về sự biến đổi kỳ diệu của họ.
He asked his guards to send the Brahman to him.
Ông yêu cầu lính canh gửi vị Bà La Môn đến gặp ông.
And he asked the Brahman the source of his youth.
Và ông hỏi người Bà la môn về nguồn gốc tuổi trẻ của mình.
The Brahman told the king every detail of the story.
Người Bà La Môn kể lại cho nhà vua mọi chi tiết của câu chuyện.
The king then wept for his poor, loyal pet bird.
Sau đó, nhà vua khóc thương cho chú chim tội nghiệp nhưng trung thành của mình.
He deeply regretted killing his faithful bird.
Ông vô cùng hối hận vì đã giết chết chú chim trung thành của mình.
And he wished he had known the bird's loyalty.
Và anh ước gì mình biết được lòng trung thành của con chim.
And so the second prince's story concluded.
Và câu chuyện của hoàng tử thứ hai đã kết thúc như vậy.
"You might have to cut a man's head off"
"Bạn có thể phải chặt đầu một người đàn ông"
"But first you should establish the facts"
"Nhưng trước tiên bạn nên xác định sự thật"
"You must see whether the man is really faithless"
"Bạn phải xem liệu người đàn ông đó có thực sự không chung thủy không"
"I know Your Majesty suspects me of evil last night"
"Thần biết bệ hạ nghi ngờ thần có tội ác tối qua"
"Please allow me to explain myself before punishing me"
"Xin hãy để tôi giải thích trước khi trừng phạt tôi"
"While making rounds I saw a woman leave the palace"
"Khi đi tuần tra, tôi thấy một người phụ nữ rời khỏi cung điện"
"I stopped her, and she said her name was Rajlakshmi"

"Tôi đã chặn cô ấy lại và cô ấy nói tên cô ấy là Rajlakshmi"

"She claimed to be the guardian deity of the palace"

"Cô ấy tự nhận mình là vị thần hộ mệnh của cung điện"

"She said she was leaving because death was near"

"Cô ấy nói rằng cô ấy sẽ rời đi vì cái chết đã gần kề"

"The king," she said, "would be killed later that night"

"Nhà vua," cô nói, "sẽ bị giết vào đêm hôm đó"

"I begged her to go back into the palace"

"Tôi đã cầu xin cô ấy quay trở lại cung điện"

"And I promised to do my best to protect you."

"Và anh hứa sẽ cố gắng hết sức để bảo vệ em."

"I ran quickly into Your Majesty's chamber without delay."

"Tôi chạy ngay vào phòng của Bệ hạ mà không chậm trễ."

"There I saw a cobra circling your golden bedstead."

"Tôi thấy một con rắn hổ mang đang lượn vòng quanh chiếc giường vàng của cô."

"I fought the snake and killed it with my blade."

"Tôi đã chiến đấu với con rắn và giết nó bằng lưỡi kiếm của mình."

"I chopped the body into many exactly one hundred pieces."

"Tôi chặt cơ thể thành nhiều mảnh, mỗi mảnh đúng một trăm mảnh."

"I placed those pieces inside the pan for proof."

"Tôi đặt những miếng đó vào trong chảo để thử nghiệm."

"But something occurred as I was cutting up the snake."

" Nhưng có chuyện gì đó đã xảy ra khi tôi đang cắt con rắn."

"A drop of blood fell onto the breast of your wife."

"Một giọt máu rơi xuống ngực vợ anh."

"I feared I had saved my father, but killed my stepmother."

"Tôi sợ rằng mình đã cứu được cha nhưng lại giết chết mẹ kế."

"I wrapped my tongue tightly with cloth seven times."

"Tôi đã quấn chặt lưỡi mình bằng vải bảy lần."

"Then I licked up the drop of venomous blood."

"Sau đó tôi liếm giọt máu độc đó."

"While I was licking the blood, my stepmother awoke."

"Trong lúc tôi đang liếm máu, mẹ kế của tôi đã thức dậy."

"She saw me and opened her eyes with confusion."

"Cô ấy nhìn thấy tôi và mở mắt ra với vẻ bối rối."

"This is the truth of what I did last night."

"Đây chính là sự thật về những gì tôi đã làm đêm qua."

"If Your Majesty commands, then cut off my head now."

"Nếu bệ hạ ra lệnh, hãy chặt đầu tôi ngay đi."

The king, full of love and joy, embraced his son.

Nhà vua tràn đầy tình yêu thương và niềm vui, ôm chầm lấy con trai mình.

From that moment, he loved him more than ever before.

Từ khoảnh khắc đó, anh yêu anh ấy nhiều hơn bao giờ hết.